கிரேஸி கிரியேஷன்ஸின்

மாது +2

AF741349

கிரேஸி

மோகன்

அறிவே விளக்கு

அல்லயன்ஸ்

அல்லயன்ஸ்

[125 - வது ஆண்டைக் கொண்டாடும் முதல் தமிழ்ப் புத்தக நிறுவனம்]

மாது +2

Maadhu +2

உரிமைப் பதிவு

முதற் பதிப்பு : 2025

அட்டை ஓவியம்: கேஷவ்

ISBN	:	978-93-6358-828-8
Total No. of Pages	:	124 Pages
Laser Typeset	:	Rani Graphics, Chennai - 04
Printing	:	Repro Books Ltd., India

THE ALLIANCE COMPANY

Publishers & Booksellers

Old No. 244, New No. 64, Ramakrishna Mutt Road, Mylapore, Chennai - 600 004.
Tel.: 044 - 2464 1314 | Mob.: 928 928 1314
www. alliancebook.com ◆ email: books@alliancebook.com

சமர்ப்பணம்

திரு YGP

நாடகத்துறையில் எல்லாருக்கும் முன்னோடி. **Crazy Creations**ல் முக்கியமாக மாது பாலாஜிக்கும், **secretary** ஸ்ரீனிவாசன் அவர்களுக்கும் மிகவும் நெருங்கியவர். நாடகத்திற்காக வாழ்வையே அர்ப்பணம் செய்தவர் என்று சொன்னால் மிகையாகாது. அக்காலகட்டத்தில் அவருடைய மகன் திரு.YG மகேந்திரன் சினிமாவில் பிஸியாக இருந்த சமயம், அவர்களுக்கு வந்த நிறைய நாடக வாய்ப்பை எங்களுக்கு விட்டுத்தந்து இருக்கிறார். வயதிலும் அனுபவத்திலும் மட்டுமில்லாமல் மனத்திலும் பெரியவர்.

திருமதி YGP

40 வருடங்களுக்கும் மேலாக எங்கள் அனைத்து நாடகங்களையும் பார்த்து நிறை குறைகளை எங்களுடன் பகிர்ந்து, எங்களை ஊக்குவித்து எங்கள் வளர்ச்சிக்கு பெரிதும் உதவியவர். மோகனின் நிறைய கதை விவாதங்கள் இவரோடு இருக்கும். நாடகத்தில் ஒவ்வொரு காட்சிக்கும் இடையே, திரைக்குப் பின்னே விளக்கு வெளிச்சத்தில் காட்சியமைப்பு மாற்றும் பழக்கம் இருந்தது. அது வெளிச்சத்தில் இல்லாமல் இருளில் நடந்தால் கூடுதலாய் ரசிக்க முடியும் என்று சுட்டிக் காட்டியவர். ''இருட்டிலேயே நாங்கள் ஒளிர்வோம்'' என்று எங்களுக்கு வெளிச்சம் போட்டு காட்டியவர். எவ்வளவு நவீன சிந்தனை இருந்த போதிலும், கலாச்சாரம் மறக்காதவர். மாது +2 நாடகத்தில், நாடகமே ஆனாலும் இரண்டு மனைவிகள் கூடாது, என்று கதையை மாற்றி அமைக்கச் சொன்னவர். பிரமிக்க வைக்கும் பெண்மணி.

'Crazy' Thoughts

ஒரு கலைஞன் இல்லாதபோதும் பெருமை தொடரலாம். ஆனால் அப்பெருமை அக்கலைஞன் இருந்தபோது உருவாக்கியது.

அவர் இப்போது இல்லை என்பது என் மனதிற்குள் பதிவாகவில்லை. 'கிரேசிக்கு ஒரு போன் போடலாமே' என்று ஒரு வினாடி சிந்தனை தோன்றி மறைவதும் உண்டு.

என் மனதிலும், என் தொடர்பு எண் பட்டியலிலும் அழியாத, அழிக்க முடியாத சில பெயர்கள் இருக்கின்றன. KB சார், நாகேஷ் சார், அனந்து சார், சந்திரஹாசன்... இப்போ மோகன். இது நட்பையும் தாண்டியது. அவரை மோகனஹாசன் என்றே சொல்லலாம்.

Crazy மோகன் is a simple man. 'இது நான் சொன்னது, இது நான் எழுதினது, இது என்னோடது' என்று அவருக்கு எந்த எண்ணமும் கிடையாது. தான் சிந்தித்தவற்றை, பக்கத்தில்

இருப்பவர்களுக்குக் கொடுப்பதில் அவருக்கு ஒருபோதும் எந்தத் தயக்கமும் இருந்ததே இல்லை. பேனாவைத் திறந்தால் எழுத்து வரும்.

வரும் என்கிற நம்பிக்கை இருப்பவர்களுக்கு மட்டும்தான் அந்தத் துணிச்சல் வரும். அவரிடம் நகைச்சுவை மட்டும்தான் இருந்ததே தவிர, போட்டி, பொறாமை, வீண் வம்பு என்று எதையும் நான் பார்த்தது இல்லை.

அவருடைய craziness ஒரு ஒட்டுவாரொட்டி. எனக்கும் அந்த வியாதி உண்டு. அதை நான் சந்தோஷமாகப் பயன்படுத்திக்கொண்டு இருக்கிறேன்.

மோகன் மாதிரி tangential-ஆக humour யோசிக்கிற ஆள் ‘யாம் அறிந்த இந்தியாவிலே எங்கும் காணோம்.’ இதை பாரதி சொன்ன அதே திமிருடனேயே நானும் சொல்கிறேன்.

நாகேஷ், மௌலி, நான், மோகன் எல்லாம் ஒரு lineage. I definitely think a connecting wire runs between us. என் கதையில், அவர் கதை கொஞ்சம் கலக்காமல் இருக்காது. மோகன் கதையில் மௌலி சார் கதை கலக்காமல் இருக்காது.

இந்தியாவின் பெரிய காமெடி writer Mohan. ஆனால் உள்ளுக்குள் சீரியஸான ஆள். அவரது சீரியஸ் முகத்தை அவர் வெளியே கொண்டுவரவே இல்லை என்கிற என் வருத்தத்துக்கு பதில்தான் அவரோட ‘ரமணாயணம்’.

பொதுவாக சுடுகாடு என்பது முடிவைக் குறிக்கும். ஆனால் St. Mary's இடுகாட்டில் ஆரம்பித்த எங்கள் நட்பு, இன்றும் என்றும் Mohan அவர்களின் நகைச்சுவையைப் போல காலத்தால் அழியாதிருக்கும்.

கமல்ஹாசன்

22.08.2024

வாழ்த்துரை

திரு. கிரேஸி மோகன் அவர்களின் எழுத்தாற்றல் தனி பிரசித்தி உடையது. அவரை சுமார் 33 வருடத்திற்கு முன்பாக எனது நண்பர் திரு இராமநாதன் (பழம்பெரும் கர்நாடக சங்கீத வித்வான் திரு. ராம்நாத் அவர்களின் மகன்) அவர்களால் அறிமுகப்படுத்தப் பட்டேன். திரு. மோகன் அவர்களின் எழுத்தாற்றல், வசனம் என்றும் ஒரு unbelievable humour with profound message. மேலும் அவரது பாணியில் வம்புகளுக்குக் கண்டிப்பாக இடமில்லை. இது யார் மனதையும் புண்படுத்தாத humour. சிறிய குழந்தைகள் முதல் வயதானவர்கள் வரை ஈர்க்கும் இவரது பாணி. திரு. கிரேஸி மோகன் had a very great value system with which he lived, has made him a distinct human being.

Very happy to note that his able brother Mr. Madhu Balaji along with Crazy Creations team are carrying the legacy of Mr. Mohan with young fresh talents, thus keeping his humour and dialogues alive for next generation. This book containing Mohan's work is a great tribute for his contribution.

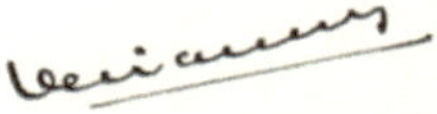

ரவி அப்பாசாமி

இந்த நாடகம்

மாதுவை lover boy ஆக காண்பித்தாகி விட்டது; School படிக்கற பையனா காட்டியாச்சு... இப்போ அடுத்தது என்ன பண்ணலாம்? மாதுக்குக் கல்யாணம் பண்ணிண்டு வருகிற மாதிரி காட்டினா நன்றாக இருக்குமே என்று யோசித்தோம். நான், காந்தன் எல்லாரும் மோகன் கிட்ட, 'இந்த இரண்டு மனைவி கதையை இதுவரைக்கும் நாம் பண்ணியதே இல்லை. நிறைய பேர் பண்ணியிருக்காங்க. நம்மளும் பண்ணலாமே' என்று சொன்னோம். மோகன் உடனே சரி என்று சொல்லி, வித்தியாசமான கோணத்தில் பண்ணலாம் என்று, உடனே 'மாது + 2' என்று பெயரும் சொன்னான். அப்பொழுதுதான் பள்ளிகளில் இருந்த SSLC என்று இறுதிப் படிப்பை மாற்றி +2 என்று கொண்டு வந்த சமயம். அந்த +2 வை இதற்கு 'பன்' பண்ணி வெச்சான் மோகன்.

கதை என்னன்னா, மாது ஏற்கனவே கல்யாணம் ஆனவன். ஜானகியுடன் சுகமாகவும் மகிழ்ச்சியாகவும் இருக்கிறான். ஆனா, அவனுக்கு ஒரு குறிப்பிட்ட குணாதிசயம் உண்டு. எல்லாவற்றிற்கும் உணர்ச்சி வசப்பட்டு விடுவான். அதாவது, சம்பளம் வாங்கிண்டு வெளியே வருவான். வாசல்ல ஒரு ஊமை பிச்சைக்காரனை

பார்ப்பான். அப்படியே வருத்தப்பட்டு தன் சம்பளக் கவரை அந்த பிச்சைக்காரன் தட்டுல போட்டுடுவான். அந்த அளவுக்குக் கருணை குணம் உள்ளவன். நொடிப் பொழுதுல முடிவு எடுத்து அதன்படி நடப்பவன். அந்த மாதிரி ஒரு கேரக்டர் அவன். அவசரப்பட்டு எல்லாத்தையும் பண்ணிடுவான்.

மாதுக்கு, சீனுன்னு ஒரு நண்பன் இருப்பான். அவனுக்கு ரொம்ப நாளா கல்யாணம் ஆகாது. அதனால சீனுவை கல்யாணம் பண்ணிக்கச் சொல்லி மாது கட்டாயப்படுத்துவான். அவனும் சரின்னு சொல்ல, பெண் பார்ப்பதற்காக மாதுவும் 'பிளான்' பண்ணுவான். அப்போ மைதிலிங்கற பெண்ணை ஒரு 'கிளினிக்'ல சந்திப்பான். மைதிலிக்கும், அவோ அப்பாவுக்கும் காது கேட்காது. தன் பொண்ணுக்குக் கல்யாணம் ஆகலையே என்று வருத்தப்பட்டுக் கொண்டு இருப்பார்.

அந்த 'கிளினிக்'ல இருக்கிற டாக்டர் மாதுகிட்ட, 'இவளுக்குக் கல்யாணமே ஆகவில்லை. எப்படி பண்ணி வைக்கிறதுன்னே தெரியலை!' என்று வருத்தப்படுவார். மாது சொல்வான், 'நீங்க கவலையேபடாதீங்க. என் 'பிரண்டு' சீனு இருக்கான். நான் சீனுகிட்ட சொல்லி இவளை கல்யாணம் பண்ணிக்கச் சொல்றேன்.' 'எப்டிப்பா? சீனு இவளை கல்யாணம் பண்ணிக்க ஒத்துப்பானா?' என்று டாக்டர் கேட்பார். 'அதெல்லாம் ஒண்ணும் இல்லை. சீனு எங்க கம்பெனியில பியூனாதான் இருக்கான். ஒண்ணும் தப்பு கிடையாது. இவோ எம்.ஏ. படிச்சிருக்கா. இந்த மாதிரி பொண்ணு கிடைக்க அவன் கொடுத்து வெச்சிருக்கணும். நான் அவன்கிட்ட இவளை கல்யாணம் பண்ணிக்கச் சொல்றேன்'னு சொல்லிட்டு, மாது 'கமிட்மெண்ட்' கொடுப்பான். 'நான் இந்த கல்யாணத்தை நடத்திக் காட்டறேன்' என்று டாக்டரிடம் உறுதியாகச் சொல்வான். அதுதான் அந்தக் காலகட்டத்துல பெரிய 'ஸக்ஸஸ்' ஆக இருந்தது. ஐந்தாவது காட்சியில் மாது இதைச் சொல்லும் போது ஜனங்களுக்கு ஒரு 'க்ரிப்பிங்'ஆ படும்.

ஏற்பாடுகள் எல்லாம் கல்யாணம் வரை போய்விடும். ஆனால், அவர்களுக்குக் காது கேட்காது என்பது சீனுவுக்குத் தெரியாது. கல்யாணத்துக்கு அன்றைக்குத் தெரியவரும். சீனு பயங்கரமா கோபப்படுவான். 'எப்படி நான் இந்தப் பொண்ணை கல்யாணம் பண்ணிப்பேன்? என்னால பண்ணிக்கவே முடியாது' என்று சொல்லுவான். சீனுவோட அப்பா, 'காது கேட்காத பொண்ணை என் பையனுக்குக் கல்யாணம் பண்ணி வெச்சா, அப்புறம் பரம்பரைக்கே அதே குறை வந்துடும். எப்படி என் குடும்பம் நல்லபடியா நடக்கும்? அதனால நான் இந்த கல்யாணத்துக்கு ஒத்துக்க மாட்டேன். வாடா சீனு

போகலாம்' என்று திருப்பதியிலிருந்து கிளம்பி மெட்ராஸ் புறப்பட்டு விடுவார்கள். மாதுக்கு என்ன பண்றதுன்னே தெரியாது. அந்தப் பொண்ணும், அப்பாவும் 'ஓ'ன்னு அழுவாங்க. இவனுக்குத்தான் இளகிய மனசு, 'டக்'ன்னு ஒரு காரியத்தை பண்ணிடுவானே! 'கவலைப்படாதீங்க சார்! உங்க பொண்ணை நான் கல்யாணம் பண்ணிக்கறேன்'னு, தாலியை கட்டிடுவான். தாலியை கட்டியவுடன் தான், 'ஐயையோ! நமக்கு ஏற்கனவே கல்யாணம் ஆயிடுத்தே'ன்னு realise பண்ணுவான். அப்புறம் சீனு வந்து, 'என்னடா! யாரை கேட்டு தாலியை கட்டின!' என்று கேட்பான். 'ஆமாண்டா! நீ கட்டிக்க மாட் டேன்னு சொன்ன. நான் என்ன பண்றது? எனக்கு அவங்களை பார்த்தா பரிதாபமா இருந்தது. பார்த்தேன், வேற வழியில்லைன்னு நான் தாலியை கட்டிட்டேன்'ன்னு மாது சொல்வான். 'இப்போ என்னடா பண்ணப்போற?' 'வேற வழியில்லை. எப்படியாவது சமாளிச்சு ஆகணும். கொஞ்ச நாளைக்கு மைதிலியை உன் பொண்டாட்டின்னு எங்க வீட்டுல சொல்றேன். அவங்க சமாதானம் ஆன உடனே, நாம இந்த பிரச்சனையை தீர்த்துக்கலாம்' என்று சொல்வான்..

இரண்டு பொண்டாட்டிக்காரனா மாது எப்படி கஷ்டப்படறான்? அப்படிங்கறதுதான் மீதி நாடகம். இந்த நாடகத்தோட 'க்ளை மாக்ஸ்'ல இரண்டு பேருக்கும் ஒருத்தரை ஒருத்தர் மாது வோட பொண்டாட்டின்னு தெரியவரும். இரண்டு பேரையும் சமாளிச் சாச்சுன்னு, சீனுக்கு வேற ஒரு பொண்ணை பார்த்து கல்யாணம் பண்ணி வைப்பான். இந்த நாடகத்துல இரண்டு மனைவியையும் சேர்த்து வெச்சுடுவான் மோகன். இருந்தாலும் சிலர், மாதுவுடன் இரண்டு பொண்டாட்டியை சேர்த்து வெச்சது தப்பு என்று சொன்னார்கள். நாடகம் மிகப் பெரிய வெற்றி அடைந்தாலும் அந்த ஒரு சின்ன நெருடல் இருந்தது. அதனால சில சமயம், ஒரு மனைவி அயல்நாட்டுக்குப் போறமாதிரி முடிச்சு வெச்சோம். ஆனால், பெரும்பாலும் கதைப்படிதான் நாடகத்தை போட்டோம். இது 'சூப்பர் டூப்பர் ஹிட்!' இன்றைக்கும் எங்களுக்கு இந்த நாடகம்தான் 'டிரம்ப் கார்டு' - அவ்வளவு நல்ல வரவேற்பு கிடைக்கும்.

இந்த நாடகத்துல சீனு மோகன் ரொம்ப பிரமாதமா நடிச்சியிருப்பான். அது ஒரு பெரிய 'ப்ளஸ் பாயிண்ட்'. கிரேஸி மோகன், அப்பா ரமேஷ், மேலும் குழுவில் உள்ள அனைவரும் நன்றாக நடித்திருப்பார்கள். எங்கள் நாடகத்துக்கு இது ஒரு 'மைல் கல்'.

மாது பாலாஜி

அல்லயன்ஸ்ஸுடன் அல்லயன்ஸ்...

125 வருஷங்களாக இருக்கும் அல்லயன்ஸ் கம்பெனியுடன் எங்களுக்கு ரொம்ப வருஷங்களாகத் தொடர்பு உண்டு. எங்க அப்பா மைலாப்பூர் பிராஞ்ச் இந்தியன் பாங்க்ல அக்கௌண்ட்டண்ட்டா இருந்த காலத்துலேந்தே தொடர்பு உண்டு. அங்கிருந்து நிறைய புஸ்தகங்களை வாங்கி படிச்சிருக்கார்... விரும்பி கேட்டு வாங்கிப் படிப்பார். ஸ்ரீநிவாஸனுடைய அப்பாகிட்டயும், ஸ்ரீநிவாஸன்கிட்டயும் கேட்டு வாங்கிப்பார். ஏன்னா, எங்க அப்பாவுக்கு படிக்கற ஆர்வம் ரொம்ப உண்டு.. எங்க அப்பா மாதிரியே மோகனுக்கும் படிக்கற ஆர்வம் இருந்து, அவனும் அல்லயன்ஸ் கம்பெனிலேந்து நிறைய வாங்கி படிப்பான்.

மோகன் எழுத ஆரம்பித்து, ஒரு கட்டத்துல, மைலாப்பூர்ல ஸ்ரீநிவாஸனை சந்திக்கறச்சே எல்லாம், 'சீனு...! நான் உங்க ஆபீஸுக்கு வரேன்... வரேன்...! எங்க டிராமாவ எல்லாம் புஸ்தகமாப் போடணும்' என்று சொல்லிக் கொண்டே இருப்பான். ஸ்ரீநிவாஸன் சாரும் 'வாங்க சார்... வாங்க சார்...'ன்னு சொல்லிக் கொண்டே இருப்பார். சோ சாரும் மோகன் கிட்ட, 'உன் புஸ்தகங்களை யெல்லாம் அல்லயன்ஸ் மூலமா கொண்டு வா. பாதுகாப்பா இருக்கும். நாளைக்கு வருங்கால சந்ததியினருக்கு மிகவும் usefulஆ இருக்கும்' என்று ஒரு தடவை சொன்னார்.

இந்த முயற்சி ரொம்ப நாளா நடந்துண்டே இருந்தது. எல்லாத்துக்கும் மேல மோகன் தன்னுடைய 'டைரி'யில எழுதி வெச்சிருந்தான். அதை நான் மோகன் இறந்து போனதுக்கப்புறம்தான் பார்த்தேன். 'என்னுடைய எழுத்துக்கள் அனைத்தும், நாடகங்கள் மட்டுமல்ல, அனைத்து எழுத்துக்களும் அல்லயன்ஸ் கம்பெனி மூலம்தான் வெளிவரவேண்டும்' என்று எழுதியிருந்தான். ஆனால், முன்னாடி நாங்கள் ஓரிரு புத்தகங்களை வேறு சில பதிப்பகங்களுக்குக் கொடுத்திருந்தோம். அதையெல்லாம் கூட, அவர்களிடம் அனுமதி பெற்று, அல்லயன்ஸ் கிட்ட கொடுத்திருக்கேன். என்ன காரணம்னா, என்னுடைய future generation பேரன்... கொள்ளு பேரன்.... இவங்களெல்லாம் மைலாப்பூர்லதான் naturalஆ வாழப் போறாங்க. இல்லை... வேற எங்கயாவது இருந்தாக்கூட, இந்தப் பக்கம் வந்தால், அவங்களுக்கு தாத்தாவோட contributions வேணும்னா அவர்கள்

அல்லயன்ஸுக்குப் போய் வாங்கிக் கொள்ளலாம். ஒரே இடத்துல எல்லாம் இருந்துதுன்னா சௌகரியமா இருக்கும். அதனாலதான் நான் உடனடியாக ஸ்ரீநிவாஸனிடம் தொடர்பு கொண்டு, வேலையைத் துவக்கினோம்.

ஸ்ரீநிவாஸனுடைய மகன் பிரஷாந்த்தான் என்னுடன் co-ordinate பண்ணினார். Excellent person. அதாவது கண்டிப்பா அல்லயன்ஸ் ஒரு 70...80... வருஷங்களுக்கு Solidஆ இருக்கப் போறதுங்கறதுக்கு உதாரணம் பிரஷாந்த். ஒவ்வொரு விஷயத்தையும் கேட்டுக் கேட்டு, அவ்வளவு நன்றாக வேலை செய்கிறான். இது எனக்கு மிகவும் சந்தோஷம். ஏன்னா.. வேலை ரொம்ப speedஆக நடக்கிறது. மோகனுடைய எழுத்துக்கள் அனைத்தும் புஸ்தக வடிவில், அல்லயன்ஸ் மூலம் வெளிவரும்.

சோ அவர்கள் சொன்ன 'ஜோக்' ஒண்ணுதான் ஞாபகத்துக்கு வருது. 'ஜெனரல்லா அல்லயன்ஸ்னாக்கா ஒரு எலக்ஷன் வரைக்கும் கூட தாங்காது. நூறு ஆண்டுகள் தாங்கின அல்லயன்ஸ் இந்தியாவிலேயே இது ஒண்ணுதான் இருக்கும்.' சோ சொன்னதையேதான் நானும் சொல்றேன். எங்கள் கிரேஸி மோகன், கிரேஸி கிரியேஷன்ஸ் கூட வந்த அல்லயன்ஸ் காலம் முழுவதும் நீடிக்கும் என்று உறுதியாக சொல்கிறேன்.

மாது பாலாஜி

Thank You...

I thank our sponsors - **Appaswamy Real Estates, iSolve, The India Cements Limited, Leap Sports and Chennai Super Kings** - for having sponsored our stage plays for the past 35 years.

- Maadhu Balaji

I also appreciate the help of Shri. S. L. Nanu, Smt. Uthra Srinivasan and Smt. Shiela Srinivasan in bringing out this book.

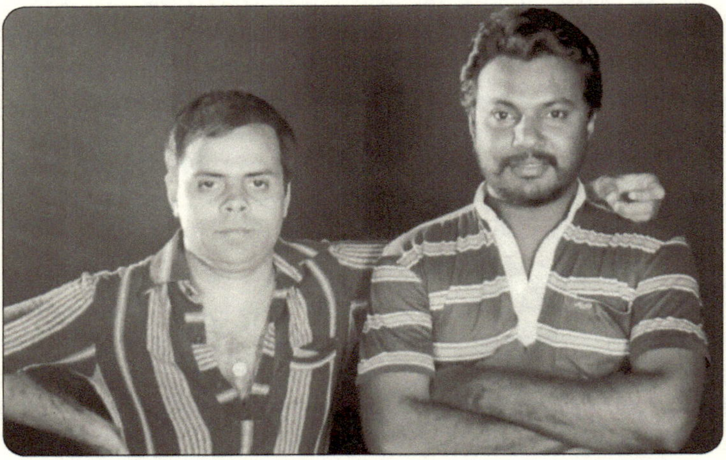

இயக்குனரின் பார்வை

இரண்டு பெண்டாட்டிக்காரன் கதைக்கு மாது ப்ளஸ் +2 என்று தலைப்பிட்டது அப்பட்டமான கிரேஸி மோகன் ஸ்டைல்.

ஒவ்வொரு நாடகத்திலும் மாதுவிற்கு வித்யாசமான குணாதிசயங்கள் கொடுக்கும் இவர், இந்த நாடகத்தில் இரக்க குணத்தில் முன்யோசனை இல்லாமல் காரியம் செய்து மாட்டிக் கொள்ளும் மாதுவை உருவாக்கியிருக்கிறார்.

நண்பன் சீனுவின் கல்யாணத்திற்காகத் திருப்பதி செல்லும் மாது, மணப்பெண் முற்றிலும் காது கேளாதவள் என்பது அறிந்து, செவிட்டுப்பெண்ணை மணக்க மாட்டேன் என்று அவன் ஓடிவிட, அந்த அப்பாவிப்பெண் மாதுவிடம் கதறி அழ, தனக்கே உரிய இரக்க குணத்தில் மாது அவள் கழுத்தில் தாலி கட்டிவிடுகிறான்... தான் ஏற்கனவே கல்யாணமானவன் என்பதை ஒரு நொடி மறந்து...

ஒரே வீட்டில் ஒரு மனைவிக்குத் தெரியாமல் மற்றவளை... vice versa... மாது சமாளிப்பது காமெடி பட்டாஸின் சரவெடிகள்...

ஸ்கிரிப்ட் எழுதிவிட்டு, கிரேஸி மோகன் தன் மாமனார் ஊருக்கு சென்று திரும்புவதற்குள், ஸ்கிரிப்ட் எடிட்டிங் செய்யப்பட்டு,

நடிகர்கள் அபாரமாக நடித்துப் பழக, நான் இசைக்கோற்பும் செய்து மேடைப் பயிற்சியும் செய்வித்து, அனைத்தும் பிரமாதமாக ரெடி.

திரும்பிவந்து நாடகம் பார்த்த கிரேஸி மோகனுக்கு பெரும் அதிர்ச்சி. ஆம், மாது காது கேளாத பெண்ணுக்கு வாழ்வு கொடுக்கும் காட்சியின் சோகம், அதற்குப் பங்குபெற்ற நடிகர் நடிகையின் அபார உணர்ச்சிப் புலம்பல், சிகரமாக... பார்ப்பவர்களை உலுக்க வைத்த என் இசைக்கோர்ப்பு. இக்காட்சி நம் நாடகத்தில் கூடவே கூடாது என்று மறுத்த கிரேஸியை நாங்கள் அனைவரும் சேர்ந்து ஒரு மாதிரி இணங்க வைத்தோம்.

நாடகம் சூப்பர் ஹிட். இன்றும் கொடிகட்டி வருகிறது... முதல் முதல் 1997ல் நாங்கள் அமெரிக்கா சென்றபோது இந்த நாடகம் அந்த நாடெங்கும் ரசிகர்களை சிரிப்பில் அதிர வைத்தது.

ஒரு ஸ்வாரஸ்ய தகவல்....

எத்தனை நூறு தடவை இந்த நாடகம் மேடையேறினாலும் அந்த சோகக் காட்சி வரும் போது, கிரேஸி மோகன் வெற்றிலைப் பாக்குப் பையுடன் வெளியே சென்று விடுவார். கேட்டால் அந்த ‘காந்தன் காட்சி’ முடியட்டும், உள்ளே வருகிறேன் என்பார்.

S.B. காந்தன்

மோகனுடன் நான்...

Crazy மோகனுக்கும் எனக்குமான நட்பு ஆழமானது மட்டுமல்ல அலாதியானதும் கூட. மிக சிறிய வயதில் ஒரு விளையாட்டில் நான் மோகனை பம்பர விளையாட்டில் ஜெயித்துவிட, அதற்காக அவர் பம்பரத்தை நடுவில் வைத்து, ஒரு பெரிய கல்லை போட்டு, விளையாட்டின் வழக்கப்படி, நானே அதை உடைத்தாயிற்று. மோகன் உடைக்க வேண்டாம் என்று எவ்வளவு கெஞ்சியும், நான் கண்டுகொள்ளாமல் உடைத்த கோபம் அவருக்கு, ஜெயித்து விட்டோம் என்று எனக்கு, 2 பேரும் ரோட்டில் கட்டி உருண்டு சண்டையிட்டுக் கொண்டோம். அதுவே எங்களின் முதலும் கடைசியுமான சண்டை. அன்றிலிருந்து ஒன்றானோம். வெவ்வேறு கல்லூரிகளில் படித்தாலும், சினிமா, கோவில் என்று எல்லா இடங்களிலும் ஒன்றாகவே சுற்றுவோம். அப்படி ஆரம்பித்த எங்கள் நட்பு 1979ல் ட்ரூப் ஆரம்பித்த பின்னரும் தொடர்ந்தது. பலப்பல அருமையான நாடகங்கள், அற்புதமான அனுபவங்கள்.

இதில் மறக்க முடியாத அனுபவம் சாக்லேட் கிருஷ்ணா. ஆரம்பித்த நாள் 23 மே 2003. அந்த நாடகம் ஆரம்பிக்கும் பொழுது மோகனுக்கு இருந்த நம்பிக்கை எனக்கு இல்லை என்பதே உண்மை. ஆனால் ஜெயித்தது மோகன் எனும் கலைஞனுக்கு தன் எழுத்தின் மீது இருந்த நம்பிக்கையே. பொதுவாக ஒரு நாடகம் ஆரம்பித்து சில நாட்களிலேயே அடுத்த நாடகத்தை பற்றி சிந்திக்க ஆரம்பிக்கும் எங்களுக்கு, சாக்லேட் கிருஷ்ணா பல வருடங்களுக்கு நிறுத்தமுடியாமல் ஓடிக்கொண்டிருந்தது.

மோகன் ஒரு மேடையில் அடுத்த நாடகமான Google கடோத்கஜன் பேரை எதேச்சையாக சொன்ன உடனே வந்த எதிர்பார்ப்புக்காகவே சாக்லேட் கிருஷ்ணாவை நிறுத்தி அடுத்த நாடகத்தை ஆரம்பித்தோம்.

Google கடோத்கஜன் ஆரம்பித்தது 14 sep 2015. அந்த நாடகத்தில் மோகனுக்கு இரட்டை வேடம். பார்ப்பவர்களுக்கு மோகனின் எழுத்து புத்துணர்ச்சி தரும் என்றாலும் இரட்டை வேடம் நடித்த மோகனுக்கு ஏற்பட்ட உடற்களைப்பால் மட்டுமே Google கடோத்கஜன் மாறியது.

ட்ரூப் ஆரம்பம் முதல் இன்று வரை இந்த இரு நாடகங்களும் வரலாறு படைத்தது என்றே சொல்லலாம். அதுவே மோகன் எழுத்தின் மகிமை.

G. ஸ்ரீனிவாசன்
Secretary - Crazy Creations

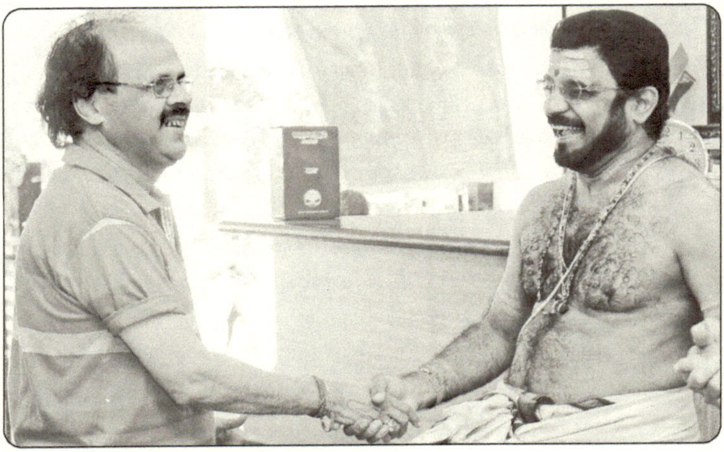

பாலாஜி கிட்ட பேசிட்டேன்

'சீனு! நான் கமலோட டிஸ்கஷன் டிஸ்கஷன்னு ரொம்ப பிஸியா இருக்கேன். ஆனால் பாலாஜி கிட்ட பேசிட்டேன். அவனை 'ஸ்க்ரிப்ட்' எல்லாம் எடுத்துண்டு வந்து உன்கிட்ட கொடுத்திட சொல்லியிருக்கேன்.' நான் எப்போதெல்லாம் மோகனைப் பார்க்கி றேனோ, அப்போதெல்லாம் அவரிடமிருந்து வரக் கூடிய பதில். மயிலாப்பூர் மாட வீதியில் உள்ள வெற்றிலை கடையாகட்டும், விழாவாகட்டும், நாங்கள் இருவரும் இருந்த விழா மேடையாகட்டும், திருமண நிகழ்ச்சியாகட்டும் எங்கு பார்த்தாலும் இதே பதில்தான்.

எனக்கும் மோகனுக்கும் 1992 முதலிலேயே தொடர்பு ஏற்பட்டது. அப்போது நாங்கள் 'சோ' அவர்களின் நாடகங்கள், கதைகள் எல்லாவற்றையும் புத்தகங்களாக வெளியிட ஆரம்பித் தோம். தமிழ் நாடக உலகில் பிரபலமாக இருந்த ஒய்.ஜி. மகேந் திரன், மௌலி, விசு, மெரீனா, எஸ்.வி.சேகர், கிரேஸி மோகன் போன்றவர்களின் நாடகங்களை எல்லாம் புத்தக வடிவில் கொண்டு வர எண்ணி, ஒவ்வொருவராக அவர்களது வீட்டிலேயே சென்று சந்தித்தேன். இவர்களில் சோ, மெரீனா ஆகியோரது நாடகங்களை வெளியிட்டோம். ஆனால், மற்றவர்கள் எல்லாம் அப்போதுதான் நாடகத்தில் வெற்றி பெற்று சினிமாவில் காலடி வைத்து மிகவும் பிஸியாக இருந்தார்கள். அந்த நேரத்தில்தான் எஸ்.வி. சேகரின் நாடகங்கள் எல்லாவற்றையும் ஒரே சமயத்தில், அன்றைய முதல்வர் ஜெயலலிதா வெளியிட்டார்.

சினிமாவில் நுழைந்த நாடக வெற்றியாளர்கள், அப்போது சென்னை தொலைக்காட்சியிலும் மிகவும் பிஸியாக இருந்தார்கள். இந்தச் சமயங்களிலும் மோகனை சந்திக்கும் போதெல்லாம், 'சீனு! பாலாஜி கிட்ட சொல்லிட்டேன்' என்ற பதில்தான். எவ்வளவு பிஸியாக இருந்தாலும் மோகன் நின்று பேசி விட்டுப் போவதோடு, எங்கள் வீட்டு மங்கல நிகழ்ச்சி, எங்கள் நிறுவன புதிய கட்டிட திறப்பு விழா, எங்கள் அலுவலகத்திற்கு ஸ்ரீ காஞ்சி பெரியவர் விஜயம் போன்ற நிகழ்ச்சிகளுக்குத் தவறாமல் வந்து விடுவார்.

ஒரு சமயம் சென்னை புத்தகக் காட்சியில் நான் செயலாளராக இருந்த போது, மோகனை சிறப்புப் பேச்சாளராக அழைத்திருந் தேன். அன்று நல்ல மழை. எல்லோரும் இந்த நிகழ்ச்சி ரத்து ஆகி விடும் என்று எண்ணினர். ஆனால், மோகனுடைய பேச்சைக் கேட்க வந்திருந்த கூட்டத்தைப் பார்த்ததும், குடையை பிடித்துக் கொண்டு, மோகன் மேடையேறி, 'மழை பெரியதாக இருக்கிறது. மழையை விட நீங்கள் அதிகமாக இருக்கிறீர்கள். நீங்கள் பேசச் சொன்னால் நான் பேசுகிறேன்' என்று 'மைக்'ல் பேசியவுடன், கூட்டத்தினரும் குடையுடன் பேச்சை ஆர்வமுடன் கேட்கத் தொடங்கினர். இயற்கை மழையுடன், நகைச்சுவை மழையையும் சேர்த்து அறுசுவை அவியல் போல் மக்கள் ரசித்தனர். மறக்க முடியாத நிகழ்ச்சி இது. மோகனுக்கும் மிகவும் மகிழ்ச்சி.

அங்கேயும் புறப்படும் போது, 'சீனு! பாலாஜிகிட்ட சொல்லிட் டேன்' என்ற பதில்தான். நாட்கள், மாதங்கள், வருடங்கள் ஓடின. மோகனும் சிரித்து, சிரிக்க வைத்து இயற்கை எய்தி விட்டார். பிறகு பாலாஜியை, கபாலி கோயிலில் சந்திப்பேன். நீண்ட நேரம் பேசுவோம், பேசுவோம், பேசிக் கொண்டேயிருப்போம். இப்படியே ஒரு சில வருடங்கள் ஓடின. எல்லாவற்றிற்கும் நேரம் வர வேண்டுமே! இப்போதுதான் வந்தது. அதுவும் சாதாரணமாக இல்லை. பாலாஜி தங்களது நாடக ஸ்க்ரிப்டையெல்லாம் தேடும் போது, மோகன் எழுதிய டைரியை படித்து, உடனே எனக்கு போன் செய்து, 'சீனு! மோகன் தன் டைரியிலேயே, 'என்னுடைய புத்தகங்கள் எல்லாம் அல்லயன்ஸ் கம்பெனியில் தான் வர வேண்டும்' என்று எழுதியிருக்கான்' என்று தழுதழுத்துக் கூறினார். டைரி மூலமாக தனது நிலையை தெரிவித்த மோகனுக்கும், அதை என்னிடம் அன்புடன் தெரிவித்த பாலாஜிக்கும் எனது மனமார்ந்த நன்றி. கிரேஸி மோகன் பாலாஜியிடம் பேசி விட்டார்; பாலாஜியும் ஸ்க்ரிப்டையெல்லாம் தந்து விட்டார்; புத்தகங்களும் வந்து விட்டன. வாசகர்கள் எல்லாவற்றையும் வாங்கி ஆதரவு தெரிவிப்பார்கள் என நிச்சயம் நம்புகிறேன்.

அல்லயன்ஸ் ஸ்ரீநிவாஸன்

125வது ஆண்டில்...

தமிழில் நல்ல நூல்களை வெளியிட்டு வரும் அல்லயன்ஸ் ஸ்தாபகர் ஸ்ரீ வி. குப்புஸ்வாமி ஐயரை நான் பாராட்டுகின்றேன்.

- மகாத்மா காந்தி

நீதிகளைக் கற்பிக்கும் சிறுகதைகளையும், புதிய நாடகங்களையும், பல மொழிபெயர்ப்புக்களையும், இன்னும் பல விஷயங்களையும் எளிய அழகிய நடையில் வெளியிட்டுவரும் அல்லயன்ஸாரை நான் பாராட்டுகின்றேன்.

- மகாமகோபாத்தியாய டாக்டர் உ. வே. சுவாமிநாத ஐயர்

தமிழில் பல அழகிய புத்தகங்களை வெளியிட்டுவரும் அல்லயன்ஸாருக்கு நன்றி செலுத்தி அவர்களைத் தமிழ் மக்கள் ஆதரிக்க வேண்டுகின்றேன்.

- சி. ராஜகோபாலாச்சாரி

உலக சிரேஷ்டர்களின் சரிதையை எழுதுவதும் படிப்பதும் நமக்கு நல்லதையே செய்யும். அறிவை ஊட்டுவதற்கு இதுபோன்ற நூல்கள் பேருதவியாக இருக்கும். அல்லயன்ஸ் கம்பெனியாரோ பல பெரியோர்களின் சரித்திரத்தை வெளியிட்டவர்கள். மக்கள் நன்மையைக் கருதி உயர்ந்த நூல்களை வெளியிடும் அல்லயன்ஸ் கம்பெனியாருக்கு தக்க ஆதரவு கிடைக்குமென நம்புகிறேன். வந்தே மாதரம்.

- எஸ். சத்தியமூர்த்தி

இம்மாதிரியான புத்தகங்களை நமது பள்ளிகளில் இருக்கும் மாணவர்களுக்குக் கொடுப்பது அவசியம். இவைகளின் வழியாக நமது இளைஞர்கள் தேச சேவையைச் செவ்வையாகக் கற்றுக் கொள்ளலாம். இதுபோன்ற நூல்களை வெளியிடும் அல்லயன்ஸ் கம்பெனியாருக்கு தமிழ்நாடு என்றும் கடமைப்பட்டுள்ளது.

- முன்னாள் மத்திய மந்திரி டாக்டர் ப. சுப்பராயன்

நம் நாட்டுக்கு ஏற்பட்ட தனிப்பெருஞ் செல்வம் அதற்குக் கிடைத்த தலைவர்கள் என்று சொல்லலாம். வேறு எந்த நாட்டிற்கும் கிடைக்காத தலைமை நமக்கு உண்டு. தக்க சமயம் பார்த்து அல்லயன்ஸ் கம்பெனியார் இதுபோன்ற தேசபக்தர் நூல்களை வெளியிடுவதை நான் பாராட்டுகின்றேன்.

- முன்னாள் முதலமைச்சர் எம். பக்தவத்சலம்

தற்போது அல்லயன்ஸ் கம்பெனியார் தமிழ் உலகத்திற்குத் தந்துள்ள இதுபோன்ற அரிய ஜீவிய சரித்திரம் உண்மையில் நமது நாட்டிற்கு படிப்பினையை பூர்வாங்கமேனும் அடைவதற்குப் பெரிதும் உபயோகமாக இருக்குமென்று நான் நிச்சயமாக நம்புகிறேன்.

- 'ஹிந்து' முன்னாள் ஆசிரியர் ஏ. அரங்கசாமி ஐயங்கார்

தலைவர்களின் வாழ்க்கைச் சரித்திரப் புத்தகங்கள் எந்த இலக்கியத்திலும் ஒரு முக்கிய அம்சமாகும். அல்லயன்ஸ் கம்பெனியார் மற்ற பிரசுரகர்த்தர்களைவிட அதிகமான வாழ்க்கைச் சரித்திரப் புத்தகங்களை வெளியிட்டு, இந்திய சுதந்திரப் போராட்டத்தை இதன் மூலம் ஊக்குவித்தனர்.

- 'தினமணி' முன்னாள் ஆசிரியர் ஏ.என். சிவராமன்

நமது பிற்கால சந்ததிகள் தெரிந்து கொள்ளுவதற்காகத் திறம்பட நமது பெரியோர்களின் சரிதைகளை சரியாக எழுதி வைக்கும் வழக்கம் நமது தேசத்தில் இல்லாமலிருந்து வருவது வருந்தத்தக்கதாகும். இந்தக் குறையைத் திறம்பட போக்கி வரும் அல்லயன்ஸ் கம்பெனியார் நமது பாராட்டுதலுக்கும் நன்றிக்கும் உரியவர்களாகிறார்கள்.

- ஆர்.கே. ஷண்முகம் செட்டியார்

தேச பக்தர்களின் நூல்களை மிகவும் உயர்ந்த முறையில் பிரசுரித்திருக்கிறார்கள்.

- ஆனந்த விகடன்

நல்ல புத்தகங்களை, தகுந்த ஆசிரியர்களைக் கொண்டு எழுதி வெளியிடும் தன்மையில் அல்லயன்ஸ் கம்பெனியார் சிறந்தவர்கள். இத்தகைய பொறுப்பும் பிரயோஜனமுமான வேலையை அல்லயன்ஸ் கம்பெனியார் மேலும் மேற்கொள்வார்களாக.

- குமரன் (பத்திரிகை)

அல்லயன்ஸ் கம்பெனியாரது ஊக்கம் மேன்மேலும் அதிகரிக்கும் வண்ணம் தமிழ் மக்கள் இதுபோன்ற தேசபக்தர்களின் புத்தகங்களுக்கு ஆதரவு அளிப்பார்கள் என நம்புகிறோம்.

- சுதேசமித்திரன்

மிகவும் சொற்ப விலையில் இப்புத்தகத்தை பிரசுரிக்க அல்லயன்ஸ் கம்பெனியார் முன்வந்திருக்கிறபடியால், அவர்களுடைய எதிர்கால தேசிய சேவைக்கு ஊக்கங் கொடுக்கும் விதத்தில், இப்புத்தகத்தைத் தமிழர்கள் ஏராளமாய் வாங்கி ஆதரிப்பார்களென்று நம்புகிறேன்.

- 'தினமணி' முன்னாள் ஆசிரியர் டி.எஸ். சொக்கலிங்கம்

The publishers have done a service to Tamil Nadu by publishing in Tamil the biography of one who was the foremost leader of Indian opinion in modern times - Mahatmaji - whose sacrifices and services in the cause of the country were unprecedented.

- The Hindu

We trust that the students and youth will make the best use of the Publication.

- The Indian Express

No library of modern literature will be complete, it can be safely affirmed, without the excellent books of The Alliance Company.

- The Free Press

The Alliance Co., that enterprising publishers of Madras deserves the thanks of all lovers of Tamil for the service to the language.

- Sunday Times

மயிலை அல்லயன்ஸ் கம்பெனியாரின் வெளியீட்டுத் திறத்தை ஈண்டு விரித்துக் கூறவேண்டியதில்லை. அதை நாடறியும். அவர்களால் வெளியிடப்பெற்ற நூல்கள் தமிழ் நாட்டுக்குப் பலவகைகளிலும் பயன் விளைத்து வருவது கண்கூடு. நாட்டு நலங்கருதி ஒழுங்கு முறையில் உழைக்கும் அவர்களுக்கு நாடு கடமைப்படுவதாக.

- திரு. வி. க.

அல்லயன்ஸார் யாதொரு இடையூற்றையும் பொருட்படுத்தாது சிறிதும் ஊக்கம் குன்றாது நடத்திவரும் இந்த நிறுவனத்தின் மூலம் ஈடு செய்ய முடியாத அளவிற்குத் தமிழிற்குச் செய்திருக்கும் தொண்டு மிகவும் வியந்து பாராட்டுதற்குரியது.

- பெ. நா. அப்புஸ்வாமி

Books Published by Alliance Co., are highly popular books.

- Rt. Hon'ble V. S. Srinivasa Sastri

கிரேஸி மோகன்

எழுதிய நூல்கள்...

அலாவுதீனும் 100 வாட்ஸ் பல்பும்

அன்புள்ள மாதுவிற்கு...!

பிவேர் ஆஃப் மாது

சாக்லேட் கிருஷ்ணா

கிரேஸி கோஸ்ட்

கிரேஸி கிஷ்கிந்தா

கீதா உபதேசம்

கூகுள் கடோத்கஜன்

ஜ்ூராசிக் பேபி

மாது மிரண்டால்

மதில் மேல் மாது

மாது + 2

மேரேஜ் மேட் இன் சலூன்

மீசை ஆனாலும் மனைவி

மிடில் கிளாஸ் மர்டர்

ஒரு பேபியின் டைரிக் குறிப்பு...

ரிடர்ன் ஆஃப் கிரேஸி தீவ்ஸ்

ஸாடிலைட் சாமியார்

ஹனிமூன் கப்பிள்

ஹியர் இஸ் காசி

அய்யா...! அம்மா...! அம்மம்மா...!

கிரேஸியைக் கேளுங்கள் – 1

கிரேஸியைக் கேளுங்கள் – 2

கிரேஸியுடன் சிரியுங்கள் – 1

கிரேஸியுடன் சிரியுங்கள் – 2

மாது +2

காட்சி - 1

டாக்டர் ராதாகிருஷ்ணன் கிளினிக்

கம்பவுண்டர் : குட்மார்னிங் டாக்டர்.

டாக்டர் : குட்மார்னிங், குட்மார்னிங். அப்பனே வெங் கடாஜலபதி, எல்லாம் நல்லபடியா நடக்கணும். என்னடா கம்பவுண்டர் என்னை தேடிட்டு யாராதும் பேஷண்ட்ங்க வந்தாங்களா?

கம்பவுண்டர் : ஒரு பய வரல டாக்டர்!

டாக்டர் : நீ இருக்குமட்டும் ஒரு பய வரமாட்டான்டா! அப்படியே வந்தாலும், நீ சும்மா இருக்கியா? போனவாரம் வண்ணான் கபாலி வந்தான். என்ன பண்ண? டேபிள் மேல இருந்த கற்பூரத்தை எடுத்து Tabletனு குடுத்த... சாம்பு வந்தான்; சிரப் புக்கு பதிலா ஷாம்பு குடுத்த... சாம்பு வயித்துல ஷாம்பு - வாயில நுரைதப்ப ஓடிவந்தான். நீ இருக்குமட்டும் வியாதி வெக்கன்னா ஒரு பய வரமாட்டான்டா.

கம்பவுண்டர் : ஏன் டாக்டர், நம்ம ஊர்ல வியாதிபேரை சொல்லக் கூடாதுன்னு ஏதாவது சட்டம் போட்டு இருக்காங்களா?

டாக்டர் : வாய் மட்டும் கிழியறதுடா! இன்னி பேப்பரா இது?

கம்பவுண்டர் : ஆமாம் டாக்டர்- சுடச்சுடச் செய்திகள்! தொடாம படிங்க.

டாக்டர் : ஊரெங்கும் மலேரியா! அடச்சே... நம்ம ஏரியாவ தவிர மத்த எல்லா எடத்துலயும் மலேரியா!

(ஆம்புலன்ஸ் வேனின் சத்தம்)

கம்பவுண்டர், ஆம்புலன்ஸ் சத்தம்... என்னை தேடிண்டுதான் யாரோ பேஷன்ட் வராங்க, ரெடியா இரு.

கம்பவுண்டர் : இது ஆம்புலன்ஸ் சத்தங்கறீங்க?

டாக்டர் : என்னடா உனக்கு டவுட்டு?

கம்பவுண்டர் : இல்ல ஒரு வேள கவர்னர்தான் இந்தப் பக்கம் போறாரோன்னு நினைச்சேன்.

டாக்டர் : கொஞ்ச நேரம் வாய மூடிண்டு சும்மா இருடா! எனக்கு கையும் ஓடல காலும் ஓடல, இதபார் அவங்க வந்தா Receive பண்ணி இங்கேயே இருக்கச் சொல்லு! டாக்டர் எங்கன்னு கேட்டா, டாக்டர் உள்ள பிசியா Operation பண்ணிட்டு இருக்கார்னு சொல்லு... Operation-டா-கேள்விப் பட்டிருக்கேல்ல...

கம்பவுண்டர் : ம்... ம்... தெரியும், தெரியும்... மத்த ஆஸ்பத்திரில பண்ணுவாங்களே?

டாக்டர் : அதேதான். (சீனு, ராமானுஜம், ஜானகி, அலறிய படி ஓடி வருதல்) டாக்டர், டாக்டர், டாக்டர்.

ராமானுஜம் : I am Ramanujam, டாக்டர் ராதா கிருஷ்ணன்ங்கறது?

கம்பவுண்டர் : டாக்டர் ராதாகிருஷ்ணன் உள்ள பிசியா Operation பண்ணிட்டிருக்கார்.

சீனு : அப்ப நீங்க?

கம்பவுண்டர் : நான் Compound Doctor...

சீனு : Compound Doctor- ஆ? என்ன சொல்றார்?

கம்பவுண்டர் : அவர் Major டாக்டர் - Major Operation எல்லாம் பண்ணுவார். நான் மைனர் டாக்டர் - Minor operation எல்லாம் பண்ணுவேன். சில சமயம் ரெண்டு பேரும் சேர்ந்து ஒரு co-operation பண்ணுவோம், பாருங்க...

சீனு : Co-operation ஆ? இது ஏதோ கத்துக்குட்டி போலிருக்கு... மாது மயக்கமா கெடக்கறான்-

அனாவசியமா இந்த கேனப்பயலோட என்ன வெட்டிப் பேச்சு? வாங்க, ஒரு நல்ல ஹாஸ்பிடலா பாத்து போகலாம்.

டாக்டர் : (உள்ளேர்ந்து வந்தபடி) என்ன இங்க சத்தம்?

ராமானுஜம் : இங்க டாக்டர் ராதாகிருஷ்ணன்றது?

டாக்டர் : நான்தான் டாக்டர் ராதாகிருஷ்ணன், உள்ள ஒரு சின்ன Operation பண்ணிட்டிருந்தேன். ஒரு ஆளுக்கு பாருங்க திடீர்னு அந்த 'சிட்னி' Fail ஆயிடுத்து.

எல்லோரும் : சிட்னியா??!!

கம்பவுண்டர் : டாக்டர், அது சிட்னி இல்ல, கிட்னி.

டாக்டர் : ஆங், கிட்னி... நான் சும்மா விடுவேனா? ஒரு bypass operation பண்ணி Fail ஆன கிட்னிய நூற்றுக்கு நூறு pass ஆக்கிட்டேன்னா பாத்துக் கோங்களேன். கம்பவுண்டர், உள்ள போய் பேஷன்டுக்கு ஹைட்ரஜன் குடுத்துட்டு வா.

கம்பவுண்டர் : டாக்டர், அது ஆக்சிஜன்...

டாக்டர் : ஆக்சிஜன்டா - எல்லாம் எனக்கு தெரியும்டா - நீ உள்ளே போ.

சீனு : கம்பவுண்டர் தேவலாம் போலிருக்கே, டாக்டர் என்ன இவ்வளவு மோசமா இருக்கார்?

டாக்டர் : கொஞ்ச நேரம் பேசாம இருக்கியா? நீங்கதான் ஆம்புலன்சுல வந்தீங்களா, இப்படி உட்காருங்க.

ராமானுஜம் : உட்கார முடியாது டாக்டர், உட்காரமுடியாது- ரொம்ப சீரியஸ்.

டாக்டர் : உட்காரமுடியாதா? அப்ப definiteஆ Pilesதான்.

ராமானுஜம் : ஐய்யோ டாக்டர், எனக்கு ஒண்ணும் இல்ல டாக்டர், என் புள்ள மாது மயக்கமா கெடக்கான் டாக்டர்.

டாக்டர் : உங்க புள்ள மாதுவா?

ராமானுஜம் : ஆமாம் டாக்டர்.

ஜானகி : டாக்டர் என் புருஷன் மாது மயக்கம் போட்டு விழுந்துட்டார்.

டாக்டர் : உங்க புருஷன் மாதுவா?

சீனு : ஆமாம் டாக்டர், என் Friend மாது மயக்கமா கெடக்கான்.

டாக்டர் : உங்க Friend மாதுவா? ஆ... ஒரே சமயத்துல மூணு பேஷண்ட். ஆமா, மூணு மாதுவையும் சேர்த்து ஒரே ஆம்புலன்சுல அழைத்துக்கிட்டு வந்துட்டீங்களா?

ராமானுஜம் : ஐய்யோ டாக்டர், எம் புள்ள மாதுதான் இங்க இருக்கானே சீனு, அவனோட Friend... அவனே தான் என் மாட்டுப்பொண்ணு ஜானகியோட Husband... போதுமா?

டாக்டர் : ஒரே பேஷண்ட்தானா? ஆமாம் பேஷண்ட் மாது எங்கே?

எல்லோரும் : மாது எங்க? மாது எங்க?

டாக்டர் : என்னையே கேளுங்க...

மாது : மாது இங்க!

ராமானுஜம் : என்னடா இது ஆம்புலன்ஸ் Stretcherல மயக்கமா படுத்திருந்த... எப்படி மாயமா மறைஞ்சு போயிட்ட?

மாது : யார் நீங்க? எங்கயோ பாத்தமாரி இருக்கே? செத்துப்போன எங்க அம்மாக்கு நீங்க Distance relative-ஆ?

ராமானுஜம் : ம்! Close relative... உங்க அம்மாவோட Husband ராமானுஜம்... உங்கப்பன்டா!

ஜானகி : ஏன்னா என்னை தெரியறதா? நான்தான் ஜானகி.

மாது : உன்னை தெரியாம என்ன? என் கல்யாணத்துக்கு கூட வந்தியே? எதுக்கு வந்த?

ஜானகி : அடக் கஷ்டமே! நான் வராம உங்க கல்யாணம் எப்படி நடக்கும்? நான் உங்க wifeங்க!

சீனு : மாது என்னை தெரியறதா?

மாது : யார் டாக்டர் இது?

டாக்டர் : Friend சீனு!

மாது : உங்க friendங்கறீங்க? உங்களவிட young ஆ இருக்காரு?

சீனு : உன் Friend சீனுடா! என்ன டாக்டர் வேடிக்கை பாக்குறீங்க? வைத்தியம் பாருங்க - பைத்தியம் புடிச்சுடப்போகுது.

மாது : டாக்டர், I am perfectly alright.

டாக்டர் : You are not perfectly alright... அப்பாவ தெரியலேன்ற, Wifeஅ தெரியலேன்ற, Friend சீனுவகூட தெரியலேன்ற...

மாது : பின்ன என்ன டாக்டர்? அஞ்சு மைல் ஆம்புலன்ஸ் பின்னாடி என்ன நாய் மாதிரி ஓட விட்டாங்களே! அதுக்கு பழிக்குப் பழி வாங்கறதுக்காகத்தான் இப்படி இவர்களை தெரியாத மாதிரி நடிச்சேன்!

ராமானுஜம் : எலே, ஆம்புலன்ஸ் பின்னாடி நாய்மாதிரி ஓடி வந்தியா, எதுக்குடா?

மாது : in fact ஆம்புலன்ஸ Over take பண்ணிண்டு ஆம்புலன்ஸுக்கு முன்னாடி வந்து உங்களுக்கு கைய வேற காட்டினேன்.

சீனு : ஓஹோ, நீதானா அது?

மாது : அப்படியும் இவங்க வண்டிய நிறுத்தாம இந்த சினிமால கதாநாயகன் வில்லனை சேஸ் பண்ணுவானே, அதுமாதிரி விரட்டி அடிச்சிக் கிட்டு வந்திருக்காங்க.

டாக்டர் : ஐயோ, வந்த ஒரு பேஷண்டும் குழப்பறானே! மாது எனக்கு தலைய சுத்துறது...

மாது : உங்களுக்கே இப்படி தலைய சுத்துதே, ஆம்புலன்ஸுக்கு பின்னாடி P.T உஷா மாதிரி ஓடி வந்த எனக்கு எப்படியிருக்கும்?

டாக்டர் : படபடன்னு பேசினேன்னா எனக்கு கையும் ஓடாது, காலும் ஓடாது... இப்படி உட்கார்.

முதல்லேந்து சொல்லு, எப்படி மயக்கம் போட்டு கீழ விழுந்த?

மாது : மாடில மெத்தேல ஒக்காந்து TV பாத்துட்டு இருந்தேன்... தடால்னு மயக்கம் போட்டு விழுந்துட்டேன்.

டாக்டர் : கொஞ்சம் இரு... மாடில அவ்ளோ உச ரத்திலேர்ந்து கீழ விழுந்திருக்க, கொஞ்சம் கூட அடிபடல, சொட்டு ரத்தம் கூட வரல? எப்படி, ஸ்லோமோஷன்ல விழுந்தியா - டைய்ன்ன்ன் டப்ப்ப்ப்புன்னு!

மாது : நல்லா விசாரிச்சியாடா? இது டாக்டரா, இல்ல கம்பவுண்டரா?

சீனு : கம்பவுண்டர் தேவலான்டா!

மாது : மாடில மயக்கம் போட்டு விழுந்தேன்னா மாடிலேர்ந்து மயக்கம் போட்டு விழுந்தேன்னு அர்த்தமா? மாடில மெல்தேல உட்கார்ந்து TV பார்த்துட்டு இருந்தேன். மயக்கம் போட்டு திடீர்னு கீழ இருந்த தலைகாணில விழுந்தேன்.

டாக்டர் : பின்ன எப்படி ஆம்புலன்ஸ் பின்னாடி ஓடி வந்த?

மாது : வேற வழி! யாருக்காக ஆம்புலன்ஸ் வரவழிச் சாங்களோ அவன விட்டுட்டு இவங்க மூணு பேரும் பிக்னிக் போறாமாரி ஏறி போய்ட்டாங்க டாக்டர்.

டாக்டர் : ஏன் சார் மயக்கம் போட்டிருக்கற மாதுவ விட்டுட்டு நீங்கமட்டும் எதுக்கு ஆம்புலன்ஸில ஏறி வந்தீங்க?

ராமானுஜம் : டாக்டர், அது வந்து...

மாது : அப்பா, நீ ஒண்ணும் சொல்ல வேணாம். நானே சொல்றேன். நான் என்னமோ சாதாரணமாதான் மயக்கம் போட்டு விழுந் தேன் டாக்டர். அத பார்த்த அதிர்ச்சில இவங்க மூணு பேருக்கும் கிட்டதட்ட பைத்தியமே

புடிச்சுடுத்து, சீனு ஆம்புலன்ஸுக்கு போன் பண்ணினான், ஆம்புலன்ஸ் வண்டி வந்தது, மூணு பேரும் கணகாரியமா வண்டில ஏறி ஒக்காந்தா... ஆம்புலன்ஸ்காரங்க ஸ்ட்ரெச்ச ரோட வீட்டுக்குள்ள வந்தாங்க. நான் மாடில கிடக்கறேன். என்னை கீழ தேடி பார்த்துட்டு நான் இல்லேன்ன உடனே வெறும் ஸ்ட்ரெச்சர வண்டில ஏத்திக்கிட்டு ஐம்புலன்ஸ் அடங்கிய என்னை விட்டுட்டு ஆம்புலன்ஸ் போயிடுத்து டாக்டர்.

சீனு : மாது...

மாது : அவர்தான் என்னை பெத்தவர் - டென்ஷன்ல மறந்துட்டார்... அவ பாவம் கட்டின தாலிய கைல பிடிச்சிக்கிட்டு கந்தர் சஷ்டி கவசம் சொல்லிட்டு மாங்கல்ய பிச்சைபோடு ராப்பிச்சை போடுன்னு வண்டில உக்காந்துட்டா... உனக்கு எங்கடா போச்சு புத்தி? ஒரு வண்டிய பாத்துடக்கூடாது - உடனே Front சீட்ல போய் ஓரமா உட்கார்ந்துடுவியே அல்பம்.

டாக்டர் : கதை ரொம்ப சுவாரஸ்யமா இருக்கே!

மாது : கதையா? யோவ்!

டாக்டர் : மயக்கம் போட்டு விழுந்த நீங்க மயக்கம் தெளிஞ்சு எப்படி ஆம்புலன்ஸ் பின்னாடி ஓடி வந்தீங்க? அத சொல்லவே இல்லியே!

மாது : ஏன்யா! மயக்கம் போட்டேங்கறதுக்காக ஆயுசு புல்லா மயக்கமாவே கிடக்கமுடியுமா! வந்த மயக்கத்துக்கு ஒரு அஞ்சு நிமிஷம் மரியாதை குடுத்து Wait பண்ணி பார்த்தேன் யாராவது வந்து எழுப்புவாங்களான்னு, ஒருத்தரும் வரல...

டாக்டர் : அப்புறம்...?

மாது : அப்பறம் நானே மூஞ்சில தண்ணிய தெளிச்சு கிட்டு சுயநினைவுக்கு வந்தேன். அப்ப நாங்க கிளம்பட்டுமா டாக்டர் சாதாகிருஷ்ணன்?

டாக்டர் : I am Radhakrishnan...

மாது	:	Radha, ok வாடி, போலாம்.
ஜானகி	:	டாக்டர், இன்னிக்கு மயக்கம் போட்டதுக்காக மட்டும் இல்ல டாக்டர், கொஞ்ச நாளாவே இவர் போக்கே சரியில்ல.
மாது	:	சும்மா இருடி, நம்ம விஷயத்தெல்லாம் டாக்டர் சீதாகிருஷ்ணன் கிட்ட போய் சொல்வாங்களா?
டாக்டர்	:	Again you are wrong, I am Dr. Radhakrishnan...
மாது	:	Radha, ok...
ராமானுஜம்	:	இருடா... பெரிய டாக்டர்... நர்சிங்ஹோம் எல்லாம் வச்சிருக்கார். அவர்கிட்ட நம்ம problem என்னன்னு சொல்லுவோம். டாக்டர், கொஞ்ச நாளாவே என் புள்ள மாது ஒரு மாதிரியா இருக்கான். அது என்னவோ தெரியல, மனசுல பட்டத சரியா தப்பான்னு கூட யோசிச்சு பாக்காம, பட்னு செஞ்சுர்றான்.
டாக்டர்	:	புரியலையே!
சீனு	:	நான் சொல்றேன் டாக்டர் - மாது ஒரு நாள் ஆபீஸ் லேர்ந்து வரும்போது வழில ஒரு பிச்சைக்காரன் படுத்திருந்தான்...
மாது	:	டாக்டர்கிட்ட உண்மைய சொல்லு, ஊமைப் பிச்சைக்காரன்...
சீனு	:	சரிடா, ஒரு ஊமைப் பிச்சைக்காரன் படுத்திருந்தான். உடனே அவன்மேல பாசம் பீறிட்டு அடிச்சிருக்கு - அந்த 1500/- ரூபா சம்பள பணத்தை அந்த ஊமைப் பிச்சைக்காரன் தட்டுல போட்டுட்டான் டாக்டர்.
டாக்டர்	:	என்னது? 1500/- ரூபாவா? ஊமைப் பிச்சைக்காரன் ஆச்சர்யப்பட்டு போயிருப்பானே?
மாது	:	ஆச்சர்யமா? அதிர்ச்சி - அந்த அதிர்ச்சில அவனுக்கு பேச்சு வந்து என்ன பார்த்து ரொம்ப நன்றி அய்யான்னு சொல்லிட்டு போனான்.
சீனு	:	சும்மா இருடா, நீங்களே சொல்லுங்க டாக்டர், இந்த மாதிரி யாராவது பண்ணுவாங்களா?

CRAZY

டாக்டர் : இந்த பாருப்பா, மாதுவோட கேரக்டரை புரிஞ்சுக்க மாட்டேங்கறியே? மாதுக்கு இளகின மனசு... 1500/- ஜாஸ்திதான், ஒத்துக்கறேன். ஆனா தர்மம் பண்றது தப்பில்லையே? அவனை தர்மம் பண்ணக் கூடாதுன்னு சொல்ல உனக்கு என்ன Rights இருக்கு?

சீனு : யோவ், வெறுப்பேத்தாதய்யா... அந்த 1500/- ரூபா சம்பள பணம் என்னது! இது தர்மம் இல்ல, அதர்மம்!

மாது : போடா, பொல்லாத 1500/-ரூபாய்! நீ எங்க வீட்ல சோறு தின்னதுக்கு கணக்கு போட்டு பாத்தா உன் சம்பளத்தை பிச்சைக்காரனுக்கு பிச்சு பிச்சு போட்டாக்கூட தப்பில்ல.

சீனு : போடா, நீ ஒண்ணும் எனக்கு சும்மா சோறு போடல! எங்க வீட்ல இருக்கற மாடி போர்ஷன்ல வாடகையே குடுக்காம குடியிருக்கான் டாக்டர்...

ஜானகி : நிறுத்துங்க... இப்ப இந்த சண்டை தேவையா? டாக்டர், இவர் ஏன் இப்படி நடந்துக்கறாரு?

டாக்டர் : தானம் தர்மம் பண்றது பிறவிலேயே வந்த சுபாவம். அதை மாத்தறது ரொம்ப கஷ்டம். இப்போ முல்லைக்கு தன்னுடைய தேரையே தரலியா பூரி வள்ளல்? அதான் Take it freeன்ட்டாரே?

ராமானுஜம் : ஐய்யோ டாக்டர், அது பூரி வள்ளலும் இல்ல, பொட்டேட்டோ வள்ளலும் இல்ல, பாரி வள்ளல்!

மாது : என்னதிது, டாக்டர் சோதாகிருஷ்ணனுக்கு ஒரு எழவும் தெரியல!

டாக்டர் : ராதாகிருஷ்ணன்...

ஜானகி : இல்ல டாக்டர், மூணு மாசம் முன்னாடி இவர்க்கு தெரிஞ்ச Friend ஒருத்தர் தன்னோட பொண்ணுக்கு கல்யாணம் ஆகலேன்னு சொல்லிட்டு இருந்தார்.

டாக்டர் : புரிஞ்சு போச்சு... என்ன மாது, உடனே ஒரு 500/- ரூபா எடுத்து விசிறி இருப்பியே?

மாது : ஆமாம், ரூபாகிருஷ்ணன்.

டாக்டர் : அடடே, ராதாகிருஷ்ணன்...

மாது : வாடி போலாம்.

ராமானுஜம் : டாக்டர் அந்த 500/-ரூபாவோட புள்ளை யாண்டான் விட்டிருந்தா பரவாயில்லயே,இவன் என்ன தெரியுமா பண்ணியிருக்கான்? அவர் வீட்டுக்கு போய் அவர் பொண்ணு கல்யாணத்துக்கு சத்திரத்துலேர்ந்து சமையல் காரன் வரை எல்லாத்தையும் Fix பண்ணி மேரேஜ தடபுடலா நடத்திட்டு வந்திருக்கான்.

மாது : ஆனா ஒண்ணு, பையன்தான் பாக்க கொஞ்சம் சுமாரா இருந்தான். பொண்ணு கிளி மாதிரி இருந்தா. அழக கொடுத்த ஆண்டவன் பாவம் அவளுக்கு ஆஸ்திய கொடுக்கல, நான் மாத்திரம் ஜானகிய கல்யாணம் பண்ணிக்காம இருந்திருந்தேன்னா அன்னிக்கே அந்த பொண் ணோட கழுத்துல தாலி கட்டி இருப்பேன். பார்க்க சுமாரா இருந்தாலும் புருஷன்னு ஒருத்தன் கிடைச்சானே!

ஜானகி : யாருக்குக் கல்யாணம் ஆனா என்ன ஆகாட்டி என்ன உங்களுக்கு? எங்க அப்பா போட்ட 22 கேரட் தங்க வளையல வித்து கல்யாணத்த பண்ணி இருக்கார்.

மாது : வைக்கும் போதுதானடி தெரிஞ்சது உங்க அப்பன் பண்ண தில்லுமுல்லு... அது எப்படி 22 கேரட்டா? 22 தக்காளி கூட தேறல... 5000/- ரூபாதான் கிடைச்சது... பாக்கி 3000/-க்கு என்ன பண்றதுன்னே தெரியல - அப்புறம் யோசிச்சு யோசிச்சு பாத்து சீனு என்கிட்ட கொடுத்து வச்ச அவன் மோதிரத்தை அடகு வச்சு சமாளிச்சேன்.

சீனு : அடப்பாவி, என் மோதிரத்தை அடகு வச்சுட்டியா?

மாது : நீ அதை என்கிட்ட கொடுத்து பத்திரமா வச்சிருக்க சொன்னியா? நான் அதை சேட்டுக் கடைல பத்திரமா வச்சிருக்கேன்.

ராமானுஜம் : கவசக் குண்டலத்தோட பொறக்கல - மத்தபடி கர்ணன்னு நினைப்பு.

மாது : அது என்னமோ தெரில டாக்டர்... அது என்ன ஜீவா கிருஷ்ணன்...

டாக்டர் : ராதாகிருஷ்ணன்...

மாது : ம்... இந்த கண்ணு தெரியாதவங்க, காது கேட்காதவங்க, ஊமை, இந்த கல்யாண வயசு வந்து கல்யாணம் ஆகாத இளம்பெண்கள்- இவங்கள எல்லாம் பாத்தா பரிதாபமா இருக்கு டாக்டர்... என் உள் மனசுக்குள்ள ஏதோ ஒரு Feeling - help பண்ணு help பண்ணுன்னு.

டாக்டர் : இந்த பாருப்பா ஒவ்வொரு மனுஷனுக்குள்ளும் இரண்டு Side இருக்கு - ஒண்ணு தெய்வம், இன்னொண்ணு மிருகம். தெய்வம் Strongஆ இருந்தா தனக்கு என்ன கஷ்டம் வந்தாலும் பரவாயில்ல, பிறத்தியார் நல்லா இருக் கணுங்கறதுக்காக தானம் தருமம் எல்லாம் பண்ணும். மிருகம் Strongஆ இருந்தா பிறத்தியார் எக்கேடு கெட்டுப் போனாலும் நாம நல்லா இருக்கறதுக்காக தில்லு முல்லு எல்லாம் பண்ண ஆரம்பிச்சிருவான். தெய்வம் மிருகம் ரெண்டும் சரிசமமாக இருக்கும் போதுதான் மனுஷன் மனுஷனா இருக்கான். இந்த விஷயத்தை பொருத்த மட்டிலும் உங்க புள்ளைக்கு தெய்வாம்சம் கொஞ்சம் ஜாஸ்தியா இருக்கு.

மாது : என்ன டாக்டர், அப்ப என்னை கடவுள்னு சொல்றீங்களா?

ராமானுஜம் : ஆமாண்டா... கடவுள்... உனக்கு கோயில்கட்டி

கும்பாபிஷேகம் பண்ணவேண்டியதுதான் பாக்கி.

டாக்டர் : இந்த மாதிரி எக்குத்தப்பா நடக்கறவாளுக்கு கல்யாணம் ஆனா சரியா போயிடும்ன்னு சொல்லுவா. ஆனா உங்க பையனுக்கு ஏற்கனவே கல்யாணம் ஆயிடுத்தே!

மாது : ஜானகி சட்னு கிளம்புடி... விட்டா ரெண்டாம் கல்யாணம் பண்ணுன்னு Prescription எழுதி கொடுத்துடும் இது.

ஜானகி : டாக்டர் இந்த வியாதிக்கு மருந்தொண்ணும் இல்லையா?

டாக்டர் : மருந்துன்னு ஒண்ணும் பெரிசா வேணாம்மா... தூக்க மாத்திரை தரேன், அத சாப்பிடட்டும். ஒரு மாதிரியான டென்ஷன் - மனோ வியாதி- அவ்வளவுதான்.

மாது : இந்த வியாதிக்கு என்ன பேர்?

டாக்டர் : அதான் மருந்து தரேன்னு சொன்னேன்ல- அனாவசியமா போட்டு கொடையக் கூடாது.

மாது : அட என்ன டாக்டர், வியாதிக்கு என்ன பேர்ன்னு தெரிய வேணாமா?

டாக்டர் : அடடே, எப்பவோ படிச்சது. எதுக்கு அதெல்லாம் அனாவசியமா! மருந்து தரேன்னா அதை அப்படியே உட்றணும்.

மாது : நாலு பேர் கேட்டா இன்ன வியாதின்னு நாங்க சொல்ல வேண்டாமா?

டாக்டர் : அவசியமா சொல்லணுமா?

மாது : அவசியம் சொல்லணும்...

டாக்டர் : Others Problems Are Urgent Helpomeniamism.

மாது : ஐய்யோ...

(திரை)

காட்சி - 2

மாதுவின் வீடு

ராமானுஜம் : நீ ஒண்ணும் கவலைப்படாதம்மா! நாம ரெண்டு பேரும் மாயவரத்துக்குப் போயி அந்த சாமியாரைப் பாத்தா எல்லாம் சரியாப்போயிடும். நான் சாமியாருக்கு ஏற்கனவே நம்ம மாது ஒரு மாதிரி இருக்கறதைப் பத்தி லெட்டர் எழுதயிருக்கேன். அவரும் ஜாதகத்தை எடுத்துண்டு நேரே வாங்கோ, தோஷம் ஏதாவது இருந்தா பரிகாரம் சொல்றேன்னுருக்கார். இங்க பாரும்மா! மருந்துக்கு அடங்காதது எப்படியும் மந்திரத்துக்கு அடங்கும். மாயவரத்துக்குப் போயி அந்தச் சாமியாரைப் பாத்தா your husband will become perfectly alright. Don't worry.

ஜானகி : ஜாதகத்த குடுங்கோ மாமா! சாமிகிட்ட வச்சு கொண்டு வர்றேன்.

ராமானுஜம் : தந்துர்றேன். தந்துர்றேன். அதுக்கும் முன்னாடி ஒரு முக்கியமான விஷயம், மாதுகிட்ட நம்ம மாயவரம் போறதப்பத்தி மூச்சு விடாதே, பேசாம இரு. அவன் friend சீனு இருக்கான் பாரு, கேனப்பய.

சீனு : என்ன சார்? எங்க கிளம்பிட்டீங்க?

ராமானுஜம் : ஒண்ணுமில்ல சீனு! ஒரு நல்ல காரியத்துக்காக மாயவரம் போயிண்டுருக்கேன்.

சீனு : நீங்க மட்டுமா?

ராமானுஜம் : என் மாட்டுப்பொண்ணு ஜானகியும் வர்றாடா!

ஜானகி : மாமா! ஜாதகம்...

ராமானுஜம் : ஒண்ணுமில்லடா! ஒரு நல்ல காரியத்துக்காக மாதுவோட ஜாதகத்த எடுத்துண்டு மாயவரம் போறேன்.

சீனு : என்ன சார் இது? மாயவரம் போறேன்கறீங்க, அதுவும் மாதுவோட ஜாதகத்தோட, கேட்டா நல்ல காரியங்கறீங்க... எனக்குப் புரிஞ்சது.

ராமானுஜம் : சொல்லு...

சீனு : மாயவரத்துல மாதுவுக்குப் பொண்ணு எடுக்கப் போறீங்களா?

ராமானுஜம் : புடவை எடுக்கப்போறோம்! என்னடா? இப்ப தான் மாதுவுக்குக் கல்யாணம் ஆயி, ரெண்டு வருஷம் ஆறது... ரெண்டு வருஷத்துக்கொரு கல்யாணம் பண்றது என்ன, வேலைக்கு ஆளெடுக்கற மாதிரி நினைச்சுண்டு இருக்கியா? சொல்லாம விடமாட்டான்மா இவன்... சீனு! உனக்குத்தான் மாதுவைப்பத்தி தெரியுமேடா- கொஞ்ச நாளாவே ஒரு மாதிரியா இருக்கானே? அதனால அவன் ஜாதகத்தை எடுத்துண்டு, மாயவரத்துல ஒரு பெரிய சாமியார் இருக்கார், அவரைப் பாக்கப்போறேன். அவர் என்ன பண்ணுவார் - ஜாதகத்த detailஆ Analyse பண்ணி தோஷம் ஏதாவது இருந்தா பரிகாரம் சொல்லுவார்.

சீனு : ஆமா, மாது எங்கே?

ஜானகி : ஊருக்குப் போறதுக்கு ஆட்டோ எடுத்துண்டு வரப் போயிருக்கார்.

சீனு : என்ன சார் இது? இங்க இருந்து மாயவரத்துக்கு ஆட்டோ ரிக்ஷாலயா போகப் போறீங்க?

ராமானுஜம் : ஆங்... திண்டிவனம் முட்டும் ஆட்டோ ரிக்ஷா... அதுக்கப்பறம் சைக்கிள் ரிக்ஷா! என்னடா கேள்வி கேக்கற நீ?

சீனு : என்ன இது? ஆட்டோ ரிக்ஷா அழைச்சுண்டு வரப் போனவன் இன்னும் காணோம்.

ராமானுஜம் : ஆங்! இன்னும் காணவே காணோமே! (ஆம்புலன்ஸ் சத்தம்) என்ன இது! ஆம்புலன்ஸ் சத்தம்! பயமா இருக்கே!

சீனு : Recentஆ இந்த சத்தம் எங்கயோ கேட்ட மாதிரி இல்ல?

ராமானுஜம் : என்னடா இது?

மாது : என்ன ஜானகி, ரெடியா? என்னப்பா, ரெடியா?

ராமானுஜம் : என்ன மாது! எக்மோர் ரெயில்வே ஸ்டேஷன் போறதுக்கு ஆட்டோ ரிக்ஷா வந்துடுத்தா?

மாது : இல்லப்பா! நான் ஆட்டோ கூட்டிண்டு வரதுக்காகத்தான் தெருக்கோடிக்கு போனேன். அப்ப, நான் அன்னிக்கு மயக்கம் போட்டு விழும்போது ஒரு ஆம்புலன்ஸ் வந்ததே! அந்த driver நின்னுண்டு இருந்தான். என்ன சார்! அப்றம் நீங்க மயக்கமே போடலியா? உங்கள நம்பித்தான் நான் வண்டி எல்லாம் வாங்கியிருக்கேன் - அப்படீன்னான்... பாவண்டி, பொழைப்புக்காக நம்ம வீட்டையே சுத்திச் சுத்தி வந்துட்டுருக்கான். அதனாலதான் எக்மோருக்கு ஒரு சவாரி வர்றியான்னேன். வர்றேன்னான். அழைச்சுண்டு வந்துட்டேன்.

ராமானுஜம் : பைத்தியம் புடிச்சு அலையறடா!

மாது : போப்பா! Infact ஆபீஸ்ல என்னைக் கேட்டாங்க, உனக்கு ஸ்கூட்டர் அலவன்ஸ் வேணுமா? கார் அலவன்ஸ் வேணுமான்னு? நான் ஆம்புலன்ஸ் அலவன்ஸ் கேட்கலாம்னு இருக்கேன். ஆம்புலன்ஸ்னா ஒரு வசதி- டாக்சி மாதிரி உக்காந்துட்டே போக வேணாம். ஜாலியா ஸ்ட்ரெச்சர்ல படுத்துண்டே போலாம். அப்பா நீ எப்படி? நீயே போய் ஏறிக்கறியா? இல்ல நான் ஸ்ட்ரெச்சர கூப்பிடறேன், வசதியா படுத்துண்டே போறியா?

ராமானுஜம் : ஆம்புலன்ஸ் ஸ்ட்ரெச்சர்ல படுத்துக்கறேன். தாரை தம்பட்டம் சங்கு ஊதறவன அழைச்சுண்டு வா. ஒரு வழியா போய்ச் சேந்துர்றேன். என்ன பையன்டா நீ!

மாது : இப்ப என்ன திடீர்னு நீங்க மாயவரத்துக்குப் போறீங்க?

சீனு : ஏய்! நான் சொல்றேன்... நான் சொல்றேன்... அது ஒண்ணும் இல்லடா மாது, உங்கப்பா ராமானுஜம், உன் ஒய்ப் ஜானகி, உன் ஜாதகம் மூணுபேரும் சும்மாதான் மாயவரம் போறாங்க.

மாது : என் ஜாதகமா?

சீனு : சார்! சொல்லட்டுமா?

ராமானுஜம் : பறக்காவட்டி! சொல்ல ஆரம்பிச்சுட்டே , முழுக் கச் சொல்லித் தொலை.

சீனு : அது ஒண்ணுமில்லடா மாது! கொஞ்ச நாளா நீ இந்த கேனத்தனமா நடத்துக்கற இல்லையா? அதனால ஜாதகத்த எடுத்துண்டு, மாயவரத்துல சாமியார பார்க்கப் போறாங்க. அந்த சாமியார் என்ன பண்ணுவார் தெரியுமா? உன் ஜாதகத்த detailஆ Analyse பண்ணி அதுல ஏதாவது தோஷம் இருந்தா பலகாரம் தருவான்.

மாது : பலகாராமா? துன்னவா?

ராமானுஜம் : பீடை! பலகாரம் இல்ல, பரிகாரம்...

சீனு : பரிகாரம்... ஆங்... பரிகாரம்...

மாது : ஏய் ஜானகி, என்னடி இது சாமியார் கீமியார் எல்லாம்? I am perfectly alright.

ஜானகி : அப்படியெல்லாம் சொல்லாதீங்கோ! அவர் பெரிய மகான் - பால யோகியாம்.

மாது : பால யோகியா?

சீனு : ஆமாண்டா மாது! அந்த பாலயோகி casualல பேசிண்டே இருப்பாராம். நாமெல்லாம் பாத் துண்டே இருக்கும் போது சட்டுனு மறைஞ்சு மாயமா போயிடுவாராம்.

மாது : சட்டுனு மறைஞ்சு மாயமா போயிடுவாரா? அப்ப பாலயோகி இல்லடா; மர்மயோகி.

ராமானுஜம் : அத விடுடா! இன்னொரு முக்கியமான விஷயம்! நேத்து என்னடா? குடுகுடுப்பைக்காரனுக்கு குடுகுடுன்னு ஓடிப் போயி மூணு பேண்ட்,

மூணு சர்ட், மூணு வேட்டிய தானமா போட்ட?

மாது : அப்பாக்கிட்ட வத்தி வச்சிட்டியா?

ராமானுஜம் : டேய்! நீ சம்பாதிக்கறத தானம் பண்ணு; நான் குறுக்க நிக்கல, அதுக்குன்னு மூணு பேண்ட், மூணு சர்ட், மூணு வேட்டியவா ஒருத்தர் தானம் பண்ணுவாங்க? டேய் ஆத்துல போட்டாலும் அளந்து போடணுன்டா?

மாது : என்னப்பா! அப்படியெல்லாம் அளக்காம போடுவனா? மூணு வேஷ்டிய அளந்து பாத்தேன். எட்டு முழம் உன்னோடதுதான். அதான் போட்டேன். ஆனா மூணு பேண்ட், மூணு சர்ட்தான் யாருதுன்னு தெரியல - போட்டு பார்த்தேன் - ரொம்ப தொள தொளனு இருந்துச்சு. I think சீனுவுதுன்னு நினைக்கறேன். ஏன்னா நீ பேண்ட், சர்ட்லாம் போட்டுக்க மாட்டியே!

சீனு : அடப்பாவி! பொண்ணு பாக்கப் போறதுக்காக போட்டுக்க வச்சிருந்த பேண்டையும் சர்ட்டையும் குடுகுடுப்பைக்காரன்ட்ட போட்டுட்டுயேடா?

ராமானுஜம் : ஏண்டா சீனு! பொண்ணு பாக்கப் போறியா? சொல்லவே இல்லியேடா?

சீனு : இப்பதான் சார் எங்கப்பா எனக்கு லெட்டர் போட்டிருக்கார். வர்ற வியாழக்கிழமை அன்னிக்கு நம்ம ரெண்டு பேரும் பொண்ணு பாக்கப் போறோம், ரெடியா இருன்னு.

ராமானுஜம் : உங்கப்பான்னு சொன்னதும்தாம்பா ஞாபகத்துக்கு வரது... இவ்வளவு நாளா நாங்களும் உன் வீட்ல குடித்தனம் இருக்கோம், உங்கப்பாவ ஒரு தடவ கூட பாத்ததே இல்லியே!

சீனு : எங்கப்பாவ பாக்கவே முடியாது சார்.

ராமானுஜம் : ஏம்பா?

சீனு : அவர் டெல்லில Security officerஆ இருக்கார். Recentஆ Promotionஆகி Black cat ஆகியிருக்கார்.

ராமானுஜம் : Black catஆ! Black catனா கறுப்புப் பூனை...

சீனு : White catனா வெள்ளைப் பூனை...

ராமானுஜம் : டேய்! பெத்த அப்பாவ கறுப்புப் பூனை, நெருப்புக் கோழின்ற?

மாது : இல்லப்பா! Black catனா இந்த மத்திய அமைச்சர் கள் பாதுகாப்புப் படை.

ஜானகி : சீனு! நான் ஒரு வாரத்துக்கு ஊர்ல இல்ல, பொண்ணுதான் பாக்க முடியாது. பொண்ணு போட்டோவாவது இருக்கா?

சீனு : பொண்ணு போட்டோதானே? மாதுகிட்ட கொடுத்து பத்திரமா வச்சுக்க சொல்லியிருக் கேன். ஏன்டா பத்திரமா வச்சிருக்க இல்ல?

மாது : என் பர்ஸ்ல வச்சுண்டிருக்கேனே... இன்னி வரைக்கும் நான் அந்த போட்டோவ பார்க்கவே இல்லடி... என்னதான் சீனுவுக்கு பாத்த பொண்ணா இருந்தாலும், என் கண்கள் ஜானகிய தவிர வேறொரு பொண்ண ஏறெடுத்துக் கூடப் பார்க்காது.

ஜானகி : போதும் வழிஞ்சது! போட்டோவ காட்டுங் கோன்னா.

மாது : பர்ஸ்ல இருக்கும்மா! ஐயய்யோ... பர்ஸ காணோன்டா.

சீனு : அடப்பாவி! பொண்ணோட போட் டோவ தொலைச்சுட்டியா? என்னடா மாது இது? பொண்ணு பாக்கப் போறதுக்கு வச்சிருந்த பேண்ட்டையும் சர்ட்டையும்தான் குடுகுடுப்பைக்காரனுக்கு போட்ட, பர்ஸோட சேர்த்து போட்டோவையும் போட்டுட்டியா? எனக்கு பதிலா குடுகுடுப்பைக்காரன் போயி பொண்ணு பார்த்துட்டு வரப் போறான். உன்னால என் வாழ்க்கையே நாசமாயிடும் போலருக்கே?

மாது : எங்கியோ வச்சேனே? எங்க வச்சேன்?

(ஆம்புலன்ஸ் சத்தம்) இவன் ஒருத்தன்டா! இளையராஜா மாதிரி... இருப்பா! வரேன்! அன்னிக்கு ஒரு டாக்டர் Clinic போனோமே! அவர் பேரென்ன?

சீனு : ரம்யா கிருஷ்ணன்...

மாது : டேய்! ராதா கிருஷ்ணன்! அவர் கிளினிக்லதான் வச்சேன். நான் போயி எடுத்துண்டு வந்துர்றேன். அப்பா! ஜானகி! சீக்கிரம் போயி ஆம்புலன்ஸ்ல ஏறிக்கோங்கோ...

ராமானுஜம் : ஜானகி! என் தலையெழுத்து! ஆம்புலன்ஸ்ல போயி உக்காந்துக்கறேன்.

ஜானகி : ஏங்க! மாடில ரூம்ல தலகாணிக்கடியில டாக்டர் குடுத்த தூக்க மாத்ரையெல்லாம் வச்சிருந்தேன். சாப்டீங்களா?

மாது : அது... நீ தூக்க மாத்ரய தலகாணிக்கடில வச்சுட்டு போனடி... அப்படியே வச்சுண்டு தூங்கினா தூக்கம் வரும்ன்னு நினைச்சுண்டு, ராத்திரி புல்லா அப்டிதாண்டி தூங்கினேன்.

ஜானகி : மாத்திரையை சாப்டாத்தானே டென்ஷன் குறையும்? தூக்கம் வரும்?

மாது : தூக்க மாத்திரையை சாப்டணுமா? அதெப்படி? தூங்கறதுக்கு முன்னாடி சாப்டணுமா? தூங்கினதுக்கப்புறம் சாப்டணுமா?

சீனு : என்னடா மாது! இந்த சில்லி விஷயம் கூட தெரிஞ்சுக்காம இருக்க? தூக்க மாத்திரைய எப்படா சாப்டுவாங்க? தூங்கினதுக்கு அப்புறம் தான்!

ஜானகி : ஏங்க! நான் ஊரிலிருந்து வர்ற வரைக்கும் நீங்க ஹோட்டல்ல சாப்ட்டுக்கோங்கோ... கண்டதையும் சாப்ட்டு வைக்காதீங்க...

மாது : ஹோட்டல்ல சாப்ட்டுக்கோங்கற! கூடவே கண்டதையும் சாப்டாதீங்கங்கற... கண்டதுன்னா என்ன? தட்டு, டேபிள், டம்ளர் எல்லாமா சாப்பிடுவாங்க?

ஜானகி : ரெண்டு நாளைக்கு ஒரு தடவை எண்ணெய் தேச்சு குளிச்சுக்கோங்கன்னா.

மாது : ஒரு வாரத்துல மாயவரத்துலேருந்து வரப்போற... என்னவோ ஒரு வருஷம் கழிச்சு வரப்போறா மாதிரி வாரத்துக்கு ரெண்டு தடவ எண்ணெய் தேய்ச்சுக் கோங்க, டெய்லி ஒரு தடவ பல்லு தேய்ச்சுக் கோங்கற... என்ன இதெல்லாம்?

ஜானகி : ஏங்க உங்கள கல்யாணம் பண்ணி ரெண்டு வருஷத்துல மொத தடவை இப்பதான் உங்கள தனியா விட்டுட்டு போறேன். ஏதாவது ஏடாகூடம் பண்ணி மாட்டிக்காதீங்கோ! எனக்கு ரொம்ப பயமாயிருக்கு.

மாது : ஏய்! ஜானகி! ஏண்டி பயப்படற! தைரியமா இரு! அதான் சீனு இருக்கானே!

ஜானகி : ஆமா! சீனுவுக்குப் பொண்ணு பாக்க நீங்க போறீங்களா இல்லையா?

மாது : சும்மாவா? மாப்ளைத் தோழன் நான் இல்லா மயா? சீனு நான் இப்பவே சொல்லிட றேன், பொண்ணு எனக்குப் புடிக்கலைனா மரியாதையா எழுந்து வெளிய வந்துடணும்.

சீனு : ஏய், பொண்ணப் போட்டோல பாத்தேன்டா; அழகா இருந்தாடா.

மாது : போட்டோவெல்லாம் வெச்சு decide பண்ணாத... ஏன், போட்டோல பாக்கறச்ச ஜானகி கூடத்தான் அழகா இருந்தா.

ஜானகி : போதும்ங்க! இந்த மூஞ்சிக்குக் கல்யாணம் ஆனதே பெரிய விஷயம்.

மாது : இப்ப யெஸ் சொல்றி! Permission தாடி. இதே மூஞ்சிய வச்சுண்டு நாலு கல்யாணம் பண்ணிக் காட்டறேன்.

ஜானகி : இதப்பாருங்க! இந்த மாதிரி ஏடாகூடமா ஏதாவது சீனுவுக்குப் பொண்ணு பாக்கற இடத்துல பேசி

வைக்காதீங்கோ! உங்களால சீனு கல்யாணம் நின்னுடப் போறது!

சீனு : இவனால என் கல்யாணத்துல என்னென்ன problemலாம் வரப்போறதோ! ஏற்கனவே பொண்ணு பாக்கப்போக வச்சிருந்த பேண்ட்டை யும் சர்ட்டையும் குடுகுடுப்பைக்காரன்ட்ட போட்டான்.

மாது : சரிடா! வேற பேண்ட், வேற சர்ட் வாங்கித் தர்றேன், போதுமா? ஜானகி, நீ கிளம்புடி.

ஜானகி : வரேன்னா...

மாது : போய்ட்டு வாடி...

ஜானகி : வரேன்னா...

மாது : போய்த் தொலையேண்டி...

சீனு : மாது! உம் பொண்டாட்டிக்கு உம்மேல எவ் ளோ ஆசைடா!

மாது : பைத்தியக்காரா! எம் பொண்டாட்டின்னு இல்லடா! எல்லா பொண்டாட்டிகளுக்குமே இப்படித்தான்டா...

சீனு : என்னடா சொல்ற? எல்லார் பொண்டாட்டிக்கும் உம்மேல ஆசையா?

மாது : டேய்! உனக்குக் கல்யாணம் ஆறதே ரொம்ப ஜாஸ்திடா. எல்லா பொண்டாட்டிகளும், தன் புருஷன ஒரு குழந்தையா நினைச்சு நேசிப்பாங்க. எனக்கு ஜானகி, உனக்கு யாரோ?

சீனு : மைதிலி...

மாது : யார்ரா அது?

சீனு : அதான் அன்னிக்கு ஒரு போட்டோ கொடுத்தே னேடா, நீ கூட மறந்து போயி அந்த கிளினிக்லயே வச்சட்டு வந்துட்டியே! அவ பேர்தான் மைதிலி. எனக்கு ரொம்பவே பிடிச்சிருக்கு.

மாது : மொதக் காரியமா நான் அந்த போட்டோவ எடுத்துண்டு வந்து பாத்தாகணும். நான் டாக்டர்

கிளினிக் போயிட்டு வந்துர்றேன். ரெண்டு பேரும் சேர்ந்தே ஆபீஸ் போகலாம்.

சீனு : ஆபீஸ் எப்படி போகப்போறோம்?

மாது : பஸ் அல்லது ஆட்டோ கிடைக்குதான்னு பாக்கறேன். இல்லேனா இருக்கவே இருக்கு ஆம்புலன்ஸ்.

(திரை)

காட்சி - 3

டாக்டர் ராதாகிருஷ்ணன் கிளினிக்

சேது : உள்ள வா! மைதிலி உள்ள வாம்மா! மைதிலி! அடடே, இப்படி கூப்டா உன் காதுல விழுமா? நீயும் செவிடு. நானும் செவிடு. இந்த அழகுல உனக்குக் கல்யாணம் வேற பண்ணியாகணும்! மைதிலி வா! மைதிலி! நான் சொன்னேனே! என் பிரண்ட் ராதாகிருஷ்ணன் - அவன் கிளினிக் இதுதான்.

மைதிலி : அதெல்லாம் சரிப்பா! உன் பிரண்டு யாரோ டாக்டர் ராதாகிருஷ்ணன் கிளினிக் அழைச்சுண்டு போறதா சொன்னியே, என்னாச்சு?

சேது : என்ன சொல்ற?

மைதிலி : டாக்டர் ராதாகிருஷ்ணன் கிளினிக்.

சேது : நீ தப்பா புரிஞ்சுண்டு இருக்கேம்மா, இதுதான் டாக்டர் ராதாகிருஷ்ணன் கிளினிக்.

மைதிலி : சரிப்பா, வந்த இடத்துல வளவளனு பேசிண்டு இருக்காம சட்டுபுட்டுனு பேசிட்டு வா! இதுக் கப்புறம் நம்ம டாக்டர் ராதாகிருஷ்ணன் கிளினிக் வேற போயாகணும்.

சேது : என்னடி மைதிலி இது! அப்பன் பொண்ணு ரெண்டு பேரும் செவிடு. நீ பேசறது என் காதுல

விழல, நான் பேசறது உன் காதுல விழல... ரெண்டு பேரும் பேசி என்ன பிரயோஜனம்? இரு, ராதாகிருஷ்ணன் வருவான்... ராதா...

மைதிலி : அப்பா! டாக்டர் ராதாகிருஷ்ணன் என் காத குணப்படுத்திடுவாரா?

சேது : ஏதாவது பேசினியா? எனக்குப் புரியல, Action ல சொல்லு.

மைதிலி : ஓ! Action ல! டாக்டர் ராதாகிருஷ்ணன் என் காத குணப்படுத்திடுவாரான்னு கேட்டேன்.

சேது : காத குணப்படுத்திடுவானான்னு கேட்டியா? பொண்ண அழைச்சுண்டு வா, Check up பண்ணி சொல்றேன்னான். இரு, ராதாகிருஷ்ணன் வருவான்.

மைதிலி : என்ன இது? இந்தப்பா இங்கியே நிக்கறார். இதுக்கு அப்புறம் டாக்டர் ராதாகிருஷ்ணன் Clinic வேற போயாகணும்.

சேது : இப்ப என்ன சொன்ன நீ?

மைதிலி : அப்பா! உனக்கு எத்தன கத்தி சொன்னாலும் காதுல விழாது. டாக்டர் ராதாகிருஷ்ணன் கிளினிக் போயாகணும்.

சேது : ஏண்டி என் பிராணன வாங்கற? நீ பேசறது எனக்குப் புரியல. நான் பேசறது உனக்குப் புரியல. ஆனா என்னமோ உள் மன சாட்சி சொல்றது, நாம ரெண்டு பேரும் ஒரே விஷயத்தைத்தான் பேசிண்டு இருக்கோம்ன்னு. நான் சொல்றதை புரிஞ்சுக்கோ! இது டாக்டர் ராதாகிருஷ்ணன் கிளினிக்.

மைதிலி : ஓ! இதுதான் டாக்டர் ராதாகிருஷ்ணன் கிளினிக்கா?

சேது : இல்லம்மா! இதுதான் டாக்டர் ராதாகிருஷ்ணன் கிளினிக்!

மாது : அம்மா! ஒரு பர்ஸ் வுட்டேன்! பார்த்தீங்களாம்மா? அம்மா! ஒரு பர்ஸ் வுட்டேன்! பார்த்தீங்க

ளாம்மா? அம்மா தாயே! ஒரு பர்ஸ் வுட்டேன்! பார்த்தீங்க ளாம்மா? அம்மா தாயே! பிச்சை போடும்மா! பர்ஸ் வுட்டேம்மா! சார்! அவங்க கவனிக்கவே மாட்டேங்குறாங்க! ஒரு பர்ஸ் வுட்டேன்! பார்த்தீங்களா சார்! ஒரு பர்ஸ் வுட்டேன் சார்.

மைதிலி : அப்பா! டாக்டர் ராதாகிருஷ்ணன் -

சேது : சொன்னதையே திருப்பித் திருப்பிச் சொல்லாத- ராதாகிருஷ்ணன் வருவான், பொறுமையா இரு.

மைதிலி : பின்னாடி நிக்கறார்.

சேது : என்னது?

மைதிலி : பின்னாடி நிக்கறார்.

சேது : கண்ணாடி விக்கறாரா? ராதாகிருஷ்ணன் வைத்தியன்டி - வியாபாரி இல்ல - சோப்பு, சீப்பு, கண்ணாடிங்கற...

மைதிலி : அவருக்குக் கொஞ்சம் காது கேக்காது.

மாது : அவருக்குமா?

மைதிலி : நீங்க கொஞ்சம் அப்பிடி வாங்க...

சேது : என்னடி மைதிலி! என்னென்னமோ சேஷ்டை யெல்லாம் பண்ற நீ?

மைதிலி : நீங்க கொஞ்சம் இப்படி வாங்க...

சேது : என்னடி மைதிலி! எங்கியோ பாத்துண்டு எங்கியோ பேசற? உன் காதுதான் செவிடுனு நினைச்சேன். கண்ணும் ஒண்ணரையா? உன்ன என் தலைல கட்டிட்டு உங்கம்மா சுமங்கலியா போய் சேர்ந்துட்டா.. என் பிராணன் போறது போ.

மாது : ஹலோ! நான் இங்க இருக்கேன். நான் டாக்டர் இல்லம்மா...

மைதிலி : ஓ! அவரோட பேரென்னன்னு கேக்கறீங்களா?

மாது : கேட்கவே இல்லயே! நான் கேட்டேன் - உம்பேர கேட்டேன்.

மைதிலி : அவரோட பேர் சேதுராமன். சுருக்கமா சேதுன்னு கூப்பிடுவாங்க.

மாது : சேதுராமன சுருக்கமா சேதுன்னு கூப்டா என்ன? பெரிசா சேதுராமன்னு கூப்டா என்ன?காதுல என்னமோ விழப் போறதில்ல. இந்த அழகுல பேர் வேற சேது, சேதுராமன்னு.

மைதிலி : ஓ! என்னோட பேரென்னன்னு கேக்கறீங்களா?

மாது : கேக்கவே இல்லம்மா...

மைதிலி : என்னோட பேர் மைதிலி. நான் அவரோட டாட்டர்.

மாது : பட், நான் டாக்டர் இல்லயே! நான் டாக்டர் இல்ல... நானு, நானு, டாக்டர் இல்ல.

மைதிலி : இந்தக் கிண்டல்தானே வேணாங்கறது? நான் உங்கள சொல்லல. நான் அவரோட டாட்டர்.

மாது : ஏற்கனவே காது கேட்கல. இந்த அழகுல டாக்டர், டாட்டர் குழப்பம் வேற... அம்மா! நீ இவரோட டாட்டர் - எனக்கு நல்லா புரிஞ்சுப் போச்சு, என்னை ஏன் டாக்டர்ங்கற? புரியலையே!

மைதிலி : புரியலையா டாட்டர்னா என்னானே! ஐயோ டாட்டர்னா பொண்ணுன்னு அர்த்தம்.

மாது : ஆமா! பொண்ணுன்னு அர்த்தம்... ஏய்! போடி.

சேது : என்ன சொல்ல வர?

மாது : ஏய் போயா!

சேது : மைதிலி, யாரும்மா அது?

மாது : யோவ், வேண்டாம்! மறுபடியும் ஆரம்பிக்காத. எனக்குக் கோவம் வரும்.

சேது : நீ யாரப்பா?

மாது : ஆமா, சொன்ன உடனே உன் காதுல விழுந்துடும் யாரு... நீ யாருப்பாவாம்?

சேது : மைதிலி, பையனுக்கு மூளைக் கோளாறு போலருக்கு - டாக்டர பாக்க வந்திருக்கான்.

இந்த சின்ன வயசுல பைத்தியமா போயிட்டான்! பாவம்! பைத்தியமா போய்ட்டான்.

மாது : யோவ், என்னையா பைத்தியங்கற? என்னையா பைத்தியங்கற?

சேது : நீ தப்பா புரிஞ்சுண்டு இருக்கடா - வைத்தியன் நான் இல்ல. வைத்தியன் ராதாகிருஷ்ணன் வருவான் - உன் பேரென்ன?

மாது : மாது...

சேது : அடடே, எம்பேரு! எம்பேரும் சேது...

மாது : சேது இல்லயா! மாதுயா...

சேது : எங்க வந்த?

மாது : நீ இருப்பேன்னு தெரிஞ்சிருந்தா நான் வந்திருக்கவே மாட்டேன்... காதக் குடு. ஒரு பர்ஸை விட்டுட்டேன். பார்த்தியா? பர்ஸ்.

சேது : நர்ஸா?

மாது : அம்மா!

சேது : நான் டாக்டரே இன்னும் பாக்கல. நர்ஸெல்லாம் எங்கடா பாத்தேன்?

மாது : நர்ஸ் இல்ல கண்ணா! பர்ஸ்! போட்டுப்பாங்களே! பர்ஸ்.

சேது : நர்ஸோட பர்ஸா! நான் டாக்டரையே இன்னும் பாக்கலைங்கறேன்! நீ நர்ஸ், பர்ஸ், பாக்கெட்டுங்கறயே, சுத்த கிராக்கா இருப்ப போலருக்க நீ..

மாது : I Think கடவுள் கண்ணாடி போட்டுக்கறதுக்காக மட்டும் உனக்கு ரெண்டு காத கொடுத் திருக்கான்னு நினைக்கறேன்! மத்தபடி ரெண்டும் வேஸ்ட்யா! கழட்டி எறியா! அந்த பர்ஸ்ல சீனுவுக்குப் பாத்த பொண்ணு போட் டோ இருக்கு. எங்க வச்சிருக்கேனு தெரியலயே!

மைதிலி : அப்பா! இவர் என்னப்பா சொல்றாரு?

சேது : இவன் சுத்த கிராக்குமா; இவன் சொல்றது

ஒண்ணுமே புரியல! ஆனா ஒண்ணு! நானும் நீயும் செவிடுங்கற விஷயம் பையனோட மூளைக்கு எட்டல.

மாது : பெரிய தங்கமலை ரகசியம் - எங்க மூளைக்கு எட்டல. இவருக்கு மாத்திரம் ரொம்ப எட்டிருச்சு.

சேது : இப்ப நான் ஒரு கேள்வி கேப்பேன். என்ன மாதிரி சேஷ்டையெல்லாம் பண்ணப் போறான் பாரு... டேய்! இங்க எதுக்கு வந்த?

மாது : கத்தாத - உனக்குத்தான் காது கேட்காது. எனக்குக் கேட்கும். நான் actionல சொல்றேன். புரியுதானு பாரு, என்ன? என்னையே பார் - ஒரு போட் டோவ விட்டுட்டேன். பாத்தியா?

சேது : ஏய், என்னமோ சேஷ்டையெல்லாம் பண்றான் பாரு...

மாது : ஒரு போட்டோவ விட்டுட்டேன்... போட்டோ... நான் என்ன பத்மா சுப்ரமணியமா? டான்ஸ் ஆடியா காட்ட முடியும்? புரிஞ்சுக்கப்பா - போட்டோவ விட்டுட்டேன்.

சேது : ஆ! புரிஞ்சுடுத்து! ஆட்டோ விட்டுண்டு இருக்கியா? இவன் ஆட்டோ டிரைவராண்டி. வெயில்ல அலைஞ்சு அலைஞ்சு பைத்யமா போயிட்டான். டாக்டரைப் பாக்க வந்திருக்கான், பாவம்...

மாது : போயா. (டாக்டர் வருகிறார்)

சேது : ஏய்! ராதா! வாடா!

டாக்டர் : அடடே சேதுவா? வாடா! எப்படா வந்த? ஆமா! இவதான் உம் பொண்ணு மைதிலியா?

சேது : டேய்! நீ கேக்கறதுக்கு முன்னாடி நான் ஒண்ணு சொல்லிர்றேண்டா! அவதான் எம்பொண்ணு மைதிலி.

டாக்டர் : நான் கேக்கறதுக்கு முன்னாடியா? நீ சொல்றதுக்கு முன்னாடி நான் ஏற்கனவே கேட்டாச்சு.

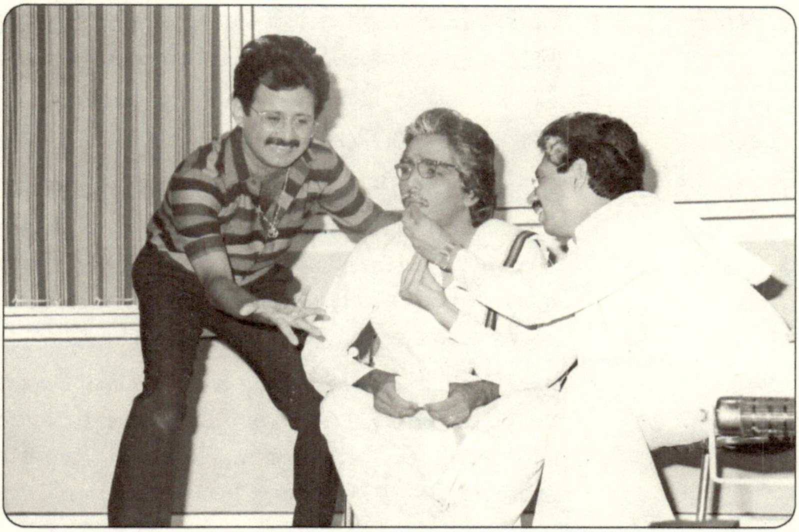

சேது : ஆமா! நேத்து நான் ஒரு டெலிபோன் பண்ணினேனே.. ஏன் இங்க யாருமே எடுக்கல?

டாக்டர் : டெலிபோன்... நீ! என்ன தெனாவட்டு இருந்தா இந்த காத வச்சுண்டு டெலிபோன் பண்ணுவடா நீ?

சேது : ஐயோ! டெலிபோன் ரிப்பேரா?

டாக்டர் : ஆமா! ரிப்பேர்! அப்படியே அடிச்சாலும் என் கம்பவுண்டரால எடுக்க முடியாது. ஏன்னா அவன் நொண்டி. அப்படியே எடுத்தாலும் என்னால பேச முடியாது. ஏன்னா நான் ஊமை, ஆனா உனக்கு மட்டும் பாம்பு செவி... சே!

சேது : எதுக்காகடா அனாவசியமா டெலிபோன் Department டை பாம்பு, பல்லினு திட்ற? அதெல்லாம் விடு. எம் பொண்ணோட Medical Reports எல்லாம் கொடுத்தேனே, Check up பண்ணியா? தேறுமா?

டாக்டர் : சாரிடா! செவிடு உன் பரம்பரை சொத்து! நீயே சொல்லி இருக்கியே! ஜப்பான்காரன் மெட்ராஸ்ல பாம் போடும்போது உங்கப்பன் பீச் ரோடுல ஹாயா வாக்கிங் போனார்னு.

சேது : ஜப்பானா?

டாக்டர் : ஜப்பான்காரன் பாம் போட்டானே! அதைச் சொன்னேன்.

சேது : ஜப்பானோ! ஜெர்மனியோ! எவ்ளோ பணம் செலவானாலும் பரவால்ல, மருந்து வாங்கிட்டு வந்து என் டாட்டரோட காத குணப்படுத்து. நீ செய்வேன்னு எனக்குத் தெரியும்.

டாக்டர் : I think ஜப்பான்காரன் மெட்ராஸ்ல பாம் போடறதுக்கு பதிலா உன் காதுல போட்டான்னு நினைக்கறேன். சரி, சரி, விஷயத்துக்கு வரு வோம். உம் பொண்ணோட காது விஷயமா பெரிய பெரிய டாக்டர்ஸ்லாம் Consult பண்ணி னேன்டா. எல்லாருமே No use னு சொல்லிட்டா.

கடவுளே உம் பொண்ணு விஷயத்துல காத மூடிண்டுட்டார். After all வைத்தியன், என்னால என்னடா பண்ண முடியும்?

சேது : சரியாப் போயிடுங்கறயா?

டாக்டர் : என்னடா இது?

சேது : அது ஒண்ணுமில்லடா. இவ கல்யாணத்துக்காக மாப்ள பாத்திருக்கேன். லெட்டர் போட் டேன்; போட்டோவும் அனுப்பியிருக்கேன். பையனுக்குப் பொண்ண ரொம்ப புடிச்சுப் போச் சாம். வர்ற வாரத்துல வியாழக்கிழமை பொண்ணு பாக்க வரதா சொல்லியிருக்காங்களே!

டாக்டர் : Very goodடா... ஆமா! பையனோட அப்பா என்னவா இருக்கார்?

சேது : ஆங்!

டாக்டர் : மாப்ளைப் பையன் இல்ல, மாப்ளைப் பையன்... அவரோட அப்பா என்னவா இருக்கார்?

சேது : பையனோட அப்பாவா? டெல்லில CBI ஆபீச ராம். Black cat ஆம்.

டாக்டர் : கவலைப்படாதடா! எல்லாம் ஜாம் ஜாம்னு நடக்கும்.

சேது : அதில்லடா! நாங்க ரெண்டு பேரும் செவிடுனு தெரிஞ்சா இந்தக் கல்யாணத்துக்குச் சம்மதிப்பாங்களாடா?

டாக்டர் : ஏண்டா இப்படி பயப்படற? அப்பன் ஒத்துக் கலைன்னாலும் பையன் கண்டிப்பா ஒத்துப் பாண்டா... இந்தக் காலத்து பசங்கள் எல்லாம் முன்ன மாதிரி இல்ல. ரொம்ப forward thinking உள்ள பசங்க. அப்பன் ஐந்தடி பாஞ்சா பையன் 50 அடி பாய்வான்.

சேது : ஆங்!

டாக்டர் : ஐயய்யோ! என்னால சொன்னதையே திருப்பித் திருப்பிச் சொல்ல முடியாது. நான் சொல்றத

ஒழுங்கா கேளு. நேத்திக்கு என்னோட கிளினிக்குக்கு மாது மாதுன்னு ஒரு பையன் வந்தான்.

சேது : மாது?

டாக்டர் : புரிஞ்சுதா! மாது தன்னோட செலவுலயே ஒரு ஏழைப் பெண்ணுக்குக் கல்யாணம் பண்ணி வச்சான்னா பாத்துக்கயேன்.

சேது : மாது?

டாக்டர் : ஏன் நீ பாத்த பையன் மாது மாதிரி இருக்கக் கூடாது?

சேது : மாது?

டாக்டர் : ஆமா... பையன் பேரென்ன?

சேது : மாது?

டாக்டர் : அடி வாங்கப்போறடா நீ! உன் பொண்ணுக்குப் பாத்திருக்கறயே! அந்தப் பையனோட பேரு?

சேது : மாப்ளைப் பையனா? சீனு...

டாக்டர் : சீனு! எங்கியோ கேள்விப்பட்டா மாதிரி இருக்கே! போட்டோ வச்சிருக்கியா? ரொம்ப சர்வசாதாரணமா கேட்டேன் - போட்டோ வச்சிருக்கியா?

சேது : நீயுமா? ஏண்டா இப்பதான் ஒருத்தன் வந்து காமிச்சுட்டு போனான். என்னடா இதெல்லாம்?

டாக்டர் : இதப் பாருடா கேமிரா கிளிக் கிளிக் பண்ணு வாங்களே, Smile please சொல்லுவா, நீ கூட ஈனு சிரிப்பியே..

சேது : டேய்! ஏண்டா இப்படி சேஷ்டையெல்லாம் பண்ற? நல்லாவா இருக்கு? அதுவா இப்ப முக்கியம்? பையனோட போட்டோ கொண்டு வந்திருக்கேன் பாக்கறியா? இந்தா -

டாக்டர் : டேய்! கைய குடுறா! கைய குடுறா! டேய்...

சேது : ஏண்டா? இருந்தது ஒரு போட்டோ! கொடுத்துட்டேன். நாலு, அஞ்சா குடுக்க முடியும்? குடுறா, குடுறாங்கற.

டாக்டர் : நான் அப்ப சொன்னேனே மாது! அவனோட க்ளோஸ் ஃப்ரண்டுதான் இந்த சீனு! மாதுகிட்ட உன்னோட குறைய சொல்லி ஒன்னு அழு. அவன் ஜாம் ஜாம்னு இந்த கல்யாணத்த நடத்தி வைப்பான்டா... இப்போ சின்ன மீனைப் போட்டு, பெரிய மீனைப் புடிக்கறதில்லையா?

சேது : ஆங்!

டாக்டர் : என்னால இப்ப மீன் மாதிரிலாம் நீந்திக் காட்ட முடியாது. சொல்றத ஒழுங்கா கேளு. அதே மாதிரி மாதுவ வச்சு சீனுவ வளைச்சிடுவோம்.

மாது : என்ன டாக்டர்! மாதுவை வச்சு சீனுவ வளைச்சிருவோங்கறீங்க! ஐயய்யோ! இவங்க இரண்டு பேரும் இன்னும் இங்கதான் இருக்காங்களா?

டாக்டர் : மாது! இவங்ககூட ஏற்கனவே பேசியாச்சாப்பா?

மாது : எங்க பேசினோம்! இரண்டு பேரும் தனித்தனியா தனக்குத்தானே தாறுமாறா பேசிக்கிட்டோம்.

டாக்டர் : மாது! இவங்களுக்குக் காது கேட்காதுப்பா.

மாது : காது கேட்காதா! காதே கிடையாது சார் I think பால் வண்டி மாதிரி 2 extra fittingனு நினைக்க றேன்.

சேது : அடடே! ஆட்டோ டிரைவர்...

மாது : பார்த்தீங்களா?

சேது : உன்னைத்தான்டா பாக்க வந்திருக்கான்; பாவம்.

டாக்டர் : கொஞ்ச நேரம் வாய மூடிண்டு சும்மா இரேன். கும்பிடப் போன தெய்வம் குறுக்க வந்த மாதிரி அவனே வந்திருக்கான். ஆட்டோ டிரைவர்னு... நான் சொல்ற மட்டும் நீ வாயே திறக்கப்படாது. மாது, he is Mr. K .சேதுராமன். நாங்க சுருக்கமாக கூப்டறது K. சேது.

மாது : K.சேது இல்ல, K.காது...

டாக்டர் : இவங்க அவர் பொண்ணு - பேர் மைதிலி. M.A.

படிச்சிருக்கா. கல்யாண வயசுல இருக்கா. காது கேட்கல, குணப்படுத்தவும் முடியல. மாது! நீ எவ்ளோ பேருக்கோ help பண்ணியிருக்க. ஒரு ஏழைப் பொண்ணுக்கு உன்னோட செலவுலயே கல்யாணம் பண்ணி வச்சியே! அந்தப் பொண்ணுக்காக நீ வருத்தமும் பட்ட! மாது! நீ மனசு வச்சா definiteஆ இவங்களுக்கு ஒரு கல்யாணம் நடக்கும்பா. ஒரு நிமிஷம் இரு. டேய் சேது!நான் அப்ப சொன்னேனே மாது! இளகின மனது! அவன்தான்.

சேது : அவர்தான் மாதுவா?

டாக்டர் : உன் குறையைச் சொல்லு, போ!

சேது : ஸாரி ஸார்! உங்கள தெரியாத்தனமா ஆட்டோ டிரைவர்னு சொல்லிட்டேன்.

மாது : பரவால்ல சார்...

சேது : ஆனா ஒரு விதத்துல நீங்க ஆட்டோ டிரைவர்தான் சார்!

மாது : எப்படி?

சேது : கல்யாண சவாரிக்காக என் டாட்டர் waitingல நிக்கறா! இந்த சவாரிய சத்தரம் வரைக்கும் கொண்டு சேர்க்க வேண்டியது உங்க பொறுப்பு சார்! மாப்ள வீட்டுக்காரங்க வரதட்சணையா எவ்ளோ பணம் கேட்டாலும் மீட்டருக்கு மேல போட்டுத் தரேன்! ப்ளீஸ் சார்.

மாது : என்ன சார் இது! நீங்க எவ்ளோ பெரிய மனுஷர்! நீங்க போய் என் கால்ல விழுந்துட்டு...

மைதிலி : அப்பா! கல்யாணம் ஆகி ஒவ்வொரு பெண்ணும் இன்னொரு வீட்டுக்கு மருமகளா போகணும்ன்னு மசோதாவா போட்டுருக்கு? நான் ஆயுள் பூரா உன் பொண்ணா, உன் வீட்டி லேயே இருந்துட்டு போறேனே! எனக்கு கல்யாணம் ஆகலைங்கறதுக்காக நீ ஒண்ணும் கண்டவன் கால்லல்லாம் விழ வேண்டாம். I am sorry, உங்களை கண்டவன்னு சொன்னதுக்காக, என்னை மன்னிக்கணும். காது கேட்காதது ஒரு விதத்துல சௌகரியம்தான்... நாங்க உங்கள வேணா திட்டலாம். ஆனா பதிலுக்கு நீங்க எங்கள ஒண்ணுமே சொல்ல முடியாது. ஏன்னா, நீங்க என்ன சொன்னாலும் எங்க காதுல விழாது சார்!

டாக்டர் : சேது! நீ போய்ட்டு வா! நான் பாத்துக்கறேன் எல்லாத்தையும்.

சேது : ஆங்!

டாக்டர் : பயப்படாம போடா! நான் பார்த்துக்கறேண்டா எல்லாத்தையும்.

சேது : போகச் சொல்றியா?

டாக்டர் : போய்ட்டு வா! என்னப்பா மாது! அங்கயே பாக்கற?

மாது : விடுங்க டாக்டர்! அன்னிக்கு வந்திருந்த போது ஒரு போட்டோ விட்டேன்! பாத்தீங்களா?

டாக்டர் : என்ன போட்டோ?

மாது : என் ப்ரண்டு சீனுவுக்கு பாத்த பொண்ணோட போட்டோ. அத ஒரு கவர்ல போட்டு என் பர்ஸ்ல வச்சிருந்தேன்! பாத்தீங்களா?

டாக்டர் : மாது! கொஞ்ச நேரம் முன்னாடி கேட்டிருந்தா போட்டோ என்ன, அந்த பொண்ணையே ஒரு கவர்ல போட்டுக் கொடுத்திருப்பேன்.

மாது : என்ன சொல்றீங்க!

டாக்டர் : சீனுவுக்குப் பாத்த பொண்ணு வேற யாரும் இல்ல! இதோ இப்ப போறாளே! அவளேதான்.

மாது : you mean மைதிலி?

டாக்டர் : yes yes, the same மைதிலி...

மாது : டாக்டர்! இந்த காது கேட்காத பொண்ணையா சீனுவுக்குப் பாத்திருக்காங்க? இவளுக்குக் காது கேட்காதுன்னு சீனுவோட அப்பாவுக்கு...

டாக்டர் : சீனுவோட அப்பாவுக்கு என்ன? சீனுவுக்கே தெரியாது. மாது! நீதான் எப்படியாவது...

மாது : கவலையேபடாதீங்க டாக்டர்! I will take it as a challenge... மைதிலிக்கும் சீனுவுக்கும் கல்யாணத்த முடிக்க வேண்டியது என்னோட பொறுப்பு.

டாக்டர் : எப்படிப்பா சொல்ற?

மாது : டாக்டர்! ஆயிரம் பொய்யைச் சொல்லி ஒரு கல்யாணத்த பண்ணும்பாங்க! அதனாலதான் இப்ப விலைவாசி எல்லாம் ஏறிப்போச்சு. லட்சம் பொய்ய சொல்ல ஒரு கல்யாணத்த பண்ணலாம்.

டாக்டர் : சீனு ஒரு செவிட்டுப் பொண்ண கட்டிக்க சம்மதிக்கணுமே?

மாது : செவிடாயிருந்தா என்ன டாக்டர்! அந்த பொண்ணு MA படிச்சிருக்கா! இந்த சீனு BAவை அஞ்சு தடவை எழுதி ஏழு தடவ பெயிலாயிருக்கான். நான் Managerஆ இருக்கற Bankல typistஆ இருக்கான்... இதவிட பெட்டர் பொண்ணு அவனுக்குக் கிடைக்காது.

டாக்டர் : அதெல்லாம் சரிப்பா! வர்ற வியாழக்கிழமை சீனுவோட அப்பா பொண்ணு பார்க்க வரதா லெட்டர் போட்டிருக்கார். அவர் வேற CBI ஆபீசர். அவர் வேற எதாவது குடைஞ்சு எடுத்துட்டார்னா?

மாது : ஏன் கவலைப்படறீங்க! மைதிலிக்குக் காது கேட்காதுங்கற விஷயத்த அவங்கள்ட்டேருந்து மறைச்சு நிச்சயதார்த்தத்திலிருந்து கல்யாணம் வரைக்கும் இந்தக் கல்யாணத்த காதும் காதும் வைச்சா மாதிரி நடத்த வேண்டியது என்னோட பொறுப்பு. That is Madhu.

(திரை)

காட்சி - 4

மைதிலியின் வீடு

சேது : மாப்ள வீட்டுக்காரங்க வர்ற டைமாச்சு... சீக்கிரம் டிரஸ் பண்ணிண்டு வாம்மா! வாடா ராதா!

டாக்டர் : பிள்ளை வீட்டுக்காரங்கள்லாம் வரது இருக் கட்டும்... மாது எங்க?

சேது : இதோ!

டாக்டர் : என்னத்தைடா காட்டற நீ?

சேது : காது எங்கேனு கேட்டியேடா?

டாக்டர் : மாது எங்கேனு கேட்டேன். காது எங்கேனு கேட்கல. கேட்காத இந்த காது எங்க இருந்தா என்ன? பேசாம கழட்டி தூக்கி எறி... மாது எங்க?

சேது : ஏண்டா வந்ததுலேருந்து வளவளனு பேசிண்டு இருக்க? நான் கேட்கற கேள்விக்கு பதில் சொல்லு...

டாக்டர் : என்ன?

சேது : மாது எங்க?

டாக்டர் : உன் கூட பேசி தாளளைடா எனக்கு! வாய் வலிக்கறதுடா...

சேது : நாய் குலைக்கறதா? அப்படித்தான்டா குலைக்கும். இந்த ஏரியால திருட்டு பயம் அதிகம். ஜிம்மி வாங்கி கட்டிப் போட்டிருக் கேன். யாராவது திருடன் வந்தானா லொள் லொள். I will get up.

டாக்டர் : ஏண்டா டேய்! நான் பேசறதே உன் காதுல விழல. நாய் குரைச்சு நீ ஏந்துக்கப் போறியா? எல்லாம் உருப்டாப்லதான், போ.

மாது : ஹலோ டாக்டர்...

டாக்டர் : ஆங்! வாப்பா... சீனு வரல்லியா?

மாது : அவங்கப்பா டெல்லிலேருந்து வந்திருக்காராம். அவர ரிசீவ் பண்றதுக்காக ஏர்போர்ட் போயி ருக்கான்.

டாக்டர் : ஆமா, நீ ஏன் லேட்?

மாது : ஏன் கேட்கறீங்க? எல்லா ஹாஸ்பிடலும் ஸ்டிரைக்... ஒரு ஆம்புலன்சும் கிடைக்கல. வேண்டா வெறுப்பா ஆட்டோல வரேன்.

டாக்டர் : எப்படியோ வந்தியே!

சேது : அடே மாதுவா! இந்த டாக்டர் பய சொல்றான். சீனு உம்பேச்ச தட்ட மாட்டானாமே! நாங்க ரெண்டு பேரும் செவிடுங்கறதை அவங்ககிட்ட சொல்லிட்டியா?

மாது : உங்க ரெண்டு பேருக்கும் காது கேட்காதுங்கறதை அவங்ககிட்ட மறைக்கப் போறேன். சார்! ஆயிரம் பொய்யைச் சொல்லி ஒரு கல்யாணத்த பண்ணுன்னு சொல்லுவாங்கல்லியா! பொய்! பொய்!

சேது : மொய்யா?

மாது : ஐயய்யோ!

சேது : அதெல்லாம் எங்க வழக்கத்துல கிடையாது. கல்யாணத்துல ரிசப்ஷன் போது எதாவது பிரஸன்டேஷன்தான் பண்ணுவோம். நீ என்ன பண்ணுவியோ, ஏது பண்ணுவியோ எனக்குத் தெரியாது, என் பொண்ணோட கல்யாண கொட்டு மேள சத்தம் இந்த காதுல விழணும்.

மாது, டாக்டர் : கோவிந்தா!

மாது : இந்த காத வச்சுண்டு கெட்டிமேள சத்தம் கேக்கணும்னு வேற உனக்கு ஆசை! ஒண்ணு பண்ணுங்க, நாதஸ்வர பார்ட்டிய மேடைக்கு பதிலா காதுல உக்காந்துண்டு வாசிக்கச் சொல் லுங்க. என்ன டாக்டர் இது?

டாக்டர் : பிள்ள வீட்டுக்காரங்கல்லாம் வர்ற டயமாச்சுடா, இவன வச்சுண்டு எப்படி சமாளிக்கப் போற?

மாது : சீனுவ கூட சமாளிச்சுடலாம். சீனுவோட அப்பா சிபிஐ ஆபீசர். குடைஞ்சு குடைஞ்சு கேள்வி கேப்பாரு. இவர்தான் பெரிய problemஆ இருக்காரு. யோவ்... நீ...

சேது : போட்டுக்கறேன்...

மாது : அதில்ல, நீ...

மாது, டாக்டர் : நீ, நீ...

சேது : நான்...

மாது : நீ அவங்க வரும்போது, வரும்போது இல்ல, வரும்போது, எதுவுமே பேசாம ஊமை மாதிரி இருக்கணும். ஊமை...

மாது, டாக்டர் : ஊ, அ, ஆ, இ, ஈ, ஊ...

சேது : ஆமை! ஆமை மாதிரி அடங்கி இருக்கணுமா?

மாது : தப்பா புரிஞ்சுண்டாலும் தேவையானதை புரிஞ் சுண்டு இருக்கார். ஆமை மாதிரி அடங்கித்தான் இருக்கணும். இந்தாங்க இதப் படிங்க...

சேது : இது என்ன பேப்பர்?

மாது : நீங்க என்ன பண்ணணும்ன்னு இதில எழுதி யிருக்கேன், படிங்க.

சேது : என்னது, நாங்க ரெண்டு பேரும் செவிடுங்கறதை மறைக்கப் போறியா? இப்ப மறைச்சிடலாம், கல்யாணத்துக்கப்புறம்?

மாது : அப்பவும் மறைச்சிட வேண்டியதுதான்.

சேது : வேண்டாம்பா! செவிடுன்னு சொல்லியே இந்த கல்யாணத்துக்கு சம்மதிக்க வைப்பா.

மாது : செவிட்டுப் பொண்ண கல்யாணம் பண்ணிக்க முடியாதுன்னு சொல்லிட்டா என்ன பண்ணுவ?

சேது : நீதான் சொன்னியேப்பா! சீனு உம்பேச்ச தட்டமாட்டான்னு...

மாது : இப்பவும் சொல்றேன்! சீனு எனக்கு ரொம்பவும் க்ளோஸ்தான்! பட், கல்யாணன்றச்சே

பொண்ணுக்குக் காது கேட்காதுன்னு தெரிஞ்சா எழுந்து போய்டுவான்.

சேது : இங்க பாருப்பா! அவ ஏற்கனவே கல்யாணம் வேணாம்னு சொல்லிண்டு இருக்கா! இப்ப நிச்சயம் ஆகப்போற கல்யாணம் நின்னு போச்சுன்னா தற்கொலை பண்ணிப்பாப்பா!

டாக்டர் : பயப்படாதடா! நான் இருக்கேன்... இதெல்லாம் சரிப்பட்டு வராது, அடுத்த பேப்பர குடு.

மாது : இந்தா அடுத்த பேப்பர்...

டாக்டர் : பேசாம படி.

மாது : பிட்டு பிட்டா வந்துட்டே இருக்கும்.

சேது : நான் இருக்க பயமேன்?

மாது : ஆங்!

சேது : நீ எதுவரைக்கும் இருப்ப?

மாது : காது கேட்கலையே தவிர கேள்விலாம் எப்டி வருது பார்த்தீங்களா? உங்க பொண்ணு கழுத்துல தாலி ஏர்ற வரைக்கும் நான் இங்கியேதான் இருப்பேன். முக்கியமான விஷயம் பையனோட அப்பா உங்கள்ட்ட ஏதாவது பேச்சு குடுத்தா, நீங்க எதுவுமே பேசாம டிமிக்கி குடுத்துடுங்க- டிமிக்கி, டிமிக்கி.

சேது : எனக்கு சம்பிரதாயங்களெல்லாம் தெரியாதா? கல்யாணத்தும்போது ரெண்டு ஜிமிக்கி வாங்கி மாட்டுவேன். இந்த காதுல ஒண்ணு, அந்த காதுல ஒண்ணு.

மாது, டாக்டர் : கேட்காத காதுக்கு உனக்கு ஜிமிக்கி வேறயா? அடுத்த பேப்பர படி.

சேது : என்னை அனாவசியமா பேசி கமிட் பண்ணிக்க வேணாங்கற... இத சாதாரணமா வாயில சொல்ல வேண்டியதுதான, பேப்பர்லாம் எதுக்கு?

மாது : இந்தா, இது உம்பொண்ணுக்கு! சாதாரணமா பொண்பாக்க வர்ற பயத்துல பொண்ணு

வெட்கப்படுவா. பையன் அசடு வழிவான். ஸோ, பேச்சு வார்த்தைக்கு அதிகம் வாய்ப்பிருக்காது. இந்த கேஸில உம்பொண்ண கொஞ்சம் ஓவராவே வெட்கப்படச் சொல்லு.

சேது : ஆங்!

மாது : யோவ்! போயா! ஆ ஆனு...

டாக்டர் : அத விடு! இங்க என்ன பண்ணார்னு கவனி.

மாது : ஐயய்யோ சொஜ்ஜி, பஜ்ஜி பண்ணிருக்காரானு தெரியலியே! சேது சொஜ்ஜி, பஜ்ஜி பண்ணியிருக்கியா? டிபன், டிபன்... எப்படி புரியவைக்கறது? டாக்டர்! அந்த காதுல சொஜ்ஜி விடுங்க, இந்த காதுல பஜ்ஜிய விடறேன்.

மாது, டாக்டர் : சொஜ்ஜிடா, பஜ்ஜி, சொஜ்ஜி, பஜ்ஜி...

டாக்டர் : டேய், சொஜ்ஜி பஜ்ஜி பொண்ணு பாக்க வரச்சே குடுப்பாங்கடா...

மாது, டாக்டர் : சொஜ்ஜி, பஜ்ஜி சட்னில தோச்சு போட்டுப் பாங்களே! சொஜ்ஜி, பஜ்ஜி, சட்னி, ஆ... சொஜ்ஜி சார்! சொ..ஜ்..ஜி... சொஜ்ஜி... பஜ்.ஜி... பஜ்ஜி...

மாது : ஐயோ! டிவில நல்லன் தமிழ் சொல்லித்தர மாதிரி சொல்லித் தர வேண்டியிருக்கே!

டாக்டர் : சொஜ்ஜிடா, பஜ்ஜிடா...

சேது : சாப்பிடறதுக்கு டிபனா? இதுக்கேன்டா இப்படி சேஷ்டை பண்றீங்க?

டாக்டர் : பண்ணிருக்கியா?

சேது : பண்ணல... சாதாரணமா இந்த பொண்ணு பாக்க வந்தா இந்த சொஜ்ஜி, பஜ்ஜி பண்ணுவாங்க, பண்ணச் சொல்லியிருக்கேன். நீங்க வேற ஏதோ டிபன் சொல்றீங்களே! கிக்கி புக்கீனு.

மாது : எழுந்திரிய்யா! (சீனுவும் அவன் அப்பாவும் வருகி றார்கள்) ஹலோ சார்! வாங்க சார்! வாங்க மிஸ்டர்

கோபிநாத்! வாடா சீனு! கரெக்டா அப்பாவ அழைச்சுண்டு வந்துட்டியே! Very good.

கோபி : என்னப்பா மாது! சௌக்கியமா?

மாது : சௌக்கியம் சார்!

கோபி : ஸாரிப்பா! உன் கல்யாணத்துக்கு என்னால வர முடியல. Infact சீனுவோட கல்யாணத்துக்கே முகூர்த்தத்துக்கு அரைமணி முன்னாடிதான் வருவேன். முகூர்த்தம் முடிஞ்ச 15 ஆவது நிமிஷம் flightஅ புடிச்சு டெல்லி போயிடு வேன். என் தொழில் அப்படி.

டாக்டர் : முகூர்த்தம் அரை மணி, அப்புறம் ஒரு 15 நிமிஷம்...

டாக்டர், மாது : 45 Minutes.

டாக்டர் : ஒரு மாதிரி சமாளிச்சுடலாம்.

மாது : ஒரு மாதிரி செட்டப் பண்ணிடலாம்.

கோபி : என்னது? சமாளிச்சுடலாம்?

மாது : பை த பை, he is Dr. ராதாகிருஷ்ணன்.

கோபி : இவர்தான் - Dr. ராதாகிருஷ்ணனா? I am கோபிநாத், டெல்லில Security office ஆ இருக் கேன். இந்த Black cat ம்பாங்களே! நானேதான்.

டாக்டர் : இவரா Black cat! பாக்கறதுக்கு pussy cat மாதிரி இருக்கார்.

மாது : நீங்க உட்காருங்க! நீங்க உட்காருங்க, பரவால்ல. இவர்தான் சேதுராமன் familyக்கு family doctor.

கோபி : இவர்தான் Family doctorஆ!

மாது : ஆமாம்!

கோபி : என்ன டாக்டர்! அப்பா, பொண்ணுக்கு குறை கிறை ஏதாவது...

டாக்டர் : குறைன்னா you mean காது கேட்காது அந்த மாதிரி...

மாது : டாக்டர்... அதெல்லாம் ஒண்ணுமில்ல சார்...

ரொம்ப ஆரோக்கியமான Family. நம்ம சேது ராமன் இருக்காரே! MA philosophy. Very sharp brain. நாம ஒரு கேள்வி கேட்டா, நம்மை அசர வைக்கற மாதிரி அவர் ஒரு பதில் சொல்லுவாரு பாருங்க! அப்ப ஒண்ணும் புரியாது! வூட்டுக்கு போயி யோசிச்சாதான் புரியும்.

சீனு : மாது! மாது! பொண்ணப் பாத்தியா? என் ஆளு எப்படி?

டாக்டர் : என்ன மிஸ்டர் மியாவ்?

கோபி : மியாவா?

டாக்டர் : நீங்கதான் Black cat ஆச்சே, அதான் அப்டி கூப்டேன். என்ன சார் இது? உங்க எதிர்லயே உங்க பையன் பொண்ண பத்தி விசாரிக்கறான் - கொஞ்சம் கூட கூச்சம் இல்லாம.

கோபி : ஸார்! இந்தக் காலத்து பசங்க அப்படித்தான். நம்பதான் கொஞ்சநேரம் இப்படி காதுல விழாத மாதிரி இருந்துடணும்.

டாக்டர் : ஆமா! ஆமா! இன்னும் கொஞ்ச நேரத்துக்கு இங்க நடக்கறது எதுவுமே காதுல விழாத மாதிரி இருந்தா பெட்டர்.

கோபி : காது காதுங்கறாரே!

மாது : ஏய்! பொண்ண பாத்தண்டா. ரொம்ப அழகா இருந்தா - உனக்கேத்த ஜோடி.

சீனு : அவ குணம் எப்படிடா?

மாது : குணமா? பரம சாது, பரம சாது.

கோபி : எனக்கு போட்டோல பாத்தவுடனே பொண்ண புடிச்சிடுத்து. மூக்கும் முழியுமா லட்சணமா இருக்காளே!

டாக்டர் : மூக்கும் முழியுமா என்ன? மூக்கும், முழியும், ரெண்டு காதுமா இருக்கா.

மாது : கேட்டாங்களா இப்ப இதெல்லாம் உங்கள? அவர் தெலுங்கு பேசுவார் - அதான் காது காதுங்கறாரு!

கோபி	:	மை குட்னஸ்.
மாது	:	yes.
கோபி	:	மணி 9½ ஆயிடுத்து. Please பொண்ணோட அப்பாவ கூப்டறீங்களா?
மாது	:	ஒரு நிமிஷம்... டாக்டர்! சேதுராமன கூப்டுங்க...
டாக்டர்	:	கூப்டட்டா?
மாது	:	ம்!
டாக்டர்	:	சேது! சீக்கிரம் வாடா! மியாவ் மாமாலாம் வந்திருக்கா. சேது!
மாது	:	ஹூம் ஹூம்... டாக்டர்... சேதுராமனுக்கு ரகசியமா?
டாக்டர்	:	ஐயோ! மறந்து போச்சுடா!
மாது, டாக்டர்	:	சேது! உட்கார்! சேது! உட்கார்! சேது!
சேது	:	ஏண்டா! நான் உட்காரக் கூடாதா?
மாது	:	உட்கார்! சேதுராமன்! பொண்ணோட அப்பா! கோபிநாத்! பையனோட அப்பா!
சேது	:	டேய்! போட்டோல பாக்கறதுக்கு வேற மாதிரி இருந்தானே பையன்!
கோபி	:	அது நான் இல்லே! இதோ இருக்கான் பாருங்க என்னோட பையன்! இவன்தான் மாப்ளப் பையன்.
மாது	:	அதான் பொண்ணோட அப்பா - உங்கள அடிக்கடி பேப்பர்ல போட்டோல்லாம் பார்த்திருக் காரில்லையா? அத சொல்றார். சும்மாவா! MA philosophy ஆச்சே?
சேது	:	ஆமாமா! மாது சொல்றது கரெக்ட்...
மாது	:	பாத்தீங்களா?
சேது	:	நீங்க பெரிய ஆபீசர்! நான் after all SSLC.
கோபி	:	என்ன சொல்றார் இவர்?
மாது	:	அது... படிச்ச படிப்ப சொல்லிக்கவே மாட்டார், அத்தனையும்-

மாது, டாக்டர் : philosophy, philosophy...

டாக்டர் : மாப்ளைப் பையன் -

சேது : இதுதான் மாப்ளைப் பையனா? பரவால்ல! போட்டோவ விட நேர்ல பாக்கறதுக்கு சுமாரா இருக்கான்? ஆமா! பையன் என்ன படிச்சிருக் கான்?

கோபி : மூதேவி! BA fail னு சொல்லித் தொலையேன்.

சீனு : என்னப்பா! பொண்ணு பாக்க வந்த இடத்துல ஏன் Fail ங்கற! பாஸ்னு சொல்லு.

மாது : டாக்டர் கவனிச்சீங்களா? இத்தனை நேரம் நாம திண்டாடற மாதிரி அவங்க கேள்வி கேட்டாங்க. இப்ப அவங்க திண்டாடற மாதிரி சார் ஒரு கேள்வி கேட்டுருக்காரு.

டாக்டர் : விடாத! புடி! அதேதான்.

கோபி : அது... பொண்ண பாத்துடலாமா?

சேது : பையன் என்ன படிச்சிருக்கான்னு சொன்னீரா? ஏன்னா எம் பொண்ணு MA படிச்சிருக்கா. ரொம்ப புத்திசாலி... மனசுக்குள்ளேயே படிச்சுப்பா. அவ உரக்கப் படிச்சு இந்த காதால நான் கேட்டதே இல்ல.

கோபி : ஸாரி! எனக்குப் பொய் சொல்லத் தெரியாது. எம் பையன் BA fail.

சேது : என்னது?

கோபி : BA fail-

சேது : என்னடா BA mail ங்கறாரு? Bombay mail மாதிரி? ஓஹோ correspondence course ல படிச்சத சொல்றாரு போலருக்கு.

மாது : இதுதான் சார் MA philosophy ங்கறது. தன்னோட வருங்கால மாப்பிள்ளை BA failஆ இருந்தாலும் எப்படி BA Mailனு சமாளிக்கறார் பாத்தீங்களா?

மாது, டாக்டர் : அத்தனையும் philosophy, philosophy.

கோபி : வந்தது வந்தாச்சு, பையன் வேணா பொண்ண பாத்துடட்டுமே!

மாது, டாக்டர் : ஆங்! ஆங்!

சேது : நீங்க அப்படியெல்லாம் சொல்லப்படாது... நான் ஏதாவது தப்பா பேசியிருந்தா மன்னிச்சுக்கோங் கோ. அறியாமைல பேசியிருப்பேன். வந்தது வந்துட்டீங்க - எதுக்கும் சாஸ்திரத்துக்கு வேணா சீனு பொண்ண பாத்துட்டுப் போகட்டுமே!

சீனு : என்னப்பா இது! நீ சொன்னதையே அவரும் திருப்பிச் சொல்றாரு - செவிடனாட்டம்.

சேது : BA mail ன்னீரே, Economicsஆ Literatureஆ?

சீனு : அட, என்னடா இது?

சேது : என்னடா இது! பையனோட படிப்ப பத்தி கேட்டா காதுலயே வாங்கிக்க மாட்டேங்குறான். சுத்த செவிடனாட்டம்!

கோபி : பாத்தியா! நீ அவர செவிடுன்ன! அவர் எவ்வளவு நாசூக்கா உன்ன செவிடுன்னாரு பார். BA fail ஆன முகரக்கட்டைக்கு MA படிச்ச பொண்ணு கிடைக்கறதே அதிர்ஷ்டம். வாய பொத்திண்டு சும்மா இரு.

சீனு : டாடி!

கோபி : பேசாம இரு! ஸாரி, எம் பையன் உங்கள செவிடுன்னதை தயவு செஞ்சு காதுல போட்டுக்காதீங்க.

மாது, டாக்டர் : அவர் எதையுமே காதுல போட்டுக்க மாட்டாரு! அத்தனையும் philosophy, philosophy.

சேது : டேய்! பேசவே இல்ல! எதுக்குடா அடிக்கறீங்க!

மாது, டாக்டர் : அவங்களுக்கு சொஜ்ஜி, பஜ்ஜி...

சேது : அதெல்லாம் அப்புறன்டா! முதல்ல அவங்கள டிபன் சாப்டக் கூப்பிடு. இந்த சொஜ்ஜி பஜ்ஜி லாம் பண்ணிருக்கு.

கோபி : ஸாரி, வரும்போது flightல veg puff சாப்டேன்.

சேது : என்னது?

கோபி : puff.

சேது : என்னம்மா, deaf ங்கறாரு?

டாக்டர் : சேது! (உள்ள போயி) உன்னோட பொண்ண அழைச்சுண்டு வா...

சேது : ஏண்டா! இப்படி சேஷ்டை பண்றீங்க! நல்லாவா இருக்கு? அதுவா இப்ப முக்கியம்! நான் முதல்ல பொண்ண கூப்டறேன். மைதிலி...

மாது : எழுந்து போய்யா உள்ள!

சீனு : ஏம்பா! பொண்ணு பாக்க வந்த இடத்துல BA failங்கற? காசா பணமா? பாஸ்னு சொல்ல வேண்டியதுதானே!

கோபி : சரிடா! இப்ப சொல்லிடலாண்டா! அப்புறம்... கல்யாணத்துக்கப்பறம் நீ BA fail ங்கறத அந்த பொண்ணு காதுல போட்டு வச்சாங்கன்னா ரொம்ப அசிங்கமாப் போயிடும்...

மாது : BA failனா என்ன? உங்க பையன் படிக்கவே இல்லைனு சொன்னா கூட அந்த பொண்ணு காதிலேயே போட்டுக்க மாட்டா... இல்ல டாக்டர்?

டாக்டர் : ஆமா! ஆமா! மைதிலி ரொம்ப நல்ல பொண்ணு... அவ உன்னோட குறைய கண்டுக்கவே மாட்டா. அதே மாதிரி நீயும் அவ ளோட குறைய கண்டுக்கவே கூடாது.

சீனு : என்ன குறை?

மாது : குறையெல்லாம் ஒண்ணும் கிடையாது - இல்ல டாக்டர்?

டாக்டர் : பாத்தா தெரியாது! பேசினா ஒரு வேளை கண்டுபிடிச்சுடலாம்.

மாது : என்ன சார் இது? வெக்கம் வந்தா உங்க பையன் அனில் கும்ளேவா ஆயிடறான்?

கோபி : அது ஒண்ணும் இல்ல! என் பையனுக்கும்

கிரிக்கெட்ல கொஞ்சம் interest ஜாஸ்தி... அத அப்படி react பண்றான்.

மாது : இதான் பொண்ணு.

கோபி : Very good! Very good! லட்சணமா இருக்கா சீனு! சாஸ்திரத்துக்கு ஏதாவது நாலு கேள்வி கேட்டுக்கறதுன்னா கேளேண்டா.

சீனு : போப்பா! எனக்கு வெக்கமா இருக்கு.

மாது : ஏன்டா? போயேண்டா! போய் தைரியமா பொண்ண கேள்வி கேளேன். நீ என்ன படிச்சிருக்கன்னு அவள கேளு!

சீனு : உடனே அவ திருப்பி என்னைப் பாத்து என்ன படிச்சிருக்கேன்னு கேட்டா?

மாது : கண்டிப்பா கேப்பா! நீ BA fail, அவ MA pass... கேள்விலாம் தேவையா?

சீனு : கேள்விலாம் வேணாம்பா, சட்டுபுட்டுனு பேசி கல்யாணத்த முடி.

கோபி : சரி! ஏம்மா! உனக்கு பையன புடிச்சிருக்கா?

மாது, டாக்டர் : ஆமா சொல்லு...

சீனு : மாது! straightஆ பொண்ணுகிட்டேயே கேட்டு confirm பண்ணிக்கறேன்டா.

மாது : எதுக்குடா?

சீனு : இது தெரியாம கல்யாணம் நடந்தா தப்பு, தள்ளு.

மாது : ஐயய்யோ...

சீனு : மைதிலி! எங்கப்பா பாரின் போயிருந்தபோது டிரான்சிஸ்டர் ஒண்ணு வாங்கினார்.

சேது : அடடே! இவாளுக்கு Foreign ல ஒரு சிஸ்டர் இருக்காளா? சொல்லவே இல்ல எங்கிட்ட?

சீனு : philosophy, philosophy... மைதிலி! எங்கப்பா, அதான் உன் வருங்கால மாமனார், உனக்காக ஆசையா டிரான்ஸிஸ்டர் வாங்கிண்டு வந்திருக்கார். இந்தா! அப்புறம் மைதிலி! என்னைப்

புடிச்சிருக்கா?

மைதிலி : என்ன படிச்சிருக்கேன்னு கேட்கறீங்களா? MA Economics, நீங்க?

சீனு : என்னப்பா இது? அப்பாவும் பொண்ணும் சுத்தி சுத்தி படிப்பு விஷயத்துக்கே வராங்க? மச மசன்னு நிக்காத, சட்டுபுட்டுனு பேசி, கல்யாணத்த முடி.

கோபி : நீ பேசாம இரு. எல்லாத்தையும் நான் fix பண்றேன்... மாது! இந்த Family நல்ல family.

மாது : Ok!

கோபி : எனக்கு ரொம்ப பிடிச்சிருக்கு. இந்த பொண்ணயே fix பண்ணிடலாம். அப்புறம், இன்னொரு முக்கியமான விஷயம். என் பையன் சீனு வோட கல்யாணத்த நான் திருப்பதில பண்றதா வேண்டிண்டுருக்கேன்.

மாது, டாக்டர் : பிரமாதம்! கல்யாணம் திருப்பதிலயாம், திருப்பதில.

சேது : எனக்குக் திருப்தி! சாருக்குத் திருப்தியா?

மாது : திருப்தி.

(திரை)

காட்சி - 5

கல்யாண ஹால்

மாது	:	சேது! இங்க வாங்க! முகூர்த்த நேரம் நெருங்கிண்டுருக்கு! பொண்ணு ரெடியா?
சேது	:	ஆமா! இந்த மாப்ள வீட்டுக்காரங்க எல்லாம் எங்க?
மாது	:	அவங்க வந்த கார் ரிப்பேர், வந்துடுவாங்க.
சேது	:	என்னது?
மாது	:	கார் ரிப்பேர்.
சேது	:	காது ரிப்பேர்னு நீயே சொல்லிண்டு இருக்கியா? உருப்பட்டா மாதிரிதான். இதுதாம்பா சாஸ்திரிகள்...
மாது	:	அடடேடே!
சாஸ்திரிகள்	:	நமஸ்காரங்க!
மாது	:	நமஸ்காரம்!
சேது	:	மாது! அவரோட அனாவசியமா பேசாத. ஏன்னா அவர் தெலுங்கு சாஸ்திரிகள். அவர் பேசறது ஒண்ணுமே எனக்குப் புரியல.
மாது	:	ஆமா! அவர் தமிழ்ல பேசினா மாத்திரம் இன்பத் தேன் வந்து பாயுது காதினிலே! யோவ்! மொழிப் பிரச்சினையே இல்லாத காதுய்யா உனக்கு. அதென்ன தாலிக்கு மாஞ்சா போடறாரா?
மாது	:	நமஸ்காரண்டி.
சாஸ்திரிகள்	:	நமஸ்காரண்டி.
மாது	:	நீரு பேரு ஏமி?
சாஸ்திரிகள்	:	கெட்டிக்கா!
மாது	:	நீரு பேரு கெட்டிக்காவா?
சாஸ்திரிகள்	:	கெட்டிக்கா செப்பண்டி!
மாது	:	பேசற தெலுங்கு தப்புங்கறியா?

சாஸ்திரிகள் : கெட்டிக்கா செப்பண்டி பாபு! நான் செவிலு.

மாது : உனக்கும் காது கேட்காதா? இந்த மாதிரி ஊர்ல இன்னும் எத்தனை பேர் இருக்கீங்க? கோவிந்தா...

சாஸ்திரிகள் : கோவிந்தா! கோவிந்தா!

மாது : யோவ்! நிறுத்துய்யா.

சாஸ்திரிகள் : கோவிந்தா!

மாது : கோவிந்தானு சொல்லக்கூடாதே! உடனே உணர்ச்சி வசப்பட்டுடுவீங்களே! அக்கட லோப்புல குச்சண்டி.

சாஸ்திரிகள் : ஏமி?

மாது : சாமி! நான் ஏற்கனவே ஒரு செந்தமிழ்ச் செவிடன வெச்சுண்டு திண்டாடிண்டு இருக்கேன். நீர் வேற சுந்தரத் தெலுங்கு செவிடர். ஏன் பிராணனை வாங்கறீர்?

சாஸ்திரிகள் : அது சுந்தரம் காதண்டி! மந்த்ரம். சாஸ்திரிகள் ஜெட்னாரண்டி மந்த்ரம்.

மாது : இதுல ஒண்ணும் குறைச்சலில்லை! பேசும் போது நல்லா பேசு! அப்பனே வெங்கடாசலபதி! தள்ளிப் போய் நில்லுய்யா! ஏன்யா வந்து கிச்சு கிச்சு மூட்டறீர்? அப்பனே வெங்கடாசலபதி! இந்தக் கல்யாணம் மட்டும் நல்லபடியா நடந்தா ரெண்டு வெள்ளி காது வாங்கி உண்டியல்ல போடறேம்பா.

சாஸ்திரிகள் : நீரு மாப்பிள்ளையா?

மாது : நீனு மாப்ள இல்ல. சீனு மாப்பிள்ளை. நானு மாப்பிள்ளைக்குத் தோழன். மாப்பிள்ளைக்குத் தோழனுக்கு தெலுங்குல என்ன? அங்க தமிழ்ல மௌனப் படம்... இங்க தெலுங்குல டப்பிங் மௌனப் படம்... யோசிக்கறேன், யோசிக்க றேன்.

சாஸ்திரிகள் : ஃப்ரண்டு...

மாது	:	ஆ! ப்ரண்டு, ப்ரண்டு...
சாஸ்திரிகள்	:	இவாள் யாரு?
மாது	:	இவாள் பொண்ணுக்கு அப்பா! அப்பா தெரியாது, அப்பா. அப்பாக்கு தெலுங்குல என்ன? அப்பாயி ஓகேவா. யோசிக்கறாரு... யோசிக்கறாரு...
சாஸ்திரிகள்	:	ஓ... father.
மாது	:	ஆ... father... பரவால்ல, முழு deaf இல்ல... on the way to deaf.
சாஸ்திரிகள்	:	ஏமி?
மாது	:	ஆமா! ஏமி, டாமி, ஜிக்கி, நாய் பேரா சொல்லு.
சாஸ்திரிகள்	:	மாது! பொண்ணோட மதர் எக்கடண்டி?
மாது	:	பொண்ணோட மதர், செத்துப்போயிட்டாங்க! செத்துப் போயிட்டாங்க, தெரியாது... ஆ... யோசி, நல்லா யோசி...
சாஸ்திரிகள்	:	ஆ! மதர் லேதண்டியா பாபு!
மாது	:	ஆமண்டி! லேதண்டி. காத காத நல்லா குடை! அக்கட லோகுல குச்சண்டி. உச்சஸ்தாயில மந்திரம் செப்பண்டி. 10 மணிக்கண்டி முகூர்த்தண்டி. இப்ப திரும்பண்டி, ஜகண்டி, க்ரகண்டி.
சேது	:	மாது! சாஸ்திரிகளோட இவ்ளோ நேரம் பேசிண்டு இருந்தியே! அவருக்கு இந்த தமிழ் மந்திரங்கள்லாம் தெரியுமா?
மாது	:	மந்திரம் எல்லாம் ஒண்ணுதானண்டி! மந்திரம்லாம் ஒண்ணுதான் சேது! சொல்லும்போது மாங்கல்யண்டி தந்துநா னேனண்டி! மம ஜீவண்டி அப்டீனு ஒரு டி சேத்துகிட்டே வருவாங்க...
சேது	:	ஆமா இந்த டாக்டர் பய எங்க காணோம்?
மாது	:	அவருக்கு Madrasல ஏதோ ஆபரேஷனாம். அத முடிச்சிட்டு நேரா இங்க வந்துர்ரேனுட்டார்.

சேது : அது புரிஞ்சதுய்யா!

மாது : புரிஞ்சுதா?

சேது : இந்த டாக்டர் பய எங்க? காணோமே?

மாது : சேதுராமன்! ஓரமா போய் நில்லு-அடி விழும்... ஓரமா போய் நில்லு... வாம்மா! என்ன மாமனார் வாங்கிக் கொடுத்த டிரான் சிஸ்டரை கையிலேயே வச்சுண்டிருக்கியா? ஏன் அத வெறுமன வச்சுண்டிருக்க? எதுனா பாட்டு வையேன். கேப்போம். (காது கொடுத்து கேட் டேன்) இதுல கூட காது சம்பந்தமான பாட்டுதான் வருது. இருந்தாலும் வச்சுக்க! கல்யாணத்துக்கப்புறம் குவா! குவா! தான?

சேது : மாது! சமயக்கட்டுலேருந்து வாசன மூக்க துளைக்கள? நாக்குல ஜலம் ஊறல, உள்ள போயி ஒரு கை புடிப்பமா?

மாது : மூக்குல வாசன துளைக்கும். நாக்குல ஜலம் ஊறும். வாயில ஜொள்ளு கொட்டும். காது மாத்திரம் கம்முனு இருக்கும்.

கோபி : என்னம்மா! வருங்கால மாமனார் வாங்கிக் கொடுத்த டிரான்சிஸ்டர்ல interestஆ பாட்டு கேட்டுண்டு இருக்கியா? கேளு கேளு... சீனு நீ பேசிண்டிரு... உள்ள ஒரு வேலையா போய்ட்டு வந்துடறேன்.

சீனு : என்ன மைதிலி! டிரான்சிஸ்டர் கேட்கறியா? மைதிலி! மைதிலி! என்ன பதிலே பேச மாட்டேங்கற? ஓஹோ! வெட்கமா! மாது சொன்னான்! நீ ரொம்ப வெட்கப்படற டைப்னு! நீ வெக்கத்துலயே இரு! உன் கூட அப்புறம் பேசிக்கறேன்... நமஸ்காரம்...

சாஸ்திரிகள் : நமஸ்காரண்டி பாபு! நா செவிலு விளிச்சண்டி... கெட்டிக்கா செப்பண்டி.

சீனு : உங்களுக்குக் காது கேட்காதா? இருந்தா என்ன பரவால்ல. நீங்க மந்திரம் சொல்லி நாங்கதானே கேட்கப் போறோம்?

சாஸ்திரிகள் : நீனு மாப்ளகாரு? அப்பாயி மாமனார் மாதிரி நீரு காதும் டப்பாயி.

சீனு : அப்பாயி காது டப்பாயியா?

சாஸ்திரிகள் : சேது காது deafண்டி.

சீனு : அப்போ சேதுராமன் செவிடா? சாரி மைதிலி! நீ இருக்கறத நான் மறந்தே போய்ட்டேன். உன் எதிர்லயே உங்கப்பாவ செவிடானு கேட்டுட்டேன். என்னை மன்னிச்சுடு. ஆமா! உங்கப்பாக்கு காது கேட்காதுங்கற விஷயத்த அன்னிக்கே ஏன் சொல்லல மைதிலி? ஓஹோ! நீ இன்னும் அந்த வெக்கத்துலயே இருக்கயா? உன் கூட அப்புறம் பேசிக்கறேன்.

சேது : மைதிலி! சமையக்கட்டு வரைக்கும் போயிருந்தேன். ஆந்திராக்காரங்கல்லாம் காது செவக்க காரம் போட்டிருக்காங்க! ஆனா சமையல் ரொம்ப பிரமாதம்! அடடே, இது என்ன ட்ரான்சிஸ்டர்? மாமனார் உபயமா? அத ஏன் வெறுமனே கையில வெச்சுண்டிருக்க? ஏதாவது ஸ்டேஷன் வச்சு பாட்டு கேக்க வேண்டியது தானே? கொண்டா இப்படி! நீ சரியாத்தானே வச்சிருக்க- ஏன் பாட்டே வரல இதுல? ஓஹோ, நீ வெச்சஸ்டேஷன்திருப்பதில எடுக்காது போலருக்கு... வேற ஸ்டேஷன் வைக்கறேன் பாரு... இப்ப என்ன ஜோரா பாட்டு வருது, பாரு.

சீனு : பாத்தியாப்பா! இத்துடன் காலை நிகழ்ச்சிகள் முடிவடைகிறதுங்கறான். இவர் பாட்டு வரதுங்கறார்.

சேது : என்ன மாப்ள? பாட்டு புடிக்கலைன்னா நிறுத்த சொல்லிடறேனே?

சீனு : வராத பாட்ட எப்படிய்யா நிறுத்தறது? உமக்கு காது கேட்காதுன்னா, கேட்காதுன்னு சொல்ல வேண்டியதுதானே! இந்த வயசுக்கப்புறம், உமக்கு காது கேட்காதுன்னு சொல்லிக்கறதுல என்ன வெட்கம்? மைதிலி! உங்கப்பாக்கு காது

கேட்காதுங்கற விஷயத்த அன்னிக்கு ஏன் மறைச்சேள்?

மைதிலி : ஏன் குறைச்சேனா? Full Volumeல தானே வைச்சிருக்கேன்? இதோட சத்தமா ஒரு பாட்ட எப்படி வக்க முடியும்?

சீனு : மைதிலி! நீ என்ன சொல்ற?

மைதிலி : ஓ! கல்யாண மேடைல சினிமாபாட்டு வச்சிருக்கேனே அதச் சொல்றீங்களா? உங்களுக்கு பிடிக்கலைன்னா சொல்லுங்கோ! உடனே off பண்ணிடறேன்.

சீனு : மைதிலி! அந்த டிரான்சிஸ்டர இப்படிக் கொடு. இப்ப இதுல ஒரு பாட்டு வருது. இத யார் பாடுறாங்கன்னு உன்னால கரெக்டா சொல்ல முடியுமா?

மைதிலி : ஆ! P. சுசீலா, L.R. ஈஸ்வரி, ஜானகி...

சீனு : ஸோ, அப்பா, பொண்ணு ரெண்டு பேருக்குமே காது கேட்காது.

சேது : சார்! அவங்க என்னமோல்லாம் சொல்றாங்க-ஒண்ணுமே புரியல. பயமாருக்கு சார்.

மாது : பயப்படாதீங்க சார்! தைரியமா இருங்க! Yes அப்பா, பொண்ணு ரெண்டு பேருக்குமே காது கேட்காது.

சீனு : மாது! இந்த விஷயம் உனக்கு முதல்லயே தெரியுமா?

மாது : தெரியுண்டா!

சீனு : பொண்ணுக்கு காது கேட்காதுங்கற விஷயத்த முதல்லயே ஏண்டா என்கிட்ட சொல்லல?

மாது : பொண்ணுக்கு காது கேட்குமான்னு ஏண்டா என்கிட்ட கேக்கல?

சீனு : என்னடா பேசற?

கோபி : ஸோ மாது! இதெல்லாம் உன் வேலைதானா?

மாது : ஸார்! ப்ளீஸ் என்னை தப்பா நினைச்சுக்காதீங்க...

இதெல்லாம் என்னோட தப்புதான்... ஆனா மைதிலிக்கு என்ன சார் குறைச்சல்? அவ மூக்கும் முழியுமா இருக்காளே சார்.

கோபி : மூக்கும் முழியுமா இருந்தா போதுமா? காது கேட்காட்டி பரவால்லயா?

மாது : என்ன சார் பேசறீங்க? உங்க பையன் BA fail, அவ MA பாஸ் பண்ணியிருக்கா சார்.

கோபி : ஏய்! இருக்கட்டுமேப்பா! BA fail ஆனா என்ன? SSLC படிச்ச பொண்ணா, ஒரு நல்ல காது கேட்கற பொண்ணா பாத்து என் பையனுக்கு கட்டி வச்சுட்டு போறேன். அவங்க பரம்பரையே செவிடுங்கறாங்க... ஒரு வேளை அந்த பொண்ண எம் பையனுக்கு கட்டி வச்சா, அவனுக்குப் பொறக்கப்போற குழந்தையும் செவிடாப் பிறந்ததுன்னா, என் பரம்பரையே செவிடாப் போயிடுமேப்பா. அடாவடித்தனம் பண்ணி ஒரு செவிட்டுப் பொண்ண என் பையன் தலைல கட்டவா பாக்கற நீ!

மாது : யோவ்! சும்மா இருய்யா! என்னய்யா செவிடு பொல்லாத செவிடு? அப்பலேருந்து அதையே சொல்லிக்கிட்டு இருக்கீங்க? யார்தான் சார் செவிடு இல்ல? எவ்வளவோ பெரியவங்க நல்ல விஷயங்கள்ளாம் சொல்றாங்க. ஏன்? வரதட்சணை வாங்காதீங்கன்னு எத்தனையோ பேர் சொல்றாங்க. அதெல்லாம் நாம காதுல வாங்கிக்கறோமா? இந்த காதுல வாங்கிண்டு, அந்த காதுல சர்வ சாதாரணமா விட்டுடலை. அப்ப காதிருந்தும் நாம செவிடங்கதான் சார். Infact, இப்ப காதில் விழாத விஷயத்த வைச்சு பாத்தா காது கேட்கறது விட இவங்கள மாதிரி செவிடா இருக்கறது எவ்வளவோ பெட்டர்.

கோபி : இத பாரு மாது! உன் Adviceஅ கேக்கறதுக்காக நாங்க இங்க வரல. டேய் சீனு! காட்டேஜ்ல wait பண்றேன், என் பின்னாடியே சீக்கிரம் வாடா.

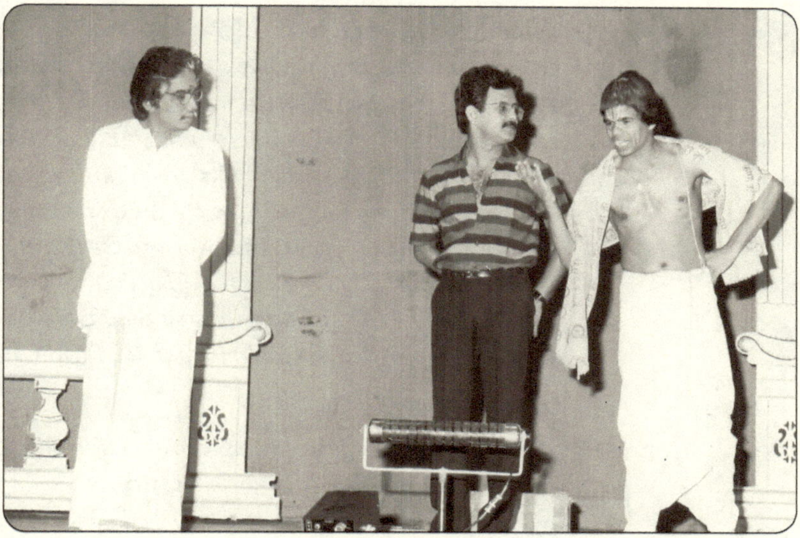

மாது : ஸார்! மிஸ்டர் கோபிநாத்! சீனு! கண்ணா! ப்ளீஸ்! நான் சொல்றத கேளுடா.

சீனு : ஸாரிடா! எங்கப்பாவ மீறி ஒரு காரியமும் என்னால பண்ண முடியாது. சாதாரணமாகவே, கல்யாணத்துக்கப்புறம், இந்தப் பொஞ் சாதிகள்லாம் புருஷன பேச விடாம புடுங்கி எடுப்பாங்கன்னு நான் கேள்விப்பட்டிருக் கேன். ஆனா, நடுநடுவுல என் Side ஏதாவது சொல்லணும்னா இவளுக்குக் காது கேட்காது. இவ மட்டும் பேசிக்கிட்டே இருப்பா, நான் கேட்டுக்கிட்டே இருக்கணும். என் வாழ்க்கையே ஒரு சொற்பொழிவு நிகழ்ச்சி மாதிரி ஆயிடும்டா.

மாது : ஏண்டா! உங்கப்பாதான்...

சீனு : Stop it... எங்கப்பாவ கன்வின்ஸ் பண்ணிட்டு அப்புறம் உன்கிட்ட வந்து பேசறேன்.

மாது : சீனு! சீனு!

சேது : ரொம்ப Thanksபா மாது! இந்தக் கல்யாணத்த நல்லபடியா நடத்திக் கொடுத்ததுக்கு. நான் அன்னிக்கே படிச்சுப் படிச்சு சொன்னேன்! நாங்க செவிடுங்கறத மறைக்காதன்னு! இப்ப என்னாச்சு பாரு. ஏற்கனவே செவிடு! கல்யாணம் ஆறது கஷ்டம்! இப்ப நிச்சயம் ஆன கல்யாணமும் நின்னு போச்சேப்பா.

மைதிலி : அப்பா! இப்ப கல்யாணம் ஆகாம ஊருக்கு திரும்பி போனா ஏண்டி இப்படி தனியா வந்து நிக்கற, மாப்ள எங்கடினு கேட்டா, என்னப்பா பதில் சொல்றது? மாப்ள வெங்கடாசலபதி மாதிரி மேல் திருப்பதியிலேயே செட்டில் ஆயிட்டார். என்னை அலமேலு மங்கை கீழ் திருப்பதில இருக்கற மாதிரி மெட்ராஸ்லயே தனியா இருக்கச் சொல்லிட்டார்னு சொல்லட்டுமாப்பா!

சேது : நானிருக்க பயமேன்னு சொன்னியேப்பா? இப்ப நீதான் இங்க இருக்க. அவங்க ரெண்டு பேரும் போய்ட்டாங்களேப்பா. நாங்க

எங்கப்பா போறது? ஊருக்கு போறதுக்கு பயமா இருக்குப்பா. ஒரே வழிதான், இவள இந்த மலை மேல இருந்து கீழ தள்ளிவிட்டு அவ பின்னாலேயே நானும் குதிச்சு ரெண்டு பேரும் ஒண்ணா மேல போயிட வேண்டியதுதான். அதுல ஒரு அற்ப சந்தோஷம் என்ன தெரியுமா? இவள மலை மேலருந்து கீழ தள்ளும்போது பயத்துல அப்பானு கத்தினா, ஆண்டவன் புண்ணியத்துல இந்த செவிடன் காதுல விழாதுப்பா. நாங்க செவிடுதாம்பா, செவிடுதான்... அதுக்காக என்னிக்கும் வருத்தப்படல. இப்படி அசடாக்கி அவமானப்பட வச்சிட்டியே! நாங்க உனக்கு என்னப்பா துரோகம் செஞ்சோம்?

மாது : ஸார்! அவங்க...

சேது : Stop it man! Stop it! அவங்க சொன்னதுல என்னய்யா தப்பு! ஒரு செவிட்டுப் பொண்ண கல்யாணம் பண்ணிக்கணும்னு அவனுக்கென்ன தலையெழுத்து! உன்னால ஒரு செவிட்டுப் பொண்ண கல்யாணம் பண்ணிக்க முடியுமா?

மாது : சார்! எனக்கு ஏற்கனவே...

மாது : முடியாதுயா! முடியாது! ஊருக்குத்தான்யா உபதேசம் பண்ணலாம். தனக்குன்னு வரும்போதுதான் அதுல உள்ள கஷ்டங்கள் எல்லாம் தெரியும், போயா...

சாஸ்திரிகள் : அடடடா! இக்கட ஏமி தகராறண்டி? முகூர்த்த நேரம் ஆயிப்போயண்டி!

மாது : தாலி எங்க சாமி?

சாஸ்திரிகள் : மாப்ள சீனுதானண்டி.

மாது : சீனு லேது! தாலி எங்க சாமி! மிஸ்டர் சேது ராமன்! சீனு BA fail. நான் MA பாஸ் பண்ணி யிருக்கேன்; சீனு typist ஆ வேலை பாக்கற பாங்க்ல நான் மேனேஜரா இருக்கேன். I think, இதைவிட better qualificationல உங்க

பொண்ணுக்கு கிடைக்காதுன்னு நினைக்கறேன். Yes, மைதிலிய நான் கல்யாணம் பண்ணிக்க றேன்.

சீனு : மாது! என்ன காரியம் பண்ற நீ?

மாது : Mind your own business I say.

(திரை)

காட்சி - 6

மாதுவின் வீடு

ராமானுஜம் : என்ன இது! மணி ஏழாறது! இந்த மாதுப்பய வீட்ட பூட்டிட்டு எங்க போனான்? அங்கே இருந்து போட்ட லெட்டர பிரிச்சும் பாக்கல! அப்படியே இருக்கு! ஜானகி! ஜானகி! என்னம்மா இது! உன் புருஷன் மாது பண்ணியிருக்கற காரியத்த பாத்தியா? வீட்ட பூட்டிட்டு அப்படியே வெளிய போயிருக்கான். நல்ல வேளை! என்கிட்ட டூப்ளிகேட் சாவி இருந்த தோ, நம்ம ரெண்டு பேரும் கதவ தொறந்து உள்ள வந்தோம். இல்ல, மாது வர்ற வரைக்கும் வாசத் திண்ணைலேயே உக்காண்டு இருக்கணும். போட்ட லெட்டர பிரிச்சும் பாக்கல. என்னமோ தப்பு நடக்கறதும்மா! Something is wrong some where.

ஜானகி : ஒரு தப்பும் இல்ல மாமா! அவருக்கு திருப்பதில கல்யாணமாம்.

ராமானுஜம் : என்ன! மாதுக்கு திருப்பதில கல்யாணமா! என்ன உளர்ற?

ஜானகி : அட, நான் அவருன்னு சொன்னது உங்க புள்ளைய இல்ல. அவர் friend சீனுக்கு திருப்பதில கல்யாணம். இவர் மாப்ளத் தோழனா கூடப் போயிருக்கார்.

ராமானுஜம் : ஏம்மா! நாம மாயவரம் போகும்போதுதானே சீனுவுக்கு பொண்ணு பாக்கவே போறேன்னான். அதுக்குள்ள கல்யாணமே வந்துடுத்தா? வெரிகுட், வெரிகுட்.

ஜானகி : அவசரம் அவசரமா எல்லாம் முடிஞ்சுடுத்தாம். கல்யாணத்துக்கு யாரையும் கூப்டல. இவர் மட்டும் தான் கூட துணைக்குப் போயிருக்கார்.

ராமானுஜம் : இவன் துணையா? தொந்தரவும்மா! பாவம் சீனு! அவன் கல்யாணம் நல்லபடியா நடந்துருக்கணும்.

ஜானகி : சரி! நான் வீடெல்லாம் பெருக்கிட்டு ஆரத்தி கரைச்சு வெச்சுடறேன். அவாள்ளாம் வந்துடப் போறா!

ராமானுஜம் : நானும் போய் குளிச்சிட்டு வந்துடறேன்! ஏம்மா ஜானகி! டிவில என்ன தமிழ் சினிமா இன்னிக்கு?

ஜானகி : இரு கோடுகள்...

ராமானுஜம் : இரு கோடுகளா?

சீனு : ஏண்டா! டிவில இன்னிக்கு என்னடா தமிழ் சினிமா?

மாது : இரண்டு பொண்டாட்டி Subject. இரு கோடுகள். இரண்டு பொண்டாட்டி வாரம்.

சீனு : ஆமா! என்னடா வாசல்லாம் இப்படி திறந்து கிடக்கு?

மாது : அத ஏன் கேட்கற? வீடெல்லாம் குப்பையா இருக்கேன்னு பாக்கறியா? எங்கப்பனும் ஜானகியும் ஊருக்கு போயிருக்காங்க, வரத்துக்கு இன்னும் ரெண்டு நாளாகும்... இந்த வீட்டுக்கு ரெண்டு சாவிடா.

சீனு : சாவியும் ரெண்டா?

மாது : ஏண்டா சாவடிக்கற? ஒரு சாவி எங்கப்பன் கைல இருக்கு. என்னதான் இருந்தாலும்

மாயவரத்துலேருந்து அவரால திறக்க முடியாது. இன்னொரு சாவிய வேலைக்காரிட்ட கொடுத்து வச்சிருக்கேன்.

சீனு : இன்னொரு சாவிய வேலைக்காரிட்ட கொடுத்து இருக்கியா? எதுக்கு?

மாது : பெருக்கத்தான். ஏண்டா சந்தேகப்படற?

சீனு : மாது! வர வர நீ எது செஞ்சாலும் எனக்கு சந் தேகமாகவே இருக்குடா. ஒரு வேளை வேலைக் காரிக்கும் ஒரு தாலிய கட்டி, அவ கைல ஒரு சாவிய கொடுத்துட்டியோன்னு பாத்தேன்.

மாது : மூதேவி! அவளுக்கு 60 வயசாச்சு... இந்த வயசுல அவளுக்கு மூணு முடிச்சு போட்டேன்னா மூச்சு திணறி சுமங்கலியா போய்டுவா.

சீனு : வயசுன்னோனதான் ஞாபகம் வருது... இப்படி தடால்னு மைதிலி கழுத்துல தாலி கட்டிட்டியே! அவ வயசு என்னன்னு விசாரிச்சியா? உன்னவிட பெரியவளா இருக்கப் போறாடா!

மாது : ஏண்டா பொருத்தம் பாத்து கல்யாணம் பண் ணிக்கற நிலைமைலயா நான் இருந்தேன்? ஏதோ ஒரு பச்சாதாபம் - தாலிய கட்டிட்டேன். குட்டை, நெட்டை, ஒல்லி, குண்டு இதெல்லாம் பாக்கற நேரமாடா இது? சீனு! இத்தனை நாளா நீ எனக்கு பண்ண உபத்திரவத்துக்கு ஒரே ஒரு ஹெல்ப் பண்ணேன்டா!

சீனு : மாது! உனக்காக நான் என்ன ஹெல்ப் வேணா பண்ணுவேன்டா.

மாது : கொஞ்ச நாளைக்கு நீதான்டா மைதிலி புருஷனா நடிக்கணும்.

சீனு : அது ஒண்ணும் Problem இல்ல. ஏய்! நான் மைதிலி புருஷனா?

மாது : வேற வழியில்லை. எங்கப்பன், ஜானகிய பொறுத்த வரைக்கும் நீதான் மைதிலி புருஷனா

நடிக்கணும். ஜானகி யாருன்னு கேட்டா இந்த வீட்டு வேலைக்காரின்னு சொல்லிடு.

சீனு : வேலைக்காரியா?

மாது : அவங்களுக்குத்தான் காது கேட்காதே. Adjust பண்ணிக்கலாண்டா.

சீனு : ஆமா! உன் வொய்ப் எங்கே?

மாது : பைத்தியம், அதான் மைதிலியும் அவங்கப்பனும் வாசல்ல நிக்கறாங்களே!

சீனு : பைத்தியம், நான் ஜானகிய கேட்டேன்.

மாது : இனிமே இந்த மாதிரி wife, சம்சாரம், பொஞ் சாதினு பொதுவா பேசாத, ஜானகி எங்க இருக்கா? மைதிலி எங்க இருக்கான்னு பிரிச்சுப் பிரிச்சுக் கேளு, நானே ஏகப்பட்ட Confusionல இருக் கேன். ஜானகியும் எங்கப்பாவும் மாயவரத்துக்கு போயிருக்காங்க. வரத்துக்கு ரெண்டு நாளாகும். இந்த ரெண்டு நாள் நாம கொஞ்சம் நிம்மதியா இருக்கலாம். (ராமானுஜம் உள்ளிருந்து வர) டேய் எங்கப்பாடா! அப்பா நீயா? என்னப்பா இது! மாயவரத்துக்கு போயிருக்க! ரெண்டு நாள் கழிச்சு வரப்போறதா சொன்ன? அதுக்குள்ள வந்துட்ட?

ராமானுஜம் : அப்படித்தான்டா நானும் நினைச்சுண்டு இருந் தேன். போன காரியம் முடிஞ்சுடுத்து. டக்குனு வந்துட்டோம். எலேய், என்னைப் பாத்து ரொம்ப ஆச்சரியமா இருக்குமே உனக்கு!

மாது : அப்பா! உனக்கு விஷயம் தெரியுமாப்பா?

ராமானுஜம் : என்ன விஷயம்?

மாது : திருப்பதிக்குக் கல்யாணம் ஆய்டுச்சுப்பா.

ராமானுஜம் : திருப்பதிக்கா?

மாது : இல்லப்பா! திருப்பதில சீனுவுக்குக் கல்யாணம் ஆயிடுச்சுப்பா. நான் மாப்ளத் தோழனாத்தாம்பா போனேன். தாலிலாம் சீனுதான் கட்டினான்.

நான் இல்ல. சொல்றா டேய்!

சீனு : ஆமா சார்! மாதுதான் சொன்னான். இன்னும் கொஞ்ச நாளைக்கு அவதான் உன் wifeனு...

மாது : அச்சச்சோ!

ராமானுஜம் : ஏண்டா? அதென்ன கொஞ்ச நாளைக்கு wife?

மாது : இப்போ ஆடிமாசம் வருதில்லையா? அப்போ பொண்ண பிறந்த வீட்டுக்கு அனுப்புவாங்க இல்லியா? ஸோ ஆடி வரைக்கும் கொஞ்ச நாளைக்கு அவதான் உன் wifeனு சும்மா வேடிக்கைக்கு சொன்னேம்பா.

ராமானுஜம் : ஆடிதான் போயிடுச்சேடா.

மாது : அப்ப ஆவணியா இருக்குமா?

சேது : மாப்பிள்ளே!

மாது : ஐயய்யோ!

சேது : மாப்பிள்ளை! கல்யாணம் ஆகி மைதிலி முத முதல்ல வீட்டுக்குள்ள வரப்போறா... யாரை யாவது கூப்ட்டு ஆரத்தி எடுக்கச் சொல்லுங் கோ.

ராமானுஜம் : மாது! யார்றா இது! உன்னைப் பார்த்து மாப்பிள் ளைங்கறாரு?

மாது : அது ஒரு பெரிய கதைப்பா, அவருக்கு காது கேட்காதுப்பா.

ராமானுஜம் : காது கேட்காது சரிடா, கண்ணு குருடு இல்லியே!

மாது : காது செவிடான அதிர்ச்சில கண்ணு 1 1/2 ஆயிடுச்சு... அதனாலதான் என்னைப் பார்த் துண்டே சீனுவ மாப்பிள்ளைங்கறாரு. வாம்மா மைதிலி! உள்ள வா!

ராமானுஜம் : ஓஹோ! இதுதான் கல்யாணப் பொண்ணா? எனக்கு எல்லாம் புரிஞ்சுப் போச்சு. டேய் சீனு! புது மாப்ளயா லட்சணமா அவ பக்கத்துல நில்லு- ஆரத்தி எடுக்கச் சொல்றேன்.

மாது : ஐயய்யோ!

சேது : மாப்பிள்ளே! மைதிலி wait பண்றா. அவ பக்கத்துலே நில்லுங்கோ, ஆரத்தி எடுக்கட்டும்.

ராமானுஜம் : என்னடா மாது இது! மறுபடியும் மறுபடியும் உன்னைப் பாத்து மாப்பிள்ளே மாப்பிள் ளேன்னு சொல்லிண்டு இருக்கார்! பயங்கர டப்ஸா கண்ணன் போலருக்கு! சீனுவை மனசுல நினைச்சுண்டு உன்னைப் பாத்தே பேசிண்டு இருக்கார். சீனு போடா...

மாது : வாடா சீனு! போகலாம்.

ராமானுஜம் : மாது! சீனுதான் புது மாப்பிள்ளை, அவனுக் குத்தான் ஆரத்தி! நீயேன் போய் ஈஷற? இங்க வந்து நில்லேன்.

மாது : இல்லப்பா! அவங்க வழக்கப்படி பொண்ணுக்கு ஆரத்தி எடுக்கும்போது மாப்ளத் தோழனும் கூடவே இருக்கணுமாம். வாடா சீனு.

சேது : சீனு நீ எங்க போற? உனக்கெதுக்கு ஆரத்தி? உட்கார் அப்படி...

மாது : பாத்தியா! சீனுக்கு எதுக்கு ஆரத்தின்னு அது கேட்குது! வழக்கத்தையே மாத்துது! இப்ப நான் அதுகிட்ட கேட்கறேன் அது ஆமாம்னு சொல்லும் பார். ஏன் சார்! உங்க வழக்கப்படி பொண்ணுக்கு ஆரத்தி எடுக்கும்போது மாப்ளத் தோழன் இருக்கணுமா?

சேது : ஆமாம்...

மாது : ஆமாவாம்!

ராமானுஜம் : ஜானகி! ஆரத்தி எடும்மா!

ஜானகி : அடடே! நீங்கள்ளாம் வந்துட்டீங்களா? ஒரு நிமிஷம் இருங்க! ஆரத்தி எடுத்துண்டு வரேன்.

சீனு : ஐயய்யோ மாது! நா வரல இந்த விளையாட்டுக்கு. ஜானகி என்னடான்னா கைல துடைப்பத்தோட வந்து நிக்கறா? அடிச்சுட கிடிச்சுடப் போறாடா!

ஜானகி : ஏங்க நீங்க நிக்கறீங்க! சீனுல்ல நிக்கணும்?

மாது : வாயேண்டா! அப்பா அவங்க வழக்கத்த ஜானகிக்கு சொல்லிடுப்பா!

ராமானுஜம் : ஜானகி! நீ ஆரத்தி எடும்மா... பாவம் சீனு, கண்ட அராத்து குடும்பத்துல பொண்ணு எடுத்துத் தொலைச்சுட்டான். என்னமோ தெரியல, அவங்க சம்பிரதாயப்படி ஆரத்தி எடுக்கும்போது பொண்ணு பக்கத்துல மாப்ளத் தோழன்தான் நிக்கணுமாம்! அது என்ன சம்பிரதாயமோ என்னமோ... எடு.

ஜானகி : உம் பேர் என்னம்மா?

மாது : ஐயய்யோ!

ஜானகி : உம் பேர் என்னம்மா? உம்பேர்... சீனு, என்ன இது?

சீனு : அது ஒண்ணுல்லம்மா! மைதிலிக்கு காது கேட்காது.

ஜானகி : காது கேட்காதா? காது கேட்காத பொண்ணுக்கு வாழ்க்கை குடுத்திருக்கியா? ரியலி யூ ஆர் கிரேட். ஏங்க...

மாது : ஆமா! ஆமா! காது கேட்காத பொண்ணுக்கு வாழ்வு குடுத்திருக்கிறானே! அது சீனுவா இருந்தாலும் சரி, யாராயிருந்தாலும் சரி!

சேது : யாரந்தப் பொண்ணு?

மாது : அது வந்து...

சேது : யாரந்தப் பொண்ணு?

மாது : மாமா! அது வந்து...

சேது : எனக்குத் தெரியும்! என்ன... வேலைக்காரி தானே...?

மாது : அதேதான்!

சேது : உனக்கென்ன சம்பளம் தராங்கம்மா?

ஜானகி : சம்பளமா?

மாது : அது நீ படிச்சு முடிச்சுட்டு வேலைக்குப் போறேன்னு நினைச்சுண்டு என்ன சம்பளங்கறார்?

சேது : வேலையெல்லாம் முடிஞ்சு போச்சாம்மா?

ஜானகி : வேலையெல்லாம் முடிஞ்சு போச்சா? என்ன இது?

மாது : அவருக்கும் பாவம், காது கேட்காது!

சேது : மாது! சும்மா சொல்லக் கூடாது. டக்கரா புடிச்சுப் போட்ருக்க வேலைக்காரிய! நானும் எவ்ளவோ வீட்ல பாத்திருக்கேன் வேலைக்காரிய! ஆனா இது மாதிரி ஒரு வேலைக்காரிய பாத்ததே இல்ல. என்னமா இருக்கா தெரியுமா?

ஜானகி : என்ன மாமா! வேலைக்காரி வேலைக்காரிங் கறாரு?

ராமானுஜம் : டேய்! அந்தாள திருப்புடா! வோய்... வேலைக் காரி இல்ல - எம்மாட்டுப் பொண்ணு... மாட்டுப் பொண்ணு...

சேது : சேட்டுப்பொண்ணா? அதான் செகப்பா, லட்ச ணமா என்னமா இருக்கா தெரியுமா? சார் யாரு சேட்டா?

மாது : இல்ல! அவரு..

ராமானுஜம் : மாது வேணாம்! இவன் சங்காத்தமே வேணான் டா. ஜானகிய வேலைக்காரின்னான்; என்னை கூலியாளு, மேஸ்திரினு சொன்னா கூட ஆச்சரியப்படறதுக்கில்லை!

சேது : ஹலோ! மை நேம் ஈஸ் சேதுராமன் - what is your name?

ராமானுஜம் : I am Ramanujam.

சேது : ராமா! ராமா!

மாது : ராமா...

சேது : மாமாவா?

மாது : அதேதான்; எதுத்த வீட்டு மாமா! அதேதான்.

சேது : தனியா இருக்கேளா? மாமா!

ராமானுஜம் : இல்ல! எம்புள்ள மாதுவோட இருக்கேன். I am Madhu's father.

சேது : அனாதை!

ராமானுஜம் : பஞ்சப்பயலே! பனாதைப் பயலே! யார்றா அனாதை! உதைப்பேன் உன்னை.

மாது : இல்லப்பா உனக்கு அப்பா அம்மா இருக்காங் களான்னு கேட்டார். நான் இல்லைன்னு சொன் னேன். அதான் உன்னை அனாதைங்கறார்.

ராமானுஜம் : ஒரு இழவும் புரியல... சீனு! மாமனார் சரியில் லாட்டாலும், பொண்ணு O.K.டா! லட்சணமா இருக்கா. அவளோட சுமுகமா settle ஆறதுக்கு முன்னாடி இவன settle பண்ணி அனுப்பு, ஒண்ணும் புரியல. ஏய்! வரேன்.

சேது : என்னமோ தரேன்னு சொல்லிட்டு தராமலே போறார். அவர் போக்கே சரியில்ல! ஆனா இந்த வேலைக்காரி என்னமா இருக்கா தெரியுமா?

ஜானகி : சேச்சேசே! அஞ்சு நாள் தனியா விட்டுட்டு போனா இந்த மாதிரிதான் குப்பை போட்டு வச்சிருப்பீங்களா?

சேது : உன்னால எப்படி costly யா புடவையெல்லாம் கட்டிக்க முடியறதும்மா?

ஜானகி : சீனு! உங்க மாமனாராச்சேன்னு பாக்கறேன்... இல்லைன்னா இது என்னது தெரியுதா? பிஞ்சி டும்.

மாது : யோவ்! அவள்கிட்ட உனக்கென்ன பேச்சு! உம் பொண்ணு இருக்கப் போறது எதிர்த்த போர்ஷன். அவ பாவம் எதிர்த்த வீட்டு வேலைக்காரி.

ஜானகி : என்ன? நீங்களும் வேலைக்காரி வேலைக் காரிங்கறீங்க?

மாது : அது வீட்டுக்காரின்னு சொல்றதுக்கு பதிலா வேலைக்காரின்னு சொல்லிட்டேன். சீனு ஏன் இங்க நிக்கற? பொண்ண கூட்டிட்டு உள்ள போ! ஜானகி, நானும் கூட துணைக்கு போய்ட்டு வந்துர்றேனே!

ஜானகி : வீட்டுக்குள்ள போறதுக்கு எதுக்குன்னா துணை?

மாது : இல்ல பாவம் சீனு! புதுசா கல்யாணம் ஆனவன். வெட்கப்படறான். வெட்டியா நிக்கறியே! வெட்கப்படேன்! போறுண்டா! போறும்! போறும்! ரொம்ப அப்டி இப்டி பண்ணா சுளுக்கிடும்.

ஜானகி : சீனு! இங்க பாருங்கோ! உங்களுக்குன்னு ஒரு துணை வந்தாச்சு. இனிமே இவரோட துணைய எதிர்பாக்கறது ரொம்ப தப்பு. நீங்க போங்க, அவர் வரமாட்டார்.

சீனு : யாரு வந்தா என்ன? வராட்டி என்ன? நான் என் போர்ஷனுக்குப் போறேன். எல்லாம் என் தலையெழுத்து.

சேது : மாது! மைதிலி wait பண்றா, அழைச்சுண்டு போங்கோ உங்க போர்ஷனுக்கு.

ஜானகி : என்ன? மைதிலி wait பண்றா, wait பண்றா?

மாது : அவங்க வழக்கப்படி பொண்ணு வீட்டுக்குள்ள போகும்போது மாப்பிள்ளைத் தோழனும் கூடவே போகணுமாம்.

ஜானகி : என்ன எழவு வழக்கமோ? புதுசா கல்யாணம் ஆனவங்க... பல்லை இளிச்சுண்டு பூஜை வேளை கரடி மாதிரி நிக்காதீங்கோ. சட்டு புட்டுன்னு வாங்கோ.

சேது : மாது? நீ யாரு? என் பொண்ணுக்குப் புருஷன். என்ன அநியாயம் இது? அத மறந்துட்டு கண்ட கண்ட வேலைக்காரியெல்லாம் கூட்டி வச்சு பேசிண்டுருக்கியே!

மாது : சாரி மாமா!

சேது : இருந்தாலும் அந்த வேலைக்காரி என்னமா இருக்கா தெரியுமா? மைதிலி, நான் வந்த வேலை எல்லாம் முடிஞ்சு போய்டுத்து, பழையபடி மாயவரத்துல போய் settle ஆய்டலாம்னு இருக்கேன்...

மைதிலி : அப்பா! நீ பேசாம மாயவரத்துக்கே போய்டேன்.

சேது : வேண்டாம்மா தெரிஞ்ச ஊரு மாயவரம், அங்கயே போய்டறேனே!

மைதிலி : என்னப்பா இது! கல்யாணத்தன்னிக்கு திருப்பதில என்கிட்ட மாயவரத்துலயே போய் settle ஆகப் போறதா சொன்னியேப்பா!

சேது : இல்லம்மா! மாவயவரம்தானே போகப்போறதா சொன்னேன்?

மாது : யோவ்! போய்யா, யோவ்.

(திரை)

காட்சி - 7

மாதுவின் வீடு

சீனு : மாது, சீக்கிரம் வாடா! ஆபீசுக்கு டயமாச்சு. ஓஹோ இந்த problem வேற இருக்கோ! இந்த போர்ஷன்ல இருக்கானா, அந்த போர்ஷன்ல இருக்கானான்னு தெரியலியே! மாது சீக்கிரம் வாடா, ஆபீசுக்கு டயமாச்சு! மாது! சீக்கிரம் வாடா! ஆபீசுக்கு டயமாச்சு. சே! ரெண்டு பொண்டாட்டிக்காரனாகூட இருந்துடலாம்பா! ரெண்டு பொண்டாட்டிக்காரனுக்கு Friend ஆ வாக்கப்பட்டேன் பாரு! என் தலையெழுத்து, இவனாலே எனக்கு வேலையே போய்டும் போலருக்கு. அடடே! டமாரம்!

மைதிலி : அடடே! வாங்கோ. நான் மார்க்கெட் வரைக்கும் போயிருந்தேன். ஆமா! நீங்க ஆபீசுக்கு ரெடியா? அவர் மாடிலதான் குளிச்சுண்டுருக்கார். குளிச்சு முடிச்சதும் இதோ வந்துடுவார்.

சீனு : மாடிலதான் இருக்கானா? மாது! சீக்கிரம் வாடா, ஆபீசுக்கு டயமாச்சு. மாது! பேமானி! கஸ்மாலம்.

ஜானகி : என்ன மாடியப் பாத்து கத்திண்டு இருக்கீங்க? அவர் உள்ளன்னா குளிச்சுண்டுருக்கார்? கொஞ்சம் wait பண்ணுங்கோ, நான் உள்ளே போய் அனுப்பறேன்.

சீனு : அவ என்னடான்னா மாடி போர்ஷன்ல குளிக்க றான்கறா. இவ என்னடான்னா கீழ் போர்ஷன்ல குளிக்கறான்கறா. அதெப்படி ஒரே சமயத்துல ரெண்டு பாத்ரூம்ல குளிக்க முடியும்? என்னடா ரெண்டும் இல்லாம வாசல் வழியா ஓடி வர்ற?

மாது : அத ஏன் கேக்கற? இன்னிக்கு காலைல ஜானகி மார்க்கெட்டுக்கு போகும்போது, ஆபீசுக்கு டயமாச்சு, சீக்கிரம் போய் குளிங்கோன்னா. சரின்னு நான் குளிக்கலாம்னு உள்ள போனேன். அப்ப பாத்து மைதிலி வந்து, என்னங்க இங்க வெட்டியா நிக்கறீங்க? சீக்கிரமா மாடிக்கு போயி பாத்ரூம்ல குளிங்கன்னா. எனக்கு என்ன பண்றதுன்னே தெரியலே - நேரா மாடிக்கு போயி பாத்ரூம் குழாய திறந்துவிட்டு கதவை மூடிட்டு, ஜன்னல் வழியா எகிறி குதிச்சு, பைப்பை புடிச்சு இறங்கி வரேன்டா. இப்ப நான் ஜானகி வர்றதுக்குள்ள அவ போர்ஷன் பாத்ரூம்ல போய் குளிச்சுட்டு வந்துடறேன்.

சீனு : மாது! ஜானகி ஏற்கனவே வந்தாச்சு. இப்ப நீ உள்ள போன வசமா மாட்டிக்குவ...

மாது : ஜானகி வந்துட்டாளா? அப்ப ஒண்ணு செய். நான் வாசல் வழியா போய் கொல்லைப் பக்கம் மதிலேறி குதிச்சு ஜானகி போர்ஷன் பாத்ரூம் வழியா எகிறி குதிச்சு உள்ள போய் குளிச்சுட்டா மாதிரி வெளில வரேன். என் நிலைமையை பாத்தியாடா? ரெண்டு பொண்டாட்டிக்காரனா இருந்துண்டு திண்டாடறேண்டா. இன்னிக்கு காலைலேருந்து 2 தடவ பல் தேச்சுருக்கேன். 2 தடவ வாய் கொப்புளிச்சுருக்கேன். ரெண்டு காபி- ரெண்டு காபியும் கர்மம் - குமட்டுது. இப்ப ரெண்டு குளியல் வேற - வரேண்டா.

சீனு : சட்டுனு வாடா...

ஜானகி : இந்தாங்கோ காபி! இன்னுமா உங்க ப்ரண்டு வரல? ஏன்னா! சீக்கிரம் வாங்கோ! உங்க ப்ரண்டு wait பண்றார்.

சீனு : மாது பாத்ரூம்ல குளிக்கறானா? இப்பதான் வாசல் வழியா போயி மதிலேறி குதிச்சு பாத்ரூம்ல ஏறி குதிக்கப் போறேன்னு ஓடினான்? அதுக்குள்ள எப்படி பாத்ரூம்குள்ள போயிருக்க முடியும்?

ராமானுஜம் : ஐயய்யோ! யார்றா அவன் நான் குளிக்கும்போது எட்டிப் பாக்கறது?

சீனு : என்னடா சத்தம்?

மாது : அதையேன் கேக்கற? பாத்ரூமுக்குள்ள எகிறி குதிக்கப்போனேனா? நல்ல வேளை குதிக்கலை.

சீனு : ஏன்டா?

மாது : உள்ள எங்கப்பன் குளிச்சுட்டு இருக்கான்டா? சோப்பெல்லாம் தேச்சு குளிக்கறான்டா.

சீனு : ரொம்ப இம்ப்ரூவ்டா?

மாது : ஆனா ஒண்ணு. அவரும் என்னைப் பார்க்கலை, நானும் அவர் குளிக்கறதப் பார்க்கலை. கண்ணை மூடிண்டு இந்தப் பக்கம் குதிச்சுட்டேன்.

மைதிலி : ஏன்னா! சீக்கிரம் குளிச்சுட்டு கீழே வாங்கோ... உங்க ப்ரண்டு சீனு உங்களுக்காக wait பண்ணிண்டு இருக்கார்.

மாது : ஐயய்யோ! நான் மாடில குளிச்சுண்டுருக்கேன்னு நினைச்சுண்டு இருக்கா மைதிலி. நான் குழாய திறந்துவிட்டு வந்திருக்கேன்.

சீனு : இருக்கற தண்ணி கஷ்டத்துல ஏன்டா தண்ணிய waste பண்ற? போய் குழாய மூடிட்டு வாடா.

மாது : இப்படியே போனேன்னா மைதிலிகிட்ட மாட்டிப்பேன். ஒண்ணு செய்யறேன். நேரா வாசல் வழியா போயி, கொல்லைப் பக்கம்

மதிலேறி குதிச்சு மாடில போய் குழாய மூடிட்டு வந்துடறேன். நீ எங்கப்பா வர்றாரானு Signal கொடு.

சீனு : சீக்கிரம் வாடா!

மைதிலி : இந்தாங்கோ காபி!

சீனு : எனக்கும் ரெண்டு காபியா?

மைதிலி : பாருங்கோ உங்க ப்ரண்டை. ரொம்ப நாழியா மாடில குளிச்சுண்டு இருக்கார். எனக்குக் காதுதான் கேட்காது. கண்ணுமா தெரியாது? பாத்ரூம்ல தண்ணி விழற சத்தம் என் காதுல கேட்காது... ஆனா, இப்படி ஆறா ஓடி வரதே தண்ணி, அது கூடவா தெரியாது. உங்க ப்ரண்டை கொஞ்சம் சீக்கிரமா குளிச்சுட்டு வரச் சொல்லுங்க... இல்லைனா இன்னிக்கு நீங்க ஆபீஸ் போன மாதிரிதான். ஐயய்யோ! மார்க்கெட்லேருந்து வரும்போது, இந்த கரு வேப்பிலை கொத்தமல்லியை வாங்க மறந்துட் டேன். நான் போய் வாங்கிண்டு வந்துடறேன்.

மாது : என்ன சொல்றா டமாரம்?

சீனு : மாது! At Least lunchகுள்ளயாவது ஆபீஸ் போகணும், சீக்கிரம் வாடா!

மாது : எங்கப்பா குளிச்சுட்டாரா?

சீனு : எப்படியும் குளிச்சதுக்கப்புறம் உங்கப்பா வாசல் வழியா துணியை காயப் போட போவார். அவர் போனதுக்கப்புறம் நான் ஜூட் சொல்றேன். அதுக்கு அப்புறம் வா.

மாது : ஜூட்டா?

சீனு : இல்லை... மாது! ரெடி! ஸ்டெடி.

ராமானுஜம் : என்னடா சீனு?

சீனு : இல்ல சார். எங்க ஆபீஸ்ல இந்த ஸ்போர்ட்ஸ் டே வருது. ரெடி ஸ்டெடிலாம் நான்தான் சொல்லணும்.

ராமானுஜம் : ஜூட் சொல்லலியா?

சீனு : நீங்க போனதுக்கப்புறம்தான் சொல்லணும்.

ராமானுஜம் : சீனு! என்ன ஒரு தர்மசங்கடமான விஷயன்டா? ரொம்ப வெக்கமா இருக்கு. இருந்தாலும் வெக்கத்த விட்டு சொல்றேன். உள்ள பாத்ரூம்ல குளிச்சுண்டு இருந்தேன்ல-அப்ப யாரோ ஜன்னல் வழியா எட்டிப் பாத்த மாதிரி இருந்ததுடா - பிரமைதானே?

சீனு : பிரமைதான் சார்! பெரிய நீங்க என்ன நக்மாவா? நீங்க குளிக்கறப்ப ஜன்னல்வழியா எட்டிப் பாக்கறதுக்கு, போங்க சார். போய் துணிய காயப் போடுங்க சார். மாது! ரெடி! ஸ்டடி! ஜூட்...

ராமானுஜம் : டேய் சீனு! சீனு! இந்த விளையாட்டு நல் லாருக்குடா... ஜூட், out, ஜூட், out, ஓடு பிடிக்கறேன், ஓடு.

சீனு : யோவ் கிழவா! இந்த வயசான காலத்துல இந்த விளையாட்டெல்லாம் தேவையா? மாது ரெடி! ஸ்டெடி! ஜூட்! சப்போஸ் நான் ஜூட் சொல்றதுக்கு முன்னாடி யாராவது வந்துட்டா Get back, Get back...

ஜானகி : நான் மார்க்கெட் போயிருந்தேனா?

சீனு : தெரியும். அப்ப கருவேப்பிலை வாங்க மறந்துட்டீங்க - அத வாங்க மார்க்கெட்டுக்கு போறீங்க. உங்க புருஷன் குளிச்சுட்டு வந்ததுக் கப்புறம் அவரக் கூட்டிண்டு நான் ஆபீஸ் போகணும். அவ்ளோதானே?

ஜானகி : எப்படி கரெக்டா சொல்றீங்க?

சீனு : கார்த்தாலேருந்து பாத்ரூம் விளையாட்டு விளையாடறேனே, எனக்குத் தெரியாதா?

ஜானகி : அப்ப நான் மார்க்கெட் போயிட்டு வந்துடட்டா?

சீனு : மாது! நம்பர்1, நம்பர்2 எல்லாம் போயாச்சு. சீக்கிரம் வாடா. மாது! மாது! சீக்கிரம் வாடா!..

போடா கிழவா... நான் உங்கப்பான்னு நினைச் சேன்டா.

மாது : அதையேன் கேக்கற? நீ get back, get back னு சொன்னியா? நான் வெலவெலத்துப் போய்ட் டேன். சரி, யாரோ வந்துட்டாங்கன்னு நினைச்சு பைப்ப புடிச்சு பழையபடி கீழே இறங்கி வந்து... இந்த பாத்ரூம் விளையாட்டு என்னால முடியலைடா... நம்ம வூட்டுக்குள்ளயே திருடன் மாதிரி ஓடிட்டு ஓடிட்டு வந்திருக் கேன்டா. இரண்டு பாத்ரூமுக்கும் கிட்டத்தட்ட 200 தடவ போய்ட்டு வந்திருக்கேன். இன்னும் குளிக்கலைடா.

(திரை)

காட்சி - 8

மாதுவின் வீடு

சீனு : ஏன்டா ஓடி வர்ற?

மாது : அத ஏன் கேக்கற? இன்னிக்கு காலைல ஜானகி தேவி பாரடைஸ்ல உலகம் சுற்றும் வாலிபன் பார்க்கணும்னா... பின்னாடியே மைதிலி வந்து தேவில உத்தம புத்திரன் பார்க்கணும்னா... ஜானகிய கூட்டிண்டு போயி தேவி பாரடைஸ்ல உலகம் சுற்றும் வாலிபன் க்யூல நிக்க வைச்சுட்டு, அதே ஆட்டோ புடிச்சு திரும்பி வந்து, மைதிலிய கூட்டிண்டு போய் உத்தம புத்திரன் க்யூல நிக்க வைச்சுட்டு...

சீனு : போதும் நிறுத்துடா! தலைய சுத்துது.

மாது : உனக்கே இப்படி தலைசுத்துதே! பத்து நிமிஷத் துக்கு ஒரு தரம் தேவிக்கும், தேவி பாரடைஸ்க்கும் போய்ட்டு, போய்ட்டு வந்திருக்கறனே! எனக்கு எப்படி தலைய சுத்தும்?

சீனு : ஆமா, படம் எப்படி?

மாது : நான் எங்கடா பாத்தேன்? நான் பாத்த படத்துக்கு பேர் வைக்கணும்னா உலகம் சுத்துற உத்தம புத்திர வாலிபன்னுதான் வைக்கணும்.

சீனு : ஆமா! அதுக ரெண்டும் எங்க?

மாது : தியேட்டர்லயே விட்டுட்டு வந்துட்டேன்.

சீனு : அடப்பாவி!

மாது : எக்கேடோ கெட்டுப் போகட்டும். நான் ரெண்டு நாள் happyயா இருக்கப்போறேன்.

ராமானுஜம் : மாது! மாது!

மாது : வாப்பா! வா! Happyயே இல்ல, வா!

ராமானுஜம் : ஒரு முக்கியமான விஷயண்டா! மாயவரத்து லேருந்து லெட்டர் வந்திருக்குடா! உனக்கு இந்த இரண்டு பொண்டாட்டி தோஷம் இருக்கு இல்லியா? அது தீர்றதுக்கு ஒரு பரிகாரம் செய்யச் சொல்லியிருக்கார்.

மாது : பரிகாரமா?

ராமானுஜம் : என்னமோ தெரியலைடா மாது! நீயும் ஜானகியும் மனைல உக்காந்துண்டு பூஜை பண்ணணுமாம்.

மாது : ரெண்டு பொண்டாட்டி தோஷம் தீர பூஜையா?

ராமானுஜம் : ஆமாண்டா! பக்கம் பக்கமா ஸ்லோகம் எழுதி யிருக்கார் - நீயும் ஜானகியும் சேர்ந்து பிள்ளை யாருக்குப் பூஜை பண்ணணுமாம்.

மாது : பிள்ளையாருக்குப் பூஜையா? பிள்ளையார் பிரம் மச்சாரிப்பா? நீ வேற.

ராமானுஜம் : அசடே... பிள்ளையாருக்குப் பண்றதுதான்டா கரெக்டு... பிள்ளையார்தான்டா முருகனுக்கு வள்ளியை பொண்டாட்டியாக்கி, முருகனை வள்ளி, தெய்வானை ரெண்டு பொண் டாட்டிக்காரனாக்கினார்.

மாது : அப்பா எனக்கு ஒரு டவுட்டு! இந்த முருகன்

		வள்ளிய கல்யாணம் பண்ணிண்டாரே! அத தெய்வானைகிட்ட சொன்னாரோ?
ராமானுஜம்	:	அதெல்லாம் என்னத்துக்கு கேக்கற?
மாது	:	இல்ல! ஒரு பேச்சுக்குக் கேட்டேன். நானே இப்படி திண்டாடறேனே, முருகன் எப்படி திண்டாடியிருப்பாரு.
சீனு	:	முருகனை விட்றா! முருகனோட friend எப்படி திண்டாடியிருப்பாரு. யோசிச்சுப் பாரு.
ராமானுஜம்	:	இதப்பாருடா! வர்ற 16ம் தேதி சாமியார் நாள் குறிச்சு குடுத்துருக்கார். அன்னிக்கு நீயும் ஜானகி யும் மனைல உக்காந்துண்டு அந்தப் பூஜைய ஆரம்பிச்சுடுங்கோ. சீனு! உங்கிட்டதான்டா அவசியம் சொல்லணும்னு நினைச்சேன்.
சீனு	:	என்ன சார்?
ராமானுஜம்	:	நீயும் அன்னிக்கு ஆபீசுக்கு லீவு போட்டுடு.
மாது	:	சீனு எதுக்கு?
ராமானுஜம்	:	நீயும் உன் வொய்ப் மைதிலியும் அந்த பூஜைய பாக்கறீங்க. மாது, சீனு, சந்தோஷப்படுங்கடா.
மாது	:	ரொம்ப சந்தோஷம்பா...
ராமானுஜம்	:	நான் எதுக்கு சொல்றேன்னா, ஒரு சுமங்கலி பூஜை பண்றப்ப, இன்னொரு சுமங்கலி அதப் பாக்கறது ரொம்ப விசேஷன்டா. நான் மார்க் கெட்டுக்கு போய் ஒரு பெரிய பிள்ளையார் படம் வாங்கிண்டு வந்துடறேண்டா.
மாது	:	கேட்டியா? ஒரு சுமங்கலி பூஜை பண்றத இன் னொரு சுமங்கலி பாக்கணுமாம். நான் ஜானகி பக்கத்துல உக்காந்து பூஜை பண்றத மைதிலி பாத்தா அவ்ளோதான்! விஷயம் அம்பேல் ஆயிடும். அப்புறம் ரெண்டு சுமங்கலியுமா சேர்ந்து என்னை தீர்க்க சுமங்கலியா ஆக்கிருவாங்க.
சீனு	:	மாது, இதுல ஒண்ணு கவனிச்சியா? ஜானகிய

மைதிலிகிட்ட நீ உன் வீட்டு வேலைக்காரின்னு தானே சொல்லி வச்சிருக்க.

மாது : ஆமா...

சீனு : வேலைக்காரியோடே பூஜையா? படுடா, படு.

மாது : 16ம் தேதி மைதிலி வீட்ல இல்லைன்னா பூஜை நடக்கும் இல்லியா?

சீனு : டேய்! அவ வீட்ல இல்லாம எங்கடா போவா?

மாது : காரணமாத்தான் சொல்றேன். எப்படியும் 10, 11 மணிக்கு மேலதான் பூஜை ஆரம்பிக்கப் போறது. நீ காலைல 7 மணிக்கே மைதிலிய கூட்டிண்டு வண்டலூர் Zoo, அடையார் ஆனந்த பவன், கிண்டி பார்க் அப்டீன்னு தெருத் தெருவா சுத்திட்டு சாயங்காலம் 4 மணிக்கு வீட்டுக்கு வா. அதுக்குள்ள நான் பூஜைய முடிச்சுடறேன்.

சீனு : நான்? மைதிலிய அழைச்சுண்டு? வண்டலூர் zoo? மாது! இந்த விளையாட்டுக்கு நான் வரலைடா. இனிமே நான் உனக்கு help பண்ணப்போறதில்ல. நீ தான் பெரிய மானேஜராச்சே. You have try to solve this problem yourself.

(Sir தந்தி என்ற குரல்)

மாது : உன்னை வந்து கவனிக்கறேன்டா...(போய் வந்து) ஸோ, நீ அப்ப ஒத்துக்க மாட்ட.

சீனு : நிச்சயமா மாட்டேன்...

மாது : வர்ற 16ம் தேதி பூஜை அன்னிக்கு நீ இங்கதான் இருக்கப் போற?

சீனு : என்னடா? நான் பாட்டுக்கு ஹாயா மைதிலிக்கு புருஷனா act பண்ணிட்டு போறேன்.

மாது : எப்படி? உங்கப்பா எதிர்லயா?

சீனு : எங்கப்பா எதிர்லயா?

மாது : உங்கப்பா தந்தி அடிச்சுருக்கார். வர்ற 16ம் தேதி உன்னோட நிச்சயதார்த்தத்தை இந்த வீட்ல

வச்சுக்கப் போறாராம். யோசிச்சுப் பாரு, அப்ப மைதிலி வீட்ல இருக்கணுமா? அது யாரோட problem ?

சீனு : Even now, that is your Problem.

மாது : How ?

சீனு : எங்கப்பா வந்து கேட்டார்னா, ஆமாம்பா நான் மைதிலிக்கு புருஷனா act பண்றேன்னு உண்மைய சொல்லிட்டுப் போறேன்.

மாது : எதுக்காக act பண்ணணும்ன்னு கேட்டா?

சீனு : எல்லாம் மாதுக்கு help பண்ணத்தான்னு சொல் வேன்.

மாது : அப்படியா? உங்கப்பா மட்டும் வந்தா பரவால்ல, நிச்சயதார்த்தத்துக்கு வேற யார் வரப்போறா?

சீனு : வேற யாரு வரா?

மாது : பொண்ணோட அப்பனும் வரான். நீ ஒரு பொண்ணுக்கு புருஷனா நடிக்கறது தெரிஞ்சா எப்படிடா பொண்ணு கொடுப்பான். அது மட்டுமல்ல. தெருத் தெருவா போய் சொல்லு வான். இந்த பய சீனு ஒரு பொண்ணுக்கு புருஷனா நடிக்கறான்னு.

சீனு : மாது...

மாது : அப்புறம் உனக்கு எவன்டா பொண்ணு கொடுப்பான்? இந்த acting president, acting chief minister மாதிரி நீ வாழ்நாள் புல்லா acting husband ஆவே இருக்க வேண்டியதுதான். இப்ப சொல்லு, மைதிலி வீட்ல இருக்கணுமா? இது யாரோட problem ?

சீனு : இது universal Problem...

மாது : 16ம் தேதி மைதிலி வீட்ல இருக்கக் கூடாது. அதுதான் ரெண்டு பேருக்குமே பிரச்சினை. மைதிலிய எப்படி வெளியில அனுப்பறது ? அருமையான ஐடியா! இந்த பேப்பர்ல ஒரு

நல்ல விளம்பரம் வந்திருக்கு - படிக்கறேன் கேளு.

சீனு : படி...

மாது : May I help you ? Madras - 28. All in all Anantha Raman. கல்யாணம், கருமாதி, விசேஷங்களுக்கு அணுகவும் All in all Anantha Raman. கல்யாணம் ஆகாதவர்களுக்கு கல்யாணம் செய்து வைக்கப்படும். குழந்தை இல்லாதவர்களுக்கு வேண்டிக்கொள்ளப்படும். இப்படிக்கு All in all Anantha Raman. சீனு, We will meet him.

(திரை)

காட்சி - 9

All In All அனந்தராமனின் வீடு

மாது : நான் சொன்னேனல்ல All in all Anantha Raman - அவரோட வீடு இதுதான். அனந்தராமன்!

சீனு : அனந்து...

அனந்தராமன் : இதோ வரேன் சார்! கௌசல்யா என்னைத் தேடிண்டு யாரோ வந்திருக்காங்க, கௌசல்யா... எழுந்திரு கௌசல்யா... கௌசல்யா! என்ன இது ஒரு நாளைப் போல 9½ மணி வரைக்கும் புரண்டு புரண்டு தூங்கற? கௌசல்யா! எழுந்திரு கௌசல்யா! கௌசல்யா! கௌசி கண்ணு! எழுந்திரும்மா.

மாது : அனந்தராமன் இருக்கார்...

சீனு : கௌசல்யாவும் இருக்கா...

மாது : ஏன்டா இப்படி அலையற? ஏன் உன் புத்தி இப்படி போகுது? வயாக்ரா மாத்திரை சாப்டியா?

சீனு : கௌசி!

மாது : ஏய்! அனந்து, அனந்து!

அனந்தராமன் : இதோ வரேன்...

சீனு : மாமிக்கு என்ன ஒரு 40 வயசு இருக்குமா?

அனந்தராமன் : யார் மாமி?

சீனு : கௌசல்யா மாமி...

அனந்தராமன் : கௌசல்யா மாமின்னு உனக்கு யார் சொன்னது?

சீனு : மாமா வொய்ப் மாமிதானே!

அனந்தராமன் : சீ! கௌசல்யாக்கு 20 வயசுதான் ஆறது.

சீனு : 20 வயசு ஆறதா? அப்ப second wifeனு சொல்லுங்க!

அனந்தராமன் : பைத்தியக்காரத்தனமா பேசாத! நீயே சொல்லுப்பா. ரெண்டாவது தடவ கல்யாணம் பண்ணிக்க நான் என்ன அறிவு கெட்ட முட்டாளா? முண்டமா? மடையனா?

மாது : விடுங்க சார்! ஏன் அனாவசியமா ரெண்டு பொண்டாட்டிக்காரனைத் திட்டறீங்க? அப்ப, தூங்கற கௌசல்யா உங்க பொண்ணு. பை த பை I am மாதவன். வீட்ல செல்லமா மாதுன்னு கூப்பிடுவாங்க.

அனந்தராமன் : Glad to meet you. Glad to meet you. I am All in all Anantharaman. பார்க்க பெரியவனாயிருக்கானே! இன்னும் பேரே வெக்கலியா?

மாது : வெச்சிருக்காங்க சார்! அவன் சீனு! என்னோட Friend. ஆமா! அதென்ன சார் All in all?

அனந்தராமன் : All in allனா ஆல் இன் ஆல்தான்பா. கல்யாணத்துலேருந்து கருமாதி வரைக்கும் எல்லாத்துக்கும் help பண்ணுவேன். இப்ப உதாரணத்துக்கு உனக்கு கல்யாணம் ஆகலைன்னு வெச்சுக் கோயேன்!

சீனு : இவனுக்கா? கல்யாணமா? உங்க helpஆ! வேண்டாம் சார்! தாலி கட்றது இவனுக்கு கை

வந்த கலை. காத்தாடிக்கு மாஞ்சா போடற மாதிரி போட்டுண்டே இருப்பான்.

அனந்தராமன் : அட இவன்னு இல்லைப்பா! பொதுவா சொன்னேன்! யாரானும் கல்யாணம் ஆகலைன்னு என்கிட்ட சொல்லிட்டா போதும், முகூர்த்தத்துல ஆரம்பிச்சு, ரிசப்ஷன் வரைக்கும் ஜாம் ஜாம்னு முடிச்சு வைப்பேன்பா. ஒண்ணுமில்ல, பொண்ணு கழுத்த நீட்டினா போறும். பையன் தாலிய கட்டினா போறும். மத்த எல்லாத்தையும் நான் பாத்துப்பேன்.

சீனு : First night?

அனந்தராமன் : நான் இல்லாமயா? இல்லப்பா! சில பேர் first nightஅ grandஆ five star hotelஅ வெக்கறாங்க. அதுக்கு ரூம்லாம் fix பண்ணித் தருவேன்னு சொல்ல வந்தேன்.

மாது : கல்யாணத்த தவிர!

அனந்தராமன் : கருமாதி! யாரானும் மண்டைய போட்டுட்டாங்கன்னு வெச்சுக்கோயேன், டெட்பாடிய Pack பண்றதுலேருந்து, சுடுகாட்டுல கொண்டு புதைக்கற வரைக்கும் நான் பார்த்துப்பேன். இந்த வசனம் நீ கேள்விப்பட்டதில்லையா? வீடு வரை உறவு, வீதி வரை மனைவி, காடு வரை பிள்ளை, கடைசி வரை ஆல் இன் ஆல் அனந்தராமன்.

பையன் : ஹாய் டாட்...

சீனு : மாது! யார் இந்த கேனன்?

மாது : உங்க பையனா?

அனந்தராமன் : என் பையன், ஆமாம்பா! After all ஆராவமுதன்.

மாது : After all ஆராவமுதனா?

அனந்தராமன் : ஆமாம்பா! நான் all in all Anantha Raman. இவன் எனக்கு assistant ஆ இருக்கான். பய தொழிலுக்கு புதுசு. அதான் After all ஆராவமுதன்.

சீனு : மாது! ஒண்ணு கவனிச்சியா? சார் ஆல் இன்

ஆல் அனந்தராமன். பய After all ஆராவமுதன். இதுக்கப்புறமும் இவருக்கு பையன் பொறந்தா Not at all நாராயணன்தான்னு பேர் வைக்கணும், உள்ள தூங்கற கௌசல்யா எப்படி? Sleep at hall.

அனந்தராமன் : சும்மா இருய்யா, வந்த விஷயத்த சொல்லுப்பா...

மாது : முக்கியமான விஷயம், ஏன் எதுக்குன்னு கேட்கப் படாது!

அனந்தராமன் : கேட்கமாட்டேன்...

மாது : நீங்க ஒரு ரெண்டு நாளைக்கு என் வொய்ப்ப வச்சுக்கணும்.

அனந்தராமன் : ஏய்!

மாது : பத்திரமா வெச்சுக்கணும்.

அனந்தராமன் : புரியலையே!

மாது : அதாவது 16ம் தேதி எங்க வீட்ல ஒரு function இருக்கு. அன்னிக்கு என் வொய்ப் வீட்ல இருக்கக் கூடாது.

அனந்தராமன் : அவ்வளவுதானேப்பா! அவள அழைச்சுண்டு நீ வெளில போய்ட வேண்டியதுதானே!

மாது : 16ம்தேதி நான் வீட்ல இருந்தாகணுமே!

அனந்தராமன் : ஆமா! இந்த விஷயமெல்லாம் உன் wifeக்கு ஏற்கனவே தெரியுமா?

மாது : அவள்ட்ட சொல்ல முடிஞ்சா உங்கள்ட்ட ஏன் வரேன்? அவளுக்கே தெரியாம அவளைக் கடத்திட்டு வந்து இங்க நீங்க வச்சிக்கணும்...

அனந்தராமன் : வாட்? அவளை kidnap பண்ணணுமா? என்னடா இவன் wifeஅ கடத்தச் சொல்றான்? நான் அனந்தராமன்டா, அனந்த ராவணனாக்கிடுவான் போலருக்கே இவன்?

ஆராவமுதன் : டாடி! எத்தனை நாளைக்குத்தான் இந்த கல்யாணம் கருமாதியையே பண்றது? for a change ஒரு கொலை, கொள்ளை, ஒரு பாம்கிராப்ட், சார் சொல்ற மாதிரி ஒரு கடத்தல் - அப்படீன்னு பண்ணி தொழில்ல முன்னேறலாமே!

அனந்தராமன் : புடிச்சு உள்ள போட்டுடுவான்டா, வாய மூடிண்டு கம்முனு இருடா.

மாது : நீங்க என்ன பண்றீங்க? 15 ம் தேதி எங்க வீட்டுக்கு வந்துடுங்க, அன்னிக்கு வீட்ல யாரும் இல்லாத மாதிரி பாத்துக்கறேன். கைல கர்சீப்ல நிறைய மயக்க மருந்து போட்டு கொண்டு வந்துடுங்க. அத என் wife மூக்குல வச்சீங்கன்னா, அவ மயக்கம் போட்டு விழுந்துடுவா. வாசல்ல ஆம்புலன்ஸ் ரெடியா இருக்கும். தூக்கிண்டு போய்டலாம்.

அனந்தராமன் : மயக்க மருந்தா?

சீனு : க்ளோரோபார்ம் ஸார்!

அனந்தராமன் : ஆமா! இதெல்லாம் என்னிக்கு?

மாது : 16ம்தேதி வீட்ல function.

அனந்தராமன் : 16ம் தேதியா? 16ம் தேதி என்னால முடியாது- அன்னிக்கு எம் பொண்ணு கௌசல்யாவோட நிச்சயதார்த்தம்.

சீனு : மாது! ஒண்ணு கவனிச்சியா? 16ம் தேதி சாரோட பொண்ணுக்கு நிச்சயதார்த்தம். அன்னிக்குத்தான் எனக்கும் நிச்சயதார்த்தம். எல்லாம் கூடி வருது! இல்லியா?

அனந்தராமன் : உனக்கென்ன? எல்லாம் சேர்ந்து வரும். நான் இல்ல மாட்டிண்டு முழிப்பேன். அதெல்லாம் முடியாதுப்பா. நீங்க போய்ட்டு வாங்க.

ஆராவமுதன் : நீங்க சும்மாயிருங்க டாடி! நான் பாத்துக் கறேன். சார் எங்க டாடியே சம்மதிக்கலைன் னாலும் பரவால்ல, இந்த கிட்நாபிங்க நல்ல படியா நடத்த வேண்டியது என் பொறுப்பு.

மாது : அது போதும்! இதுதான் என் வீட்டு அட்ரஸ்,15ம் தேதி வந்து என் wifeஅ கடத்திட்டு போய்டு. 16ம் தேதி வந்து நான் கலெக்ட் பண்ணிக்க றேன். ரசீதெல்லாம் போட்டு வச்சிரு. நான் வரேன் சார்.

சீனு : வரேன் all in all! வரேன் After all!

அனந்தராமன் : ஏன்டா முட்டாள் இந்த கிட்நாபிங்க எல்லாம் ஒத்து தொலைச்சுண்ட? இப்ப குளோரோபார் முக்கு என்ன பண்றது?

ஆராவமுதன் : குளோரோபார்ம்தானே! நம்ம வீட்டுக்கு பக்கத் துல பெரிய க்ளினிக் இருக்குல்ல. அங்கேருந்து திருடிட்டு வந்துடறேன்.

அனந்தராமன் : திருட்டு, கிட்நாப் தொழில்ல பயங்கரமா முன் னேற்றம் போலருக்கு.

ஆராவமுதன் : டாடி! ஒரு சின்ன டவுட்டு, இந்த ஆளு wife அ கடத்தணும்னாரு. அட்ரஸ் குடுத்தாரு, அவங்க பேரு என்ன? கருப்பா? சிவப்பா? மொட் டையா? குட்டையான்னு ஒரு detailம் சொல்ல லையே!

அனந்தராமன் : இங்கதான் நீ After allங்கறது. அட்ரஸ் கொடுத்துருக்கான். வந்து wifeஅ தூக்கிண்டு போன்னுருக்கான். நாம அங்க போய் குழம்ப றதுக்கு மாதுக்க என்ன ரெண்டு wifeஆ இருக்கப் போறாங்க? ஆராவமுது! எப்பவுமே தெரிஞ்சுக் கோடா, ஒருத்தனுக்கு ஒருத்தி.

(திரை)

காட்சி - 10

மாதுவின் வீடு

(ஆராவமுதன் வெளியிலிருந்து வர பின்னாலேயே ஆல் இன் ஆல் அனந்தராமனும் வருகிறார்)

ஆராவமுதன் : அப்பா... தைரியமா வா... இதுதான் மாதுவோட வீடு...

அனந்தராமன் : ஆராவமுது... ரொம்ப டென்ஷனா பயமா இருக்குடா... கன்னாபின்னான்னு கிட்னாப் பிங்லாம் ஒத்துத் தொலைச்சுண்டுட்டே.... சாதாரணமா முத்து முத்தா வியர்க்கும்னு சொல்லுவா... ஆனா உன்னால எனக்கு கொத்துக் கொத்தா வியர்க்குது...

ஆராவமுதன் : அப்பா பயத்துல சொதப்பி வெக்காதே... இந்தா கர்சீப்...

அனந்தராமன் : கர்சீப் எதுக்கு? நெத்தியைத் தொடைச் சுக்கவா?

ஆராவமுதன் : ஐயையோ... இது குளோரோபார்ம் தடவின கர்சீப்... ஞாபகம் வெச்சுக்கோ...

அனந்தராமன் : குளோரோபார்மா?... ஓக்கே... ஓக்கே... நீ நன்னா ஞாபகம் வெச்சுக்கோ... வாசல்ல ஆம்புலன்ஸ் இருக்கு... நீ அதுகிட்ட போய் ரெடியா நில்லு... மாதுவோட வைப்... அதான் மாமி மாமின்னு சொன்னியே... அவ வந்ததும் நைசா பேச்சு கொடுத்துண்டே இந்தக் கர்சீப்பை அவ மூக்குல வெக்கறேன். அவ மயக்கம்போட்டு விழுந்த உடனே உனக்கு நான் சிக்னல் கொடுக்க றேன்... வந்து கபால்னு தூக்கிண்டு போயிரு... சரியா?

ஆராவமுதன் : ஓக்கே... (என்று வெளியே போக)

அனந்தராமன் : ரெடியா இரு... (என்றவுடன் ஜானகி உள்ளிருந்து வர)

ஜானகி : யாரு?

அனந்தராமன் : நீங்க?

ஜானகி : ஜானகி...

அனந்தராமன் : பாவிப்பய பொண்டாட்டி பேரைக்கூடச் சொல்லவே இல்லை...

ஜானகி : என்ன சொன்னீங்க?

அனந்தராமன் : இல்லை... நீங்க மாதுவுக்கு உறவா?

ஜானகி : நான் மாதுவோட வைப்... என்ன உறவாங் கறீங்க?

அனந்தராமன் : இல்லை... முன்னபின்ன இதெல்லாம் பண்ணி னது கிடையாது. அதான் ஒரே டென்ஷனா இருக்கு...

ஜானகி : என்ன சாப்பிடறீங்க?

அனந்தராமன் : ஒண்ணும் வேண்டாங்க...

ஜானகி : இல்லை... என்ன சாப்பிடறீங்க?

அனந்தராமன் : ஒண்ணும் வேண்டாங்க...

ஜானகி : அட.... சும்மா சொல்லுங்களேன்...

அனந்தராமன் : சரி... ஜில்லுனு ஒரு டம்ளர் குளோரோபார்ம் கொடுங்களேன்...

ஜானகி : என்னது?

அனந்தராமன் : ஐயையோ... குளோரோபார்ம் இல்லைங்க... காம்ப்ளான்... காம்ப்ளான்... அது வந்து... நான் உங்க ஹஸ்பெண்டோட பிரெண்ட்... ஆபீஸ் போயிருந்தேன்... நான் ஒரு கர்சீப் வியாபாரி... அவர்கிட்டச் சொன்னேன்... வீட்டுக்குப் போய் உரிமையா என் வைப்கிட்ட கர்சீப் கொடுடான்னு சொன்னார்... நல்ல செண்ட் தடவின கர்சீப்... நீங்க மோந்து பார்ப்பீங்கன்னு கூடச் சொன்னார்... மோந்து பார்க்கறீங்களா?

ஜானகி : கொஞ்சம் இருங்க... காம்ப்ளான் கொண்டு வரேன்...

அனந்தராமன் : ஐயோ... காம்ப்ளான்லாம் வேண்டாங்க...

ஜானகி : ஒரு நிமிஷம் இருங்க...

அனந்தராமன் : என்னங்க காம்ப்ளான்... காம்ப்ளான்னு சொல்லிண்டு... இங்க என் பிளான் மாறுதுங்க... காம்ப்ளான் வேண்டாங்க... (என்று புலம்ப அதைக் காதில் போட்டுக் கொள்ளாமல் ஜானகி உள்ளே போக... அனந்தராமன் செய்வதறியாது தவித்து) என்ன கண்றாவிடா இது? இப்ப எவன் கேட் டான் காம்ப்ளான்? (என்றதும் மைதிலி தன் போர்ஷனிலிருந்து வந்து)

மைதிலி : அடேடே வாங்க... உங்களுக்கு என்ன வேணும்?

அனந்தராமன் : (அவளைப் பார்க்காமல்) எனக்குக் காம்ப்ளான் வேண்டாங்க... (என்று திரும்பிப் பார்த்து திடுக்கிட்டு) யாருங்க நீங்க? மாதுவுக்கு அக்காவா?

மைதிலி : என்னது மாதுவோட சொக்காவா? அது எதுக்கு உங்களுக்கு?

அனந்தராமன் : பயங்கர டமாரம் போலருக்கு...

மைதிலி : நீங்க மாதுவைக் கேட்கறீங்களா?

அனந்தராமன் : ஆமா... ஆமா...

மைதிலி : அவர் வீட்டுல இல்லை... வெளில போயிருக்கார்...

அனந்தராமன் : அதை அவர் வைப் ஏற்கனவே எங்கிட்ட சொல்லிட்டாங்களே...

மைதிலி : என் பேர் மைதிலி... நான் மாதுவோட வைப்... (என்றதும் அனந்தராமன் திடுக்கிட ஜானகி காம்ப்ளானுடன் வந்து)

ஜானகி : என்ன மாதுவைப் பத்திப் பேசிட்டிருக்கீங்க?

அனந்தராமன் : நான் பேசலைங்க... அவங்கதான் சொல் றாங்க...

ஜானகி : அவங்க மைதிலி... சீனுவோட வைப்...

அனந்தராமன் : (திடுக்கிட்டு) என்னது... சீனுவோட வைப்பா?

மைதிலி : ஜானகி... நான் அவரோட வைப்புன்னு சொன்னேன்... அதுக்கு இவர் திருதிருன்னு முழிக்கறார்...

ஜானகி : அடக் கஷ்டமே...

அனந்தராமன் : ம்... இவங்க சொல்லுவாங்க பாருங்க...

ஜானகி : அவர் இவரோட பிரெண்ட்... இவரை அவருக்குத்தான் தெரியும்... அவரை இவரோட பிரெண்டுக்கு எப்படித் தெரியும்? நீ அவரோட பிரெண்டோட வைப்புன்னு சொன்ன உடனே குழம்பிட்டார்... என்ன சார்?

அனந்தராமன் : ஏம்மா... இப்ப நீ சொன்னதுல அவர் யாரு? இவர் யாரு? அவரோட பிரெண்ட் யாரு? இவ ரோட பிரெண்ட் யாரு? குளோரோபார்ம் வீரியம் குறைஞ்சு போயிண்டிருக்கு... ரொம்ப காஸ்ட்லி affairமா...

ஜானகி : நான் சொல்றேன் சார்... நான் ஜானகி... மாது வோட வைப்... இவங்க மைதிலி... சீனுவோட வைப்...

மைதிலி : சார்... என் பேர் மைதிலி ... நான் மாதுவோட வைப்...

ஜானகி : என்னது... மாதுவோட வைப்பா?

மைதிலி : இரு ஜானகி... என்னைக் கொஞ்சம் பேச விடேன்... நான் மாதுவோட வைப்... அவ ஜானகி... எதிர்வீட்டு வேலைக்காரி...

ஜானகி : என்னது... எதிர்வீட்டு வேலைக்காரியா? என்னாச்சு உனக்கு?

மைதிலி : என்னது... இவ எதுக்காக கோவிச்சுக்கறா? வேலைக்காரியை வேலைக்காரின்னு சொல்லாம வேற எப்படிச் சொல்லுவாளாம்?

அனந்தராமன் : வேலைக்காரியை வேலைக்காரின்னுதாங்க

சொல்லணும்... வேணும்னா சர்வண்ட் மெய்டுன்னு சொல்லலாம்...

ஜானகி : மைதிலி... உனக்கு வெட்கமா இல்லையா? ஒரு மூணாவது மனுஷன்கிட்ட மாதுவோட வைப்புன்னு சொல்லிண்டிருக்கியே...

மைதிலி : ஐயோ... இவ என்ன சொல்றான்னு எனக்கு ஒண்ணுமே புரியலை... சத்தியமா நான்தான் மாதுவோட வைப்...

அனந்தராமன் : அப்பா... எனக்கு அதுதாங்க வேணும்... நீங்கதானே மாதுவோட வைப்?... அப்ப இந்தாங்க கர்சீப்...

மைதிலி : இது எதுக்கு?

அனந்தராமன் : இதை வாங்கிக்க மாட்டீங்கறேளேம்மா ரெண்டு பேரும்... மாறி மாறி பேசிண்டே இருந்தா என்ன அர்த்தம்? வாசல்ல சின்னப்பையன் ஆராவமுது வேற காத்திண்டிருப்பான்... ரொம்ப டென்ஷனா இருப்பான் அவன்...

மைதிலி : சார்... திருப்பதில அவர் எனக்குத் தாலி கட்டினார்... வேணும்னா அவர் பிரெண்ட் சீனுகிட்ட கேட்டுப் பாருங்களேன்...

ஜானகி : என்னது... திருப்பதில அவர் உனக்குத் தாலி கட்டினாரா? என்ன உளர்றே நீ?

மைதிலி : (தாலியை எடுத்துக் காட்டி) சத்தியமாச் சொல்றேன்... நான்தான் மாதுவோட வைப்...

(என்றதும் ஜானகியும் தாலியை எடுத்துக் காட்ட இருவரும் மாறி மாறி ''நான் தான் மாதுவோட வைப்'' என்று சொல்ல கடுப்படைந்துபோகும் அனந்தராமன்)

அனந்தராமன் : ஸ்டாப் இட்... நிறுத்துங்கம்மா... வீட்டுல ஒரு ஆம்பளை தனியா வரக்கூடாதே... உடனே தாலியைக் காட்டி பயமுறுத்திருவீங்களே... (என்றதும் ஜானகியும் மைதிலியும் அழ)

அனந்தராமன் : ஏன் அழறீங்க?... சொல்லுங்க ஏன் அழறீங்க?

நியாயமாப் பார்த்தா இப்ப நான்தான் அழணும்... தெரியுமோல்யோ? ஓக்கே... ஓக்கே... நீங்க அழறதும் ஒருவிதத்துல நல்லதாப் போச்சு... இப்படியே அழுதிட்டே இருங்க... பர்ஸ்ட்-கிளாஸ் பிளான்... (வெளியே பார்த்து) ஆராவமுது...

ஆராவமுதன் : (வந்துகொண்டே) என்னப்பா?

அனந்தராமன் : இன்னொரு கர்சீப் இருக்கா?

ஆராவமுதன் : இதோ... (என்று இடுப்பிலிருந்து எடுத்துக் கொடுக்க)

அனந்தராமன் : (ஜானகியிடம்) இந்தாங்கம்மா கர்சீப்... கண்ணை துடைச்சுக்குங்க... அப்படியே மூக்கு... மூக்கு... (என்று கர்சீப் கொடுத்து மைதிலியிடம் திரும்பி) இந்தாங்க கர்சீப்... கண்டிப்பா மூக்கைத் துடைச்சுக்குங்க... (என்றதும் ஜானகியும் மைதிலியும் கர்சீப்பை வாங்கி முகத்தைத் துடைத்துக் கொள்ள இருவருக்கும் மயக்கம் வர அதைப் பார்த்து) என்ன தலையை சுத்தறதா? மயக்கம் வரதா? வெரி குட்... வேலை சுலபமா முடிஞ்சுடுத்து... ஆராவமுது ஆபரேஷன் சக்ஸஸ்... ஆம்புலன்சை எடுடா...

(திரை)

காட்சி - 11

மாதுவின் வீடு

மாது : (டெலிபோனில்) ஹலோ... அனந்தராமன் இருக்காரா?... ஹலோ... (என்றதும் லைன் கட் ஆக) சே... (என்றதும் சீனு மாடியிலிருந்து வந்து)

சீனு : மாது... இந்த ஆல் இன் ஆல் அனந்தராமனை சும்மா சொல்லக் கூடாதுடா... லேடியைக் கடத்தறதுல கில்லாடியா இருக்கான்... சாமர்த்தியமா கடத்திண்டுபோய் வீட்டுல வெச்சிட்டான்... ஆமா உன் பிள்ளையார் பூஜை எப்போ?

மாது : அநேகமா அது இன்னிக்கு நடக்காது...

சீனு : ஏன்?

மாது : நான் மட்டும் பூஜை பண்ண இன்னிக்கு என்ன பிள்ளையார் சதுர்த்தியா?

சீனு : என்னடா சொல்றே?

மாது : அதையேன் கேட்கறே? அனந்தராமனை வீட்டுக்கு வந்து என் பொண்டாட்டியைக் கடத்திண்டு போகச்சொன்னேன் இல்லியா?

சீனு : ஆமா...

மாது : அது இங்க வந்து பார்த்திருக்கு... ஜானகி... மைதிலி ரெண்டுபேரும் நான்தான் மாது வைப்... நான்தான் மாது வைப்புனு சொல்லி யிருக்காங்க... அது ரெண்டு பேரையும் கடத்திண்டு போயிருத்து...

சீனு : அடப்பாவி...

மாது : Infact நானே அனந்தராமன்கிட்ட சொல்லலாம்னு இருக்கேன்... மாசத்துல நாலு நாள் ரெண்டு பேரையும் கடத்திண்டு போப்பா... நான் இங்க ஹேப்பியா இருக்கலாம் பாரு...

சீனு : ஏண்டா... ஆமா... ஜானகிய காணுங்கற விஷயம் உங்கப்பாவுக்குத் தெரியுமா?

மாது : நான் அப்பாகிட்ட சொல்லிட்டேனே... ஜானகியைக் காணும்னு... நீ கவலைப்படாதே... ஏற்கனவே போலீஸ் கம்ப்ளெய்ண்ட் கொடுத் திட்டேன்னு...

சீனு : அப்ப மைதிலி காணுங்கற விஷயம் உங்கப் பாவுக்குத் தெரியுமா?

மாது : நான் சொல்லிட்டேனே... அப்பா நீ ஒண்ணும் கஷ்டப்படாதே... மைதிலி புருஷன் சீனு ஏற்கனவே போலீஸ் கம்ப்ளெய்ண்ட் கொடுத்துட்டான்னு...

சீனு : ஓ... மைதிலி புருஷன் சீனு... (என்றதும் உணர்ந்து) டேய்... என்னடா விளையாடறே? இன்னிக்குக் காலைல பத்து மணிக்கு எனக்கு நிச்சயதார்த்தம்... இன்னும் என்னை மைதிலி புருஷன்னு சொல்லிண்டிருக்கியே...

மாது : அதெல்லாம் விடு... உனக்குப் பார்த்திருக்கிற பொண்ணு யாரு? அவப்பன் பேர் என்ன? எல்லாம் ஒரே சஸ்பென்ஸாவே இருக்கு...

சீனு : உனக்குத்தான் எங்கப்பாவைப்பத்தித் தெரியுமே... துப்பாக்கியைக் காட்டி கழுத்தே இல்லாத பொண்ணைக் கொண்டுவந்து நிறுத்தி கட்டுரா தாலியைன்னு சொன்னா நான் தாலி கட்டித்தாண்டா ஆகணும்...

மாது : அப்படியா?

சீனு : எங்கப்பா சரியான லூசுடா... (என்றதும் சீனுவின் அப்பா கோபி வெளியிலிருந்து வந்து)

கோபி : டேய் சீனு... இங்க என்னடா பண்ணிட்டிருக்கே... இடியட்...

மாது : வாங்க சார்... இப்பத்தான் சீனு உங்களைப்பத்தி ரொம்ப பெருமையா பேசிட்டிருந்தான்... அது போகட்டும்... சார் சீனுவுக்குப் பார்த்திருக்கிற

பொண்ணு யாரு... அவப்பா பேர் என்ன... எல்லாம் ஒரே சஸ்பென்ஸாவே இருக்கே...

கோபி : சொல்றேன்...(என்றதும் ஆல் இன் ஆல் அனந்த ராமன் வெளியிலிருந்து வந்து)

அனந்தராமன் : பொண்ணு பேர் கௌசல்யா... பொண்ணோட அப்பன் பேர் ஆல் இன் ஆல் அனந்தராமன்...

மாது : சீனு... என்னடா இது? அப்ப உனக்குப் பார்த் திருக்கிற பொண்ணு ஸ்லீப்பிங் பியூட்டி கௌசல் யாவா?

சீனு : சும்மா இருடா...

கோபி : வாடா அனந்து...

அனந்தராமன் : சாரிடா கோபி...

கோபி : எதுக்கு சாரி... லேட்டா வந்ததுக்கா?

அனந்தராமன் : சீசீ... அதுக்கில்லை... இந்த நிச்சயதார்த்தம் நடக்கப் போறதில்லை... அதுக்கு சாரி சொல் லிட்டுப் போகலாம்னு வந்தேன்...

கோபி : வாட்?

சீனு : வாட்?... இந்த நிச்சயதார்த்தம் நடக்காதா? ஏன்?

அனந்தராமன் : கோபி... உன் பையன் சீனுவுக்கு என் பொண்ணு கௌசல்யாவை ரெண்டாம்தாரமா கட்டிவெக்க எனக்கென்ன தலையெழுத்தா?

சீனு : என்ன சார் சொல்றீங்க? ரெண்டாம் தாரமா?

அனந்தராமன் : ஏய் கோபிநாத்... உன் பையன் சீனு... already married...

சீனு : என்ன சார் சொல்றீங்க? நான் already marriedஆ?

அனந்தராமன் : ஏண்டா டேய்... உன் பையன் ஒரு செகண்ட் ஹேண்ட்... ஒரு செகண்ட் ஹேண்டுக்கு என் பொண்ணு கௌசல்யாவைக் கேட்க உனக்கு என்ன தில்லு இருக்கணும்?

மாது : சீனு... என்னடா எல்லாம் உல்டாவா இருக்கு? ஏற்கனவே ஜானகி மைதிலியை வேற இவன் கடத்திண்டுபோய் வெச்சிருக்கான்...

அனந்தராமன் : என்ன சொன்னே?

மாது : ஜானகி... மைதிலி...

அனந்தராமன் : ஆ... இப்பத்தாம்பா ஞாபகம் வரது... கோபி... உன் பையன் சீனுவோட வைப் பேர் மைதிலி...

கோபி : டேய் அனந்து... இதை நான் நம்ப மாட்டேன்... இதுக்கு என்ன proof?

அனந்தராமன் : இதுக்கு என்ன proofஆ? உன் பையன் செகண்ட் ஹேண்ட் அப்படிங்கறதுக்கு பர்ஸ்ட் ஹேண்ட் இன்பர்மேஷனோட வந்திருக்கேன்... proof கேட்டியே... ஒண்ணொண்ணா வரது பாரு... *(வெளியே பார்த்து)* ஹலோ... *(என்றதும் ராமானுஜம் வருகிறார்)*

ராமானுஜம் : அடேடே... The famous மாப்பிள்ளைத் தோழன் மாதுவா? ஏம்ப்பா சீனு... பண்ணிக்கப்போற தென்னவோ ரெண்டாம் கல்யாணம்...*(என்றதும் மாது ரியாக்ட் செய்ய)* நான் சீனுவைச் சொன் னேன்... அதுக்கு நிச்சயதார்த்தம் ஒரு கேடா?

கோபி : என்ன... இவர் வேற ரெண்டாம்தாரங்கறார்... யாரு இவர்?

மாது : சார்... இவர் வந்து...

ராமானுஜம் : மாது... ரொம்ப கஷ்டப்படாதேப்பா... நானே சொல்லிடறேன்... எதிர்வீட்டு மாமா... கோபி நாத்... தலைல சத்தியம் அடிச்சு சொல்லுங்க... உங்க பையன் சீனு காது கேட்காத பொண்ணு மைதிலிக்கு திருப்பதில வெச்சு தாலி கட்டலை?

கோபி : காது கேட்காத பொண்ணு... திருப்பதி... அந்தக் கல்யாணம்தான் நடக்கவே இல்லையே...

அனந்தராமன் : என்ன அந்தக் கல்யாணம் நடக்கவே

இல்லையே?... எதிர்வீட்டு மாமா சொன்னா ஒத்துக்க மாட்டே... கல்யாணம் பண்ணிக்கிட்ட பொண்ணே சொன்னா ஒத்துப்பேல்லியா? Proof கேட்டியே proof... உனக்காக sound proofஏ வரது பாரு... (வெளியே பார்த்து) ஹலோ...(என்றதும் மைதிலி வந்து நேராக சீனுவிடம் சென்று)

மைதிலி : இந்தாங்க பிரசாதம்...

சீனு : (திடுக்கிட்டு) என்னடா இது?... பிரசாதத்தை எங்கைல கொடுக்கறா...

மைதிலி : கோவிலுக்குப் போயிருந்தேன்...

அனந்தராமன் : கோவிலுக்குப் போயிருந்தியாம்மா?

மைதிலி : வாழை எடுக்கப் போகலை... கோவிலுக்குப் போயிருந்தேன்...

கோபி : என் பையன் உன் கழுத்துல தாலி கட்டினானாம்மா?

அனந்தராமன் : என்னடா கேள்வி கேட்கறே? உன் பையன் சீனு தாலி கட்டாம... தாலி தானா போய் கழுத்துல ஏற அது என்ன வேதாளமா?

சீனு : அப்பா நம்பாதே... அவர் பொய் சொல்றார்...

அனந்தராமன் : ஆமாம்பா... நான் பொய் சொல்றேன்... உன் பொண்டாட்டி பொய் சொல்றா... உன் மாமனார் பொய் சொல்றார்... நீங்க ரெண்டுபேரும் குடும்பம் நடத்தினதை வேடிக்கை பார்த்த எதிர்வீட்டு மாமா பொய் சொல்றார்... நீ ஒருத்தன்தான் உண்மை பேசறே... அப்படித் தானே? ஏம்ப்பா மாது... மாப்பிள்ளைத் தோழனாக் கூட இருந்து இவங்க ரெண்டு பேரோட கல்யாணத்தையும் நல்லபடியா நடத்தி வெச்சிருக்கே... எல்லா உண்மையையும் சொல்ல வேண்டியதுதானே?

சீனு : சொல்லுடா டேய்...

மாது : நான் எப்படி சார் சொல்லுவேன்?

அனந்தராமன் : சொல்ல வெக்கறேன்... கோபி... சாட்சி கேட்டியே... முக்கியமான சாட்சி... இப்பத் தான் வருது பாரு... (வெளியே பார்த்து) ஹலோ... (என்றதும் கையில் விளக்குமாறுடன் ஜானகி வருகிறாள்)

மாது : வா ஜானகி... சார் ஜானகி என்னோட....

ஜானகி : இவரோட எதிர்வீட்டு வேலைக்காரி...

மாது : ஏய் ஜானகி... என்னடி லூசு மாதிரி பேசறே?

ஜானகி : யோவ்...

மாது : என்னது... யோவ்வா?

ஜானகி : லூசுகீசுன்னே பல்லுகில்லெல்லாம் தட்டிருவேன்... வேலைக்காரின்னா என்ன வேணாலும் பேசறதா?

அனந்தராமன் : போறுமாடா... உன் பையன் கல்யாணமான வங்கறது வேலைக்காரிவரை போய் சந்தி சிரிச்சிருக்கு... இப்ப சொல்லுப்பா... இந்த நிச்சயதார்த்தம் நடக்கணுமா கூடாதா?

கோபி : இதுக்கப்புறமும் மைதிலியை என் மருமகளா ஏத்துக்காட்டி என்னை ஜெயில்ல போட்டா லும் ஆச்சர்யப்படறதுக்கில்லை... சீனு கிளம்புடா...

சீனு : எங்கப்பா?

கோபி : டெல்லிக்குடா...

சீனு : டெல்லிக்கா?

கோபி : ஆமா...

ஜானகி : அப்ப நானு?

மைதிலி : நீயும் எங்ககூட டெல்லி வந்துரும்மா...

ராமானுஜம் : மாப்பிள்ளைத் தோழன் மாது... நானும் டெல்லிக்குப் போறேம்பா...

அனந்தராமன் : வெரிகுட்... எல்லாரும் டெல்லி சலோ... (என்று எல்லோரும் அங்கிருந்து செல்லும்போது மாது தவிப்புடன்)

மாது : ஐயோ... நில்லுங்க... நில்லுங்க... எல்லாரும் என்னைத் தனியா விட்டுட்டுப் போறீங்களா?

அனந்தராமன் : ஆமாம்... போனா என்னப்பா? நீதான் தனிக்கட்டையாச்சே?

மாது : போகக் கூடாது சார்...

அனந்தராமன் : ஓ... என்னைப் போகக் கூடாதுன்னு சொல்றயா?

மாது : நீ எக்கேடுகெட்டுப் போனா எனக்கென்னயா? டேய் சீனு உனக்கு அறிவில்லை? உங்கப்பாதான் டெல்லிக்குப் போறேங்கறார்... நீயும் மைதிலியைக் கூட்டிண்டு போறேங்கறியேடா...

சீனு : என்னடா பண்ண? நீயாவது உண்மையைச் சொல்லித் தொலைப்பேன்னு பார்த்தா சொல்ல மாட்டேங்கறியே!

அனந்தராமன் : ஐயையோ... என்னப்பா கோபி... உன் பையன் சீனு தொண தொணன்னு பேசிண்டிருக்கான்... இப்படியெல்லாம் கூப்பிட்டா டெல்லிக்கு வரமாட்டான்... பாக்கெட்டுல எதுக்கு தண்டத்துக்கு துப்பாக்கி வெச்சிருக்கே? எடுத்துக் காட்டு... தன்னால வருவான்...(என்றதும் கோபி பாக்கெட்டிலிருந்து துப்பாக்கியை எடுத்துக் காட்டி)

கோபி : டேய் சீனு... கிளம்புடா டெல்லிக்கு... இல்லைன்னா I will shoot you...

சீனு : ஐயோ அப்பா... சுட்டுராதே... சுட்டுராதே... மைதிலி என் பொண்டாட்டிதான்... பொண்டாட்டிதான்... போகலாம் வாங்க...

அனந்தராமன் : டெல்லி சலோ... (என்றதும் எல்லோரும் வெளியே செல்ல முயற்சிக்க)

மாது : தயவுசெய்து நில்லுங்க...

அனந்தராமன் : என்னப்பா மறுபடியும் மறுபடியும் பிராணனை வாங்கறே? இப்ப என்ன?

மாது : அவங்க போகக்கூடாது சார்...

அனந்தராமன் : அவங்கன்னா யாரு? நானா, கோபிநாத்தா, சீனுவா, இல்லை எதிர் வீட்டு மாமாவா?

மாது : மைதிலியும் ஜானகியும் போகக்கூடாது சார்...

அனந்தராமன் : மைதிலியும் ஜானகியும் ஏன் போகக் கூடாது? மைதிலி சீனுவோட வைப்... ஜானகி அவங்க வீட்டு வேலைக்காரி... அவங்க டெல்லி போனா என்ன, இல்லை ராமேஸ்வரம் போனா உனக்கென்ன?

மாது : ஐயோ... மைதிலி சீனுவோட பொண்டாட்டி இல்லை... ஜானகி அவங்க வீட்டு வேலைக்காரி இல்லை...

அனந்தராமன் : இவன் இதையேதாம்பா சொல்லிண்டிருப் பான்... டெல்லி சலோ...

மாது : ஐயோ நில்லுங்க... போயிடாதீங்க... உண்மை யைச் சொல்லிடறேன்... மைதிலி, ஜானகி ரெண்டுபேருமே என் வைப்தான்...

அனந்தராமன் : தேட்ஸ் இட்...

ராமானுஜம் : அப்பா... இப்பத்தாண்டா பெரிய ரிலீப்... ரொம்ப தேங்ஸ்டா அனந்தராமா... You have done a wonderful job...

அனந்தராமன் : Its alrightடா... என் ட்யூட்டியைத்தான் நான் செஞ்சேன்... உன் புள்ளை வாயிலேர்ந்து உண்மையை வரவழைக்கத்தான் இவ்வளவு கஷ்டமும் பட்டேன்... அம்மா தாய்க் குலங்களே... ஒண்ணே ஒண்ணை மட்டும் நல்லா கவனத்துல வெச்சுக்குங்க... அண்ணனைத் தனியா விடாதீங்க...

மாது : ஜானகி, ஐ ஆம் வெரி சாரி...

ஜானகி : எதுக்கு?

மாது : மைதிலியை ரெண்டாம்தாரமா கல்யாணம்

பண்ணிண்டதை மறைச்சதுக்கு... ரொம்ப சாரிம்மா...

ஜானகி : ரெண்டாம்தாரம் கல்யாணம் பண்ணிண்டது மட்டும் சரியோ?

மாது : தப்புதான்... ஆனா நான் எந்த சூழ்நிலைல மைதிலிக்குத் தாலி கட்டினேன்னு தெரிஞ்சா நீ என்னை தப்பா நினைக்க மாட்டே....

ஜானகி : எனக்கு எல்லாம் தெரியும்... மொதல்ல மைதிலி கிட்டப் போய் மன்னிப்புக் கேளுங்க...

மாது : எதுக்கு?

ஜானகி : ஏற்கனவே கல்யாணமானதை மறைச்சு அவ கழுத்துல தாலி கட்டினதுக்கு...

(என்றதும் மாது மைதிலியிடம் சென்று)

மாது : மைதிலி... ஐ ஆம் வெரி சாரிம்மா... நான் ஏற்கனவே கல்யாணமானவன் அப்படிங்கற விஷயத்தை உங்கிட்டேர்ந்து மறைச்சிட்டேன்... சாரி...

மைதிலி : ஏங்க... நீங்க ஏற்கனவே கல்யாணமான வர்ங்கறதை மறைச்சு என் கழுத்துல தாலி கட்டினீங்களே... அதுக்காக ஒரு தடவையாவது எங்கிட்ட சாரி சொல்லக் கூடாதா?

மாது : அதான் சொல்லிட்டேனே... ரொம்ப சாரிம்மா...

மைதிலி : இவ்வளவு கெஞ்சிக் கேட்கறேன்... ஒரு சாரி சொல்றதுக்கு உங்களுக்கு மனசு வரலை...

மாது : சாரிம்மா... சாரிம்மா... சாரிம்மா... போறுமா?

மைதிலி : பரவாயில்லை... என்ன இருந்தாலும் நான் செகண்ட் வைப்தானே... எப்படி சாரி சொல்லுவீங்க?

மாது : அடப் போடீ... ஜானகி... இவகிட்ட இதுக்கு மேல எப்படி சாரி சொல்றது? வாய் வலிக்கறது...

ஆயிரெத்தெட்டு தடவை இம்போசிஷன்தான் எழுதிக் காட்டணும்...

மைதிலி : (சிரித்து) நீங்க பர்ஸ்ட் டைம் சாரி சொன்னபோதே உங்க ஆக்ஷன்லேர்ந்து நான் புரிஞ்சுக்கிட் டேன்... ஆனா நீங்க பண்ணின தப்புக்கு உங்களை பல தடவை சாரி சொல்ல வெக்கணும்னுதான் இப்படிப் புரியாத மாதிரி ஆக்ட் பண்ணினேன்...

ஜானகி : வா மைதிலி... நாம நம்ம போர்ஷனுக்குப் போகலாம்... (என்றதும் ஜானகியும் மைதிலியும் உள்ளே போக)

மாது : அப்பா... என் பிராப்ளம் ஓவர்...

சீனு : மாது... உன் பிராப்ளம் ஓவர்... எனக்குக் கல்யாணம்னு ஒண்ணு ஆக வேண்டாமா? சட்டுபுட்டுன்னு என் கல்யாணத்தைப் பேசி முடிங்கப்பா...

அனந்தராமன் : ஏம்பா இப்படி கல்யாணம் கல்யாணம்னு லோலோன்னு அலையறே... எல்லாம் நல்லபடியா நடக்கும்... மாது நீ சொன்னி யேன்னு... உன் ரெண்டு வைப்பையும் கிட்நாப் பண்ணிண்டு போனேன்... இப்ப அவங்களை நல்லபடியா சேர்த்து வெச்சாச்சு... இப்ப என் பொண்ணு கௌசல்யாவுக்கும் சீனுவுக்கும் நிச்சயதார்த்தம் நடக்கணுமே!

மாது : ஜாம் ஜாம்னு நடக்கும்...

அனந்தராமன் : தேங்க்யு...

மாது : என்ன மிஸ்டர் கோபிநாத்... நிச்சயதார்த்தத்தை ஆரம்பிச்சுரலாமா?

கோபி : அனந்தராமன்... இந்த நிச்சயதார்த்தம் நடக் காதுப்பா...

அனந்தராமன் : ஃபூல்... கோபிநாத்... என்னடா பேசறே நீ?

கோபி : டேய் உன்னை ரொம்ப நல்லவன்னு நினைச் சேண்டா... ஆனா நீ கிட்நாப் பண்ண ஆரம்பிச்

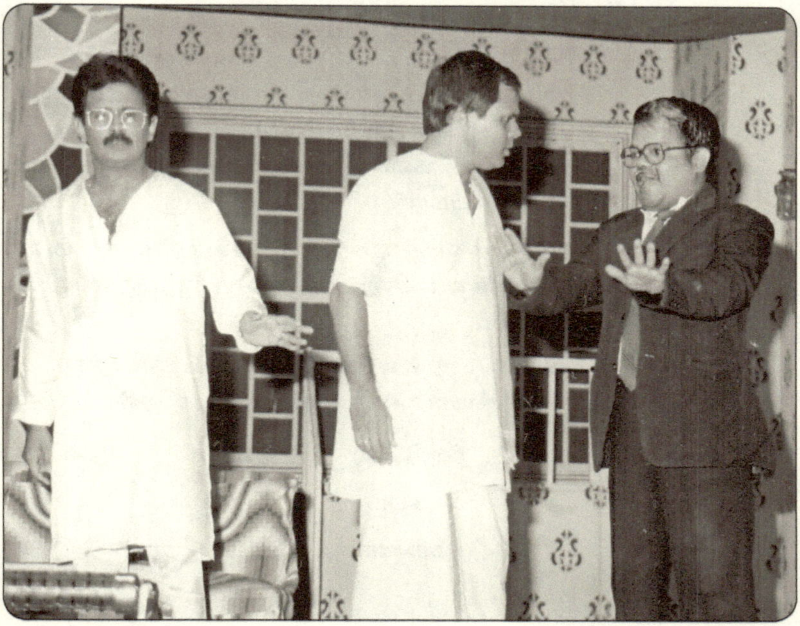

சிட்டே... அப்புறம் பிளாக்மெயில் அது இதுன்னு போயிண்டிருப்பே... உன் சங்காத்தமே எனக்கு வேண்டாம்... நான் டெல்லிக்குக் கிளம்பறேன்... ஆளை விடு...

(என்று வெளியே போக)

மாது : டேய் சீனு... என்னடா இதெல்லாம்?

சீனு : வாயை மூடுரா... எல்லாம் உன்னால வந்தது...

மாது : நான் என்னடா பண்ணினேன்?... எல்லாம் உன்னால வந்தது...

சீனு : எல்லாம் உன்னாலதான்...

மாது : இல்லை உன்னாலதான்...

அனந்தராமன் : சும்மாயிருங்கடா... மாது... எல்லாம் உன் னாலதான்... நீ சொன்னியேன்னுதான் உன் ரெண்டு வைப்பையும் நான் கிட்நாப் பண்ணினேன்... இப்ப அவன் என்னை என்ன

சொல்லிட்டுப் போறான் பாருடா... என்னை கிட்நாப்பர்... பிளாக்மெய்லர்னு சொல் லிட்டான்... என் பொண்ணு கௌசல்யா வோட நிச்சயதார்த்தம் நின்னு போயிருத்துடா... இனிமே கௌசல்யாவை எவன்டா கல்யாணம் பண்ணிப்பான்?

மாது : சாரி... வந்து... நீங்க ஒண்ணும் கவலைப் படாதீங்க... சீனு பி.ஏ. பெயில்... நான் எம்.ஏ. பாஸ்...

சீனு : ஐயோ மாது வேண்டாம்... மாது பிளஸ் த்ரீயா?... கௌசல்யாவை நானே கட்டிக்கறேன்டா...

(திரை)

சுபம்

மங்களம்

www.ingramcontent.com/pod-product-compliance
Lightning Source LLC
LaVergne TN
LVHW040803051026
849519LV00007BA/2599

* 9 7 8 9 3 6 3 5 8 8 2 8 8 *

INSIGHT PUBLICA®

INSIGHT PUBLICA ®

Nadakkavu, Kozhikode, Kerala
Tel:0495 4020666
www.insightpublica.com
e-mail: insightpublica@gmail.com
Vazhiyambalangalile Ekantha Sancharikal
(Malayalam)
Dr. Sajith Evooreth
First Edition: February 2021
This Edition : July 2025

ISBN 978-93-90535-15-6
Printed and Published by
Insightinpublica Printers & Publishers Pvt. Ltd.
₹ 149

വഴിയമ്പലങ്ങളിലെ ഏകാന്തസഞ്ചാരികൾ

(പത്മരാജന്റെ നോവലുകൾ)

ഡോ. സജിത്ത് എവൂരേത്ത്

INSIGHT PUBLICA ®

പത്മരാജന്റെ ഗ്രാമമായ മുതുകുളത്ത് (ആലപ്പുഴ) ജനിച്ചു. റിട്ട.പോസ്റ്റൽ ഡയറക്ടർ കെ.ശ്രീവത്സൻനായരുടെയും തങ്കം.എസ്.നായരുടെയും മകൻ. മലയാളഭാഷയിലും സാഹിത്യത്തിലും ഒന്നാംക്ലാസ്സോടെ ബിരുദാനന്തരബിരുദം. വിദ്യാഭ്യാസത്തിലും വെബ്ഡിസൈനിംഗിലും ബിരുദം. ജേർണലിസത്തിലും മാസ്സ് കമ്മ്യൂണിക്കേഷനിലും പി.ജി ഡിപ്ലോമ. മഹാത്മാഗാന്ധി സർവ്വകലാശാലയിൽ നിന്ന് പത്മരാജന്റെ കൃതികളെക്കുറിച്ചുള്ള പഠനത്തിന് ഡോക്ടറേറ്റ്. പരുമലഡി.ബി, കായംകുളം എം.എസ്.എം, ചങ്ങനാശ്ശേരി(പായിപ്പാട്) ബി.എഡ്. കോളേജ്, തിരുവനന്തപുരം എം.ജി കോളേജ,ഭവൻസ് കോട്ടയം എന്നിവിങ്ങളിൽ വിദ്യാഭ്യാസം. 1999 മുതൽ 2006 വരെ പത്രമാധ്യമത്തിലും 2010 വരെ ദൃശ്യമാധ്യമത്തിലും പ്രവർത്തിച്ചു. കോളമിസ്റ്റുമായിരുന്നു. ഇപ്പോൾ ആലപ്പുഴ എസ്.ഡി കോളേജിൽ അസിസ്റ്റന്റ് പ്രൊഫസർ. പത്മരാജൻ ദുരന്തകാമനകളിലെ ഗന്ധർവ്വൻ, കുത്തിയോട്ടം എന്നിവ കൃതികൾ. സഹലേഖകനായി മറ്റ് 12 കൃതികൾ. സാരംഗപുരസ്കാരം, നാഷണൽ ആർട്ട്സ് ആന്റ് അഗ്രിഫെസ്റ്റ് പുരസ്കാരം, ശങ്കരനാരായണൻതമ്പി ഫൗണ്ടേഷൻ പുരസ്കാരം തുടങ്ങിയവ ലഭിച്ചു. 'പ്രവാസ സാഹിത്യം മലയാളത്തിൽ' എന്ന പഠനത്തിന് യു.ജി.സി ഫെലോഷിപ്പ് ലഭിച്ചു. 22 ദേശീയ സെമിനാറിലും 3 അന്തർദേശീയ സെമിനാറിലും പ്രബന്ധങ്ങൾ അവതരിപ്പിച്ചു.

ഭാര്യ ഡോ.അർച്ചന ഹരികുമാർ(അസി. പ്രൊഫസർ,എം.എം.എൻ. എസ്.എസ് കോളേജ്, കൊട്ടിയം) മക്കൾ: ദ്വാദശി എസ് നായർ, വംശികൃഷ്ണ.

വിലാസം: ഏവൂരേത്ത്, മണ്ണാറശാല.പി.ഒ.,ഹരിപ്പാട്-690514, ഇ.മെയിൽ: sajithevooreth@gmail.com

ഡോ. സജിത്ത് ഏവൂരേത്ത്

ഋതുഭേദങ്ങളുടെ പാരിതോഷികം

പഴകുംതോറും വീര്യമേറുന്ന വീഞ്ഞുപോലെയാണ് പത്മരാജൻ. തലമുറകളുടെ നിഴലുകൾക്ക് നീളമേറുമ്പോഴും അനുഭവതീവ്രതയുടെ ആഘാത ശക്തികൊണ്ട് അടുത്തടുത്തുവരുന്ന അപൂർവ്വത. വൈവിധ്യങ്ങളാൽ സമ്പന്നമാണ് പത്മരാജന്റെ ആഖ്യാനലോകം. ജീവിതത്തിന്റെ വിശാലസീമകളും മനുഷ്യാവസ്ഥയുടെ വൈകാരികദോളനങ്ങളും തീർക്കുന്ന വിതാനങ്ങൾ. പലപ്പോഴും ഗ്രാമമാണ് അവയുടെ ജൈവപശ്ചാത്തലം. നാഗരിക മനുഷ്യാവസ്ഥയും ജീവിതാനന്ദവും തീർക്കുന്ന പ്രഹേളികകൾ അവതരിപ്പിച്ച നോവലുകളുമുണ്ട്.

നഗരങ്ങളുടെ കലയാണ് ആധുനികത. മനുഷ്യബന്ധങ്ങൾക്കും മൂല്യസങ്കല്പങ്ങൾക്കും ഏല്ക്കുന്ന മുറിവുകൾ ആധുനികതയുടെ ഭാഗമാണ്. നാഗരികതയുടെ അധിനിവേശത്തിൽ മനുഷ്യബന്ധങ്ങൾക്ക് സംഭവിക്കുന്ന ശൈഥില്യം രചയിതാക്കളെ പ്രകോപിപ്പിക്കുന്നു. അനന്യവും അരക്ഷിതവുമായ നഗരമനുഷ്യന്റെ പക(ർ)പ്പുകൾ പത്മരാജന്റെ നഗരകേന്ദ്രീകൃത നോവലുകൾ വരച്ചിടുന്നു.

മികച്ച എഴുത്തുകാരന്റെ കഥാപാത്രങ്ങൾക്ക് ശക്തമായ ബോധ-അബോധ തലങ്ങളുണ്ട്. ഭാവനയുടെ അതിരുകൾക്കുള്ളിൽ പിറവികൊള്ളുന്ന ഭ്രമാത്മകലോകങ്ങൾ ആധുനിക എഴുത്തിന്റെ പ്രത്യേകതയാണ്. അപരിചിത സഞ്ചാരപഥങ്ങൾക്ക് നടുവിലെ സ്വപ്നാടകനായും പത്മരാജനെ കണ്ടുമുട്ടാം. 'പത്തുവർഷം കഴിഞ്ഞ് എന്റെ കൃതി എടുത്തു പരിശോധിച്ചാൽ അതു കാലഘട്ടത്തെ പ്രതിഫലിപ്പിക്കുന്നതു കാണാം' എന്ന് പത്മാരാജന് ആത്മവിശ്വാസമുണ്ടായിരുന്നു. പുനർവായനകളിൽ സംഭവിക്കുന്ന നവഭാവുകത്വം അത് നിർവ്വഹിക്കുന്നു. അവിടെയാണ് 'വഴിയമ്പലങ്ങളിലെ ഏകാന്തസഞ്ചാരിക'ളുടെ പ്രസക്തി. പുതിയ തുറവികൾക്കും പുതിയ തിരിവുകൾക്കും കാരണമാകുമെന്ന പ്രതീക്ഷയോടെ,

ഡോ. സജിത്ത് ഏവൂരേത്ത്

ഉള്ളടക്കം

ഇടവഴിയിലും വയൽവരമ്പിലും കണ്ടുമുട്ടുന്നവർ

(ഗ്രാമപശ്ചാത്തലം)

പ്രക്ഷുബ്ധ ലോകത്തെ കയ്പൽച്ചേതങ്ങൾ

(നഗരപശ്ചാത്തലം)

സ്വപ്നാടകന്റെ വിഭ്രമക്കാഴ്ചകൾ

(ഭ്രമാത്മകം)

ഇടവഴിയിലും വയൽവരമ്പിലും കണ്ടുമുട്ടുന്നവർ

(ഗ്രാമപശ്ചാത്തലം)

നക്ഷത്രങ്ങളേ കാവൽ

വാടകയ്ക്ക് ഒരു ഹൃദയം

ഇതാ ഇവിടെ വരെ
പെരുവഴിയമ്പലം

രതിനിർവ്വേദം

കള്ളൻ പവിത്രൻ

നക്ഷത്രങ്ങളേ കാവൽ

പത്മരാജന്റെ പ്രസിദ്ധീകരിക്കപ്പെട്ട ആദ്യ സമ്പൂർണ്ണ നോവലാണ് നക്ഷത്രങ്ങളേ കാവൽ[1]. കഥാപാത്രങ്ങൾ, ജീവിത സന്ദർഭങ്ങൾ, ഉപകഥനങ്ങൾ, വൈകാരികാവസ്ഥകൾ തുടങ്ങിയവയിലൊക്കെ അതി സങ്കീർണ്ണത പുലർത്തുന്ന കൃതി. പശ്ചാത്തലങ്ങളേക്കാൾ പാത്രങ്ങൾക്കും സംഭവങ്ങളെക്കാൾ വൈകാരികതയ്ക്കുമാണ് പ്രാമുഖ്യം. നായികാ പ്രാധാന്യം എന്ന് വിലയിരുത്തുമ്പോഴും കഥാപാത്രങ്ങൾ ഏറ്റുവാങ്ങുന്ന ദുരന്ത തീവ്രതയിൽ സ്ത്രീ-പുരുഷ വ്യത്യാസത്തിന്റെ ലാഭ-ചേതങ്ങളില്ല.

1 പത്മരാജന്റെ ആദ്യ നോവലായി പരിഗണിക്കുന്നത് 'നക്ഷത്രങ്ങളേ കാവലാ'ണ്. 1969ന്റെ ആദ്യമാസങ്ങളിൽ ഇതിന്റെ രചന ആരംഭിച്ചു. 'വേദനയുടെ കഥ' എന്നായിരുന്നു ആദ്യപേര്. 1969 ഡിസംബറിൽ നോവലിന് 'നക്ഷത്രങ്ങളേ കാവൽ' എന്നും നായിക വേദ്നയ്ക്ക് കല്യാണിക്കുട്ടി എന്നും പുനർനാമകരണം ചെയ്തു. എന്നാൽ ഇതേ വർഷം ഫെബ്രുവരി മാസത്തിൽ തൃശ്ശൂരിൽ നിന്നും പ്രസിദ്ധീകരിച്ചിരുന്ന 'യാത്ര' ദ്വൈവാരികയിൽ 'താഴ്വാരം' എന്ന പേരിൽ പത്മരാജന്റെ ഒരു നോവൽ പ്രസിദ്ധീകരിച്ചു തുടങ്ങുകയും ആറ് ഭാഗങ്ങൾക്ക് ശേഷം അപൂർണ്ണമായി അവസാനിക്കുകയും ചെയ്തിട്ടുണ്ട്. 1971ലെ കേരള സാഹിത്യ അക്കാദമി അവാർഡ് നക്ഷത്രങ്ങളേ കാവലിന് ലഭിച്ചതോടെ ഈ അവാർഡ് ലഭിക്കുന്ന ഏറ്റവും പ്രായംകുറഞ്ഞ നോവലിസ്റ്റുകളുടെ പട്ടികയിൽ പത്മരാജനും ഉൾപ്പെട്ടു. 1969-ൽത്തന്നെയാണ് 'രതിനിർവ്വേദം', 'ജലജ്വാല', 'നന്മകളുടെ സൂര്യൻ' എന്നീ ലഘു നോവലുകളും രചിച്ചത്. 1970കളുടെ തുടക്കത്തിൽ 'ഋതുഭേദങ്ങളുടെ പാരിതോഷിക'വും തുടർന്ന് 'ഇതാ ഇവിടെ വരെ'യും പ്രസിദ്ധീകരിച്ചു. ശവവാഹനങ്ങളുംതേടി (1973), വാടകയ്ക്ക് ഒരു ഹൃദയം (1974), പെരുവഴിയമ്പലം (1977), ഉദകപ്പോള (1978), കള്ളൻ പവിത്രൻ (1979) എന്നിവ കഴിഞ്ഞ് വലിയ ഒരു ഇടവേള പത്മരാജന്റെ നോവൽസാഹിത്യ ജീവിതത്തിൽ ഉണ്ടായി. 1990-ൽ 'മഞ്ഞുകാലംനോറ്റ കുതിര'യും 'പ്രതിമയും രാജകുമാരിയും' പ്രസിദ്ധീകരിച്ചതോടെ ശക്തമായ മടങ്ങി വരവാണ് അദ്ദേഹം നടത്തിയത്. അപൂർണ്ണ കൃതിയടക്കം 14 നോവലുകളാണ് പത്മരാജൻ മലയാളസാഹിത്യത്തിന് നൽകിയത്. ഇവയിൽ മൂന്നെണ്ണം ലഘു നോവലുകളായി പരിഗണിക്കുന്നു.

കോളേജ്ജ് വിദ്യാർത്ഥിനിയായ കല്യാണിക്കുട്ടിയുടെ കഥയാണ് 'നക്ഷത്രങ്ങളേ കാവൽ'. പഠനകാലത്തുണ്ടായ പ്രണയം അവളുടെ പഠനം അവസാനിപ്പിക്കുന്നു. സാമൂഹികമായും ഗാർഹികമായും അവഹേളിതയാവുന്നു. തകർച്ചകൾ അവളെ കരുത്തയാക്കുന്നു. കാമുകനായ പ്രഭു വഴിവിട്ട പ്രകൃതക്കാരനാണ്. കല്യാണിയെ അയാൾ ലൈംഗികമായി കീഴ്പ്പെടുത്താൻ ശ്രമിക്കുന്നു. കാമുകനായി അഭിനയിച്ച് ഇന്ദിര എന്ന മറ്റൊരുവൾക്ക് അയാൾ ഗർഭം സമ്മാനിക്കുന്നു. ഗർഭം അലസാൻ മരുന്നു കഴിപ്പിച്ച് ഇന്ദിരയെ കൊന്നുകളയുന്നു. പിന്നീട് കല്യാണിയുടെ കൂട്ടുകാരി ശോഭയെ വിവാഹം കഴിക്കുന്നു. ശോഭ പ്രഭുവിനോട് പകരം വീട്ടുന്നു. പ്രഭുവിന്റെ ക്രൂരത അറിയുന്ന ശോഭ, വീട്ടുവേലക്കാരൻ ദാമോദരനുമായി കിടക്ക പങ്കിടുന്നു. വിവാഹത്തിനു മുൻപേ ഗർഭം നേടുന്നു. പ്രഭുവിന്റെ അമ്മയുടെ ജാരൻ വർമ്മയ്ക്കും അവൾ ശരീരം നൽകുന്നു. പ്രസവത്തോടെ മരിക്കുന്നു. മരിക്കുംമുൻപ് കുട്ടിയെ കല്യാണിക്ക് നൽകണം എന്ന ശോഭയുടെ ആഗ്രഹം നടപ്പാകുന്നു. പ്രഭു പിന്നീട് തെറ്റുകൾ തിരിച്ചറിയുന്നു. കല്യാണിയോട് അടുക്കുന്നു. അവളെ വിവാഹം കഴിക്കുന്നു. വില്ലൻ വർമ്മയെ കല്യാണി അസ്തപ്രജ്ഞനാക്കുന്നു. ശോഭയോട് കാട്ടിയ ക്രൂരതയറിഞ്ഞ് പ്രഭു മദ്യത്തിൽ വിഷം ചേർത്ത് വർമ്മയ്ക്ക് നൽകി, സ്വയം കഴിച്ച് ഇരുവരും മരിക്കുന്നു. കല്യാണി ഒറ്റപ്പെടുന്നു. അവൾ സ്വന്തം വീട്ടിൽ മടങ്ങിയെത്തുന്നു. ശോഭയുടെ മകൻ ഹരിയും കല്യാണിയും മാത്രം. അവർക്ക് കാവലായി നക്ഷത്രങ്ങളും.

സാഹചര്യങ്ങൾ തകർച്ചയിലേക്കു നയിക്കുന്ന മനുഷ്യരുടെ കഥയാണ് നക്ഷത്രങ്ങളേ കാവൽ. ദുരന്തനൈരന്തര്യങ്ങളിലൂടെ അതിജീവനത്തിന്റെ കരുത്തു നേടുന്ന കല്യാണിക്കുട്ടിയാണ് നായിക. ഹോസ്റ്റലിൽ നിന്നും അവളുടെ യാത്ര പറച്ചിലോടെ തുടക്കത്തിൽത്തന്നെ ഈ കഥാപാത്രത്തെ അവതരിപ്പിക്കുന്നു. വിവരണങ്ങളിലൂടെ കല്യാണിക്കുട്ടിയുടെ സ്വഭാവം വിശദമാക്കിത്തരുന്നു.

കല്യാണിക്കുട്ടി

നിഷ്ക്കളങ്കത, സ്ഥൈര്യം, മനഃശക്തി, ഹൃദയാലുത്വം, പ്രത്യുല്പന്ന മിതത്വം, വാചാലത തുടങ്ങിയവയൊക്കെ കല്യാണിക്കുട്ടിയുടെ അടിസ്ഥാന സ്വഭാവമാണ്. ബാല്യം മുതൽ അവൾ നേരിട്ട ദുരന്തങ്ങളും കഥാപാത്ര വളർച്ചയ്ക്കൊപ്പം ഇഴപിരിയുന്നുണ്ട്. കുട്ടിക്കാലത്തുതന്നെ അച്ഛന്റെ മരണം, കൗമാരത്തിൽ വീട്ടിൽനിന്ന് ഹോസ്റ്റലിലേക്കുള്ള പറിച്ചു നടൽ, തുടർന്ന് ആത്മാർത്ഥവും തീവ്രവുമായ പ്രണയം, അതിന്റെ

തകർച്ച, വീട്ടുതടങ്കൽ, നാട്ടിലെ അപവാദ പ്രചാരണങ്ങൾ, അവഹേളനങ്ങൾ, സാമ്പത്തിക തകർച്ച, ഉറ്റ ബന്ധുക്കളിൽ നിന്നും മിത്രങ്ങളിൽനിന്നുമുള്ള ഒറ്റപ്പെടൽ, തുടങ്ങിയവയൊക്കെ സാമൂഹികമായ ദുരന്താവസ്ഥകളാകുന്നു. വൈയക്തികമായി അവയൊക്കെ അവളെ തകർക്കുന്നു. എന്നാൽ തിരിച്ചടികൾക്കും അവഹേളനങ്ങൾക്കും പരിഹാസങ്ങൾക്കും നടുവിലൂടെ കല്യാണിക്കുട്ടി കൂടുതൽ മനോധൈര്യം ആർജ്ജിക്കുന്നു. 'തിരുവായ്ക്ക് എതിർവാ' ഇല്ലാതിരുന്ന അമ്മാമയോടു പോലും ഏറ്റുമുട്ടി അവകാശങ്ങൾ ഏറ്റെടുക്കുന്ന തരത്തിൽ അവളുടെ വ്യക്തിത്വം ശക്തിപ്രാപിക്കുന്നു. പ്രതിസന്ധികളെ പതറാതെ നേരിടാൻ കരുത്തു കാട്ടുമ്പോഴും വൈയക്തികമായ അവളുടെ ദുരന്താവസ്ഥ തീവ്രമാണ്. ഒരു സാധാരണ പെൺകുട്ടിയുടെ സ്വപ്നങ്ങളും ആഹ്ലാദവും ജീവിതവും മാതൃത്വവുമെല്ലാം കല്യാണിക്കുട്ടിയ്ക്ക് നഷ്ടമാവുകയാണ്.

ദുരിതങ്ങളിൽനിന്ന് ദുഃഖങ്ങളിലേക്കുള്ള ജീവിത സഞ്ചാരത്തിൽ തീവ്രാനുഭവങ്ങൾ കല്യാണിയെ ചവിട്ടടി മറിക്കുന്നു. 'ഈ നാട്ടീന്ന് ഒന്നു രക്ഷപെട്ടു കിട്ടിയാൽ മതി. എത്രേം നേരത്തെയായാൽ അത്രേം നല്ലത്' എന്നു ചിന്തിക്കുന്ന വിധം നിസ്സഹായത അവളെ അലട്ടുന്നു. വലിയ തറവാടിന്റെ സമ്പന്നതയിൽനിന്ന് തികച്ചും ദരിദ്രമായ ദുർബ്ബലാവസ്ഥയിലേക്ക് കുടുംബം മെലിയുന്നതോടെ ഭൗതികവും സാമൂഹികവുമായ മറ്റൊരു ദുരന്താവസ്ഥ കൂടിയാണ് ഏറ്റുവാങ്ങേണ്ടിവരുന്നത്. ഇന്നലെകളിലെ വർണ്ണങ്ങൾ, സ്വപ്നങ്ങൾ, സങ്കല്പങ്ങൾ ഇവയൊന്നും ഇനി മടങ്ങിവരില്ലെന്ന യാഥാർത്ഥ്യം കല്യാണിക്കുട്ടി തിരിച്ചറിയുന്നുണ്ട്. 'വർണ്ണങ്ങളുടെ ലോകത്തുനിന്നും നാടുകടത്തപ്പെട്ട ഒരു നിർഭാഗ്യവതി, ഇനിയാരും തന്നെ ശ്രദ്ധിക്കുകയില്ല. ആരാധനയോടെ വീക്ഷിക്കുകയില്ല. ദുഃഖങ്ങളുടെ ഘോഷയാത്രയിൽ, യാതനയുടെ കരിങ്കൊടിയുമേന്തി ക്ഷീണിച്ച ചുവടുകൾവെച്ച നടന്നുപോകുന്ന തന്റെ രൂപം അവൾ കണ്ടു. തന്റെ യാത്ര എവിടേയ്ക്കാണ്? ഈ പാത എങ്ങോട്ടേയ്ക്കുള്ളതാണ്' എന്ന് സന്ദേഹിക്കുടിയാവുന്നു നായിക. വർണ്ണങ്ങൾ നഷ്ടമായ ലോകത്ത് അവശേഷിക്കുന്നത് വേദനയുടെ നിറമായ കറുപ്പ് എന്ന പ്രതീകാത്മകതയിൽ അവളുടെ ദുരന്താവസ്ഥയുടെ വർത്തമാനവും ഭാവിയും പ്രതിഫലിക്കുന്നുണ്ട്. ദുഃഖത്തിന്റെ ഘോഷയാത്രയിലെ കരിങ്കൊടിയേന്തിയ രൂപം എന്ന പ്രയോഗത്തിലൂടെ കല്യാണിക്കുട്ടിയുടെ തീവ്ര വ്യഥയെ കൂടുതൽ വാചാലമാക്കുന്നു.

അമ്മയുടെ രോഗാവസ്ഥയും അവരോടൊപ്പമുള്ള കല്യാണിയുടെ ആശുപത്രിവാസവും വിവരിക്കുന്നിടത്ത് കഥാകാരന്റെ ദുരന്തബോധം പലപ്പോഴും മറനീക്കുന്നു. കല്യാണിക്കുട്ടിയുടെ തിരിച്ചറിവുകളിലൂടെ

മരണത്തിന്റെ സത്യവും അധൃഷ്യതയും അവതരിപ്പിക്കുന്നു. 'അമ്മ എന്ന ചൈതന്യം നഷ്ടമായിരിക്കുന്നു. അമ്മയുടെ ജഡം മാത്രം അവശേഷിക്കുന്നു. അതിൽനിന്ന് ഒരല്പം കാറ്റുകൂടി പുറത്തേക്കു പോകാനുണ്ട്. അതുകൂടി കഴിഞ്ഞാൽ ചിതയിൽ വെക്കേണ്ടിവരും. മരണം ഘട്ടങ്ങളായി കടന്നുവരാറുണ്ടോ? തുള്ളിതുള്ളികളായി വീണ്, തളംകെട്ടി, ഒരു വെള്ളപ്പൊക്കത്തിൽ മുക്കിക്കളയാനും മരണത്തിന് കഴിവുണ്ടെന്നു തോന്നുന്നു. ചിലരുടെമേൽ അതൊരു തീമിന്നലിന്റെ വേഗതയിൽ വന്നു പതിക്കുന്നു. കഥ കഴിച്ചു മടങ്ങിപ്പോവുന്നു' എന്ന മനോവിചാരങ്ങൾ വിവരണാത്മകമാണ്. നിസ്സഹായമാകുന്ന മനുഷ്യാവസ്ഥയുടെ ദൗർബല്യം നോവലിന്റെ സമ്പൂർണ്ണ ഭാവമാണ്. ഓരോരുത്തരായി ശബ്ദങ്ങളുടെ ലോകത്തുനിന്ന് അപ്രത്യക്ഷമാകുന്നു. തനിക്കുമാത്രമായി ലോകത്തിൽ ഒന്നും ചെയ്യാൻ കഴിവില്ലല്ലോ, എന്ന് കല്യാണിക്കുട്ടി പരിതപിക്കുന്നുമുണ്ട്. മനുഷ്യൻ വേദനിക്കേണ്ടവനാണ്, ഒറ്റപ്പെട്ടവനാണ്, ഗതികെട്ടവനാണ് എന്ന ദുഃഖാവസ്ഥയെ നായിക അഭിമുഖം നേരിടുകയാണ്. അമ്മയുടെ മരണത്തോടെ താൻ ഈ ലോകത്ത് പൂർണ്ണമായ ഒറ്റപ്പെട്ടെന്ന് അവൾക്ക് തോന്നുന്നു. ഏകാന്തതയിൽ ഓർമ്മകൾ കൂട്ടാവുന്നതോടെ സ്വപ്നങ്ങൾ തകർന്നു വീഴുന്നതിന്റെ ഭീതിദമായ ശബ്ദങ്ങൾ അവളുടെ കാതുകളിൽ വന്നലയ്ക്കുന്നു.

അമ്മയുടേയും ശോഭയുടേയും ദുരന്തങ്ങൾ കല്യാണിക്കുട്ടിയെ പിടിച്ചുലയ്ക്കുന്നുണ്ട്. പ്രഭുവിന്റെ മടങ്ങിവരവും പുതുജീവിതവും അവളെ ആഹ്ലാദത്തിലേക്ക് തിരികെ കൊണ്ടുപോകുന്നു. പക്ഷേ അതും അധികകാലം നീണ്ടുനിന്നില്ല. വിധിയുടെ ക്രൂരമായ ആഘാതങ്ങളിൽ കല്യാണി വീണ്ടും വീണ്ടും തകരുകയാണ്. ഓരോരുത്തർ നഷ്ടമാകുമ്പോഴും കല്യാണിക്കുട്ടിക്ക് കാവലായി ഓരോരുത്തർ അവശേഷിച്ചു. പ്രഭുവിന്റെ ആത്മഹത്യയോടെ കണ്ണീർ വഴികൾ തിരിച്ചുതാണ്ടി അവൾ സ്വന്തം വീട്ടിൽ മടങ്ങിയെത്തുന്നു. കല്യാണിക്കുട്ടിയ്ക്കും വളർത്തുമകനും കാവലായി ഇനി നക്ഷത്രങ്ങൾ മാത്രമാണ് ബാക്കി. എന്നാൽ അവളുടെ ദുരന്തങ്ങൾ അവിടെയും ഒടുങ്ങുന്നില്ല എന്ന സൂചനയും കഥാകാരൻ നൽകുന്നുണ്ട്. വളർന്നു യുവാവാകുന്ന ഹരി 'നിങ്ങൾ എന്റെ അമ്മയല്ല, നിങ്ങൾക്ക് എന്നിൽ എന്തുകാര്യം' എന്നു തനിക്കുനേരെ ഭാവിയിൽ വിരൽ ചൂണ്ടിയേക്കാം. അങ്ങിനെ ഒരു ദുഃഖാവസ്ഥകൂടി കല്യാണി മുൻകൂട്ടി കാണുന്നുണ്ട്. സഹനത്തിലൂടെ പക്വമാക്കിയ മനസ്സിനെ അവൾ അതിനായി സജ്ജീകരിക്കുന്നുണ്ട്. ഒരു പക്ഷേ, ഈ സ്ഥൈര്യമാണ് വായനയുടെ ഒടുവിൽ കല്യാണിക്കുട്ടിയോട് ദൈന്യമല്ല, അവളുടെ കരുത്തിൽ ബഹുമാനം തോന്നാൻ വായനക്കാരെ സജ്ജമാക്കുന്നത്.

പ്രഭ

'സർവ്വ ധാർമ്മിക ശക്തിയും നഷ്ടപ്പെട്ട പുതു തലമുറയുടെ പ്രതിനിധി[2] എന്നാണ് നക്ഷത്രങ്ങളേ കാവലിലെ നായകൻ പ്രഭവിനെ നിരൂപകർ വിലയിരുത്തിയത്. ഇതിലേക്ക് അയാളെ എത്തിച്ച സാഹചര്യങ്ങളും തീവ്രദുരന്താവസ്ഥയുംകൂടി പരിഗണിക്കണം. അമ്മയുടെ ജാരസംസർഗ്ഗത്തിന് ദൃക്സാക്ഷിയാകേണ്ടിവന്ന ബാല്യമായിരുന്നു പ്രഭവിന്റേത്. അച്ഛനോട് എല്ലാം പറഞ്ഞു കൊടുക്കണമെന്നു കരുതിയ കൗമാരത്തിൽ, വിഷംകൊണ്ട് ചതിയ്ക്കപ്പെട്ട അച്ഛന്റെ മരണവെപ്രാളങ്ങൾക്ക് സാക്ഷിയാകേണ്ടിവന്നു. 'അച്ഛൻ, വെൽവെറ്റ് പുതച്ച മെത്തയിൽ വയർ പൊത്തിപ്പിടിച്ച് കിടന്നുരുണ്ടു. ഛർദ്ദിക്കുകയും അലറുകയും ചെയ്യുന്ന അച്ഛൻ. തന്നെ കണ്ടപ്പോൾ അച്ഛൻ കരഞ്ഞു. കെട്ടിപ്പിടിക്കാൻ ഉയർത്തിയ കൈകൾ വേദനകൊണ്ടു പുളഞ്ഞു. അമ്മയെ കണ്ടപ്പോൾ അച്ഛൻ നിലവിളിച്ചു.' 'യക്ഷി നീ എന്റെ അടുത്തേക്ക് വന്നുപോകരുത്.' മരണ വെപ്രാളത്തെ വിവരണാത്മകം ആക്കുന്നതിലൂടെ എഴുത്തുകാരന്റെ ദുരന്തരതിയും അബോധമായി പ്രതിഫലിക്കുന്നുണ്ട്.

അമ്മ - വർമ്മ എന്നീ കൊലപാതകികൾക്കു നടുവിലെ ജീവിതം. അച്ഛൻ മരിച്ച് ഏഴാം വർഷം അമ്മ വീണ്ടും പ്രസവിച്ചതോടെ സമൂഹത്തിന്റെ പരിഹാസം. യൗവ്വനത്തിൽ പ്രഭവിനെ വഴിവിട്ട ജീവിതത്തിലേക്ക് നയിച്ച് ചതിക്കുന്ന 'അങ്കിൾ' എന്ന അമ്മയുടെ ജാരൻ. പ്രതികാരം നഷ്ടമായവന്റെ ദൈന്യമാണ് പ്രഭവിൽ. ഒടുവിൽ സ്വന്തം ഭാര്യയെ വർമ്മ ഉപയോഗിച്ചെറിയുകയും അവൾ അന്യന്റെ മകനെ പ്രസവിക്കുകയും ചെയ്തതോടെ പ്രഭവിന്റെ ദുരന്തം പൂർണ്ണമായി. വ്യക്തിത്വ നഷ്ടം സൃഷ്ടിച്ച നിസ്സഹായത തിരിച്ചറിയുന്നതോടെയാണ് അയാളിൽ പ്രതികാരം ഉണരുന്നത്. ജീവിതത്തിന്റെ അർത്ഥശൂന്യത അനുഭവിക്കുന്നതോടെ മരണം ചോദനയാവുകയാണ്. 'അർത്ഥശൂന്യതയുടെ കാരാഗൃഹത്തിൽപ്പെട്ട മനുഷ്യന്റെ മുമ്പിൽ രണ്ടു പോം വഴികൾ - കൊലപാതകവും ആത്മഹത്യയും - മാത്രമാണുള്ളതെ[3]ന്ന വിലയിരുത്തൽ പ്രഭവിൽ പ്രസക്തമാവുന്നു. തന്റേയും കുടുംബത്തിന്റേയും തകർച്ചയ്ക്കു കാരണക്കാരനായ വർമ്മയ്ക്ക് വിഷം നൽകിയശേഷം സ്വയം മരണത്തിന് കീഴടങ്ങുന്ന പ്രഭ തീവ്രദുരന്തമാണ് ഏറ്റുവാങ്ങുന്നത്.

---

2 തരകൻ. കെ.എം., മലയാള നോവൽ സാഹിത്യചരിത്രം, കേരള സാഹിത്യ അക്കാദമി, തൃശ്ശൂർ, 1978, പേജ് 256

3 അപ്പൻ. കെ.പി, ക്ഷോഭിക്കുന്നവരുടെ സുവിശേഷം (കമ്യൂ - വ്യക്തിയും ദാർശനികനും), ബോധി പബ്ലിഷിംഗ് ഹൗസ്, 1993, പേജ് 25.

ശോഭ

അതിതീവ്രമായ ദുരന്തം ഏറ്റുവാങ്ങിയ മറ്റു രണ്ട് കഥാപാത്രങ്ങളാണ് ശോഭയും പ്രഭുവിന്റെ അമ്മയും. ദുരന്തങ്ങൾ ഇവരെ അടിമുടി തകർക്കുന്നു. ശോഭ ദുരന്തം പേറി മരണത്തിന് കീഴടങ്ങുമ്പോൾ തീവ്ര ദുരന്തങ്ങൾക്ക് മൂകസാക്ഷിയായി ജീവിതം തുടരുകയാണ് പ്രഭുവിന്റെ അമ്മ. 'കറുത്ത ലോകത്തിൽ, അറിയാതെപെട്ടുപോയ വെളുപ്പിന്റെ പെൺകുട്ടി' എന്നാണ് നോവലിസ്റ്റ് ശോഭയെ വിശേഷിപ്പിക്കുന്നത്. ആത്മഗൗരവവും ജീവിക്കാൻ മോഹവും ഉണ്ടായിരുന്ന പെണ്ണായിരുന്നു ശോഭ. ഒരു ചീത്തപ്പേരും കേൾപ്പിക്കാത്തവൾ. പ്രഭുവിനെ, അയാളുടെ സ്വഭാവത്തെ അറിയാമായിരുന്ന അവൾ വെറുത്തു. പക്ഷേ, വീട്ടുകാർ അയാളെത്തന്നെ അവൾക്ക് ഭർത്താവായി നിശ്ചയിക്കുകയാണ്. ലിംഗ-വർഗ്ഗപരമായ ദുരന്താവസ്ഥയാണിത്. പെണ്ണായതുകൊണ്ട് തീരുമാനങ്ങൾ അടിച്ചേല്പിക്കപ്പെടുന്നതിലെ നിസ്സഹായത. അവളുടെ എതിർപ്പും ഇച്ഛയും ആരും പരിഗണിക്കുന്നുപോലുമില്ല. വ്യവസ്ഥിതി വില്ലനായതോടെ വെറുപ്പ് അവളിൽ പ്രതികാരമായി രൂപപ്പെടുന്നു. പെൺകുട്ടികളെ വഞ്ചിക്കുന്ന പുരുഷത്വം അവളെ ഭ്രാന്തമാക്കുന്നു. വീട്ടുവേലക്കാരന് ശരീരം നൽകി കന്യകാത്വം നഷ്ടപ്പെടുത്തുന്ന തരത്തിൽ അവളിൽ പ്രതികാരം പ്രക്ഷുബ്ധമാകുന്നു. 'കന്യകയുടെ ശരീരം തേടിവരുന്ന ബുദ്ധിമാന് കാഴ്ചവെയ്ക്കാൻ തന്റെ കൈവശം നല്ല ഒരു ശരീരം'! എന്നു പരിഹാസത്തോടെ ചിന്തിക്കുമ്പോൾ അവളുടെ മനസ്സിന്റെ തകർച്ചയും പകയും സ്പഷ്ടം.

പ്രഭുവിന്റെ ഭാര്യയാകുംമുമ്പ് തന്റെ ഉദരത്തിൽ ഒരു കുരുന്നു ശരീരംകൂടി ഉണ്ടാകണമെന്ന ക്രൗര്യമാണ് ശോഭയുടെ ചിന്തയിൽ. സ്വയം പീഡിപ്പിച്ച് അനന്ദം നേടുന്ന മസോക്കിസമാണ് ഇവിടെ മാനസികഭാവം. 'എന്റെ തോല്‌വികളുടെ യാത്ര ആരംഭിക്കുകയാണ്. ഈ ഒറ്റ പ്രാവശ്യമെങ്കിലും എനിക്ക് അയാളെ ഒന്നു തോല്പിക്കണമെന്നുണ്ട്. വിഡ്ഢിയാക്കണമെന്നുണ്ട്. അതിന് എന്നെ സഹായിക്കണേ!' എന്നാണ് അവളുടെ പ്രാർത്ഥന. ഒരു വിടനെ അടിച്ചേൽപ്പിക്കുന്ന വ്യവസ്ഥിതിയോടുള്ള കലഹമാണ് വ്യക്തമാകുന്നത്. ഭർത്താവിനോടും അയാളുടേയും തന്റേയും വീട്ടുകാരോടുമൊക്കെ അവൾക്ക് പ്രതികാരമാണ്. മറ്റൊരുത്തന് ശരീരം നൽകിയുള്ള വിജയാഹ്ലാദമാണ്. പ്രതികാരബീജം ഗർഭമാകണേ എന്ന ഭാവി വധുവിന്റെ പ്രാർത്ഥനയാണ്. സാമൂഹികമായ ദുരന്താവസ്ഥകൾ നിസ്സഹായ ആക്കിയ പെണ്ണിന്റെ പ്രതിഷേധമാണ്. എല്ലാത്തിനും അപ്പുറം ജീവിതത്തിന്റെ നിരർത്ഥകതയാണ്. അരാജകത്വമാണ് ഇവിടെ ദുരന്തതീവ്രതയ്ക്ക് അടിസ്ഥാനം.

പ്രഭുവിന്റെ ഭാര്യയായി, ദാമോദരന്റെ മകനെ പ്രസവിച്ച ശോഭ, വെറുപ്പിന്റെ പാരമ്യത്തിൽ വർമ്മയ്ക്കും ശരീരം നൽകുന്നുണ്ട്. ഒടുവിൽ എല്ലാവരേയും വെറുത്ത്, ജീവിതം വെറുത്ത് സ്വന്തം വീട്ടിലേക്ക് മടങ്ങുന്നു. പ്രസവത്തോടെ രോഗം ബാധിച്ച് മരണത്തിന് കീഴടങ്ങുന്നു. തീവ്രദൈന്യം തുടിക്കുന്ന ദുരന്തമാണ് ശോഭയുടേത്. തീവ്രവും സങ്കീർണ്ണവും അതിവൈകാരികവുമാണ് പാത്രസൃഷ്ടി. എന്നാൽ അവളുടെ പ്രവർത്തികളിലും ദുരന്താവസ്ഥകളിലും നിലനിൽക്കുന്ന രചനാപരമായ അസ്വാഭാവികത നോവൽശില്പത്തെ ദുർബലമാക്കിയിട്ടുണ്ട് എന്നതും പ്രസക്തം.

ദുരന്തനൈരന്തര്യങ്ങളുടെ കാരണക്കാരി എന്നാണ് പ്രഭുവിന്റെ അമ്മയെ പരിഗണിക്കുന്നത്. പക്ഷേ, അവരുടെ വ്യക്തി മനസ്സിനേയും അതിനെ മാറ്റിമറിച്ച ജീവിതസന്ദർഭങ്ങളെയും കാണാതിരുന്നുകൂടാ. പെണ്ണിന്റെ മനസ്സറിയാത്ത പെണ്ണിനെ അംഗീകരിക്കാത്ത വ്യവസ്ഥിതി തന്നെയാണ് ഇവിടെയും വില്ലനാവുന്നത്. അവളുടെ പ്രണയത്തെ കുടുംബമഹിമയുടെ പേരിൽ വീട്ടുകാർ നിഷേധിച്ചതോടെയാണ് ദുരന്തം സഹവാസം തുടങ്ങുന്നത്. ഭർത്താവായി വന്ന ദുർബലനെ അവൾക്ക് സ്വീകരിക്കേണ്ടിവന്നു. പഴയ കാമുകൻ ഭർത്താവിന്റെ കാര്യസ്ഥനായി മടങ്ങിയെത്തിയതോടെ മനസ്സ് പിടിവിട്ടുപോയത് മനുഷ്യസഹജം. ഗൂഢ ബുദ്ധിക്കാരനായ കാമുകൻ സ്വന്തം ഭർത്താവിനെ കൊല്ലുന്നതിന് സാക്ഷി നിൽക്കേണ്ടി വന്ന നിസ്സഹായത, അയാൾക്ക് ശരീരം നൽകേണ്ടിവന്ന ദുർബലത, വൈധവ്യത്തിന്റെ ഏഴാംവർഷം മകളെ പെറ്റ പരിഹാസ്യത, ഏക മകനെ, ജാരൻ അറുവഷളനാക്കി തകർക്കുന്നതിനും മകന്റെ ഭാര്യയുടെ ദുരന്തത്തിനും സാക്ഷിയാകേണ്ട വിധിയുടെ ക്രൂരത. എല്ലാ ദുരന്തങ്ങളും അവരെ തകർക്കുകയാണ്.

കല്യാണിക്കുട്ടിയുടെ വരവോടെ, പ്രഭുവിന്റെ മാറ്റത്തോടെ, വർമ്മയുടെ തകർച്ചയോടെ ദുരന്തങ്ങൾ അതിജീവിച്ച് അവർ സമാധാനത്തിലേക്ക് മടങ്ങുന്നുണ്ട്. പക്ഷേ കൂടുതൽ തീവ്രദുഃഖാവസ്ഥകളാണ് വിധി അവർക്കായി കരുതിവെച്ചത്. വലിയ പ്രതീക്ഷ നൽകിയ മകൻ ശത്രുവിനെ കൊലപ്പെടുത്തി ആത്മഹത്യ ചെയ്തതോടെ അമ്മ ഒറ്റപ്പെടുകയാണ്. ആശ്വാസമായിരുന്ന കല്യാണിയും മടങ്ങുന്നതോടെ, ദുരാത്മാക്കളും ദുരന്ത സഞ്ചയങ്ങളും അപമൃത്യുവും നിറഞ്ഞ ആ പ്രേതാലയത്തിൽ അവർമാത്രം എല്ലാ ദുരന്തങ്ങൾക്കും സാക്ഷിയായി ഒറ്റപ്പെടുന്നു. 'ജീവിതത്തിന്റെ ഭയാനക വശങ്ങളാണ്'[4] ഈ പെൺ

4 Haldane. R.B. and John Kemp (Trans), The World as Will and Idea, in Adams, Critical Theory since Plato, 1970. P 448

ജന്മത്തിലൂടെ കഥാകാരൻ അവതരിപ്പിക്കുന്നത്. ദുരന്തങ്ങൾകൊണ്ട് ധൂർത്തടിക്കുന്നത്.

സംക്രമണങ്ങൾ

കല്യാണിക്കുട്ടിയുടെ ജീവിതത്തിന്റെ തകർച്ചകളാണ് അവളുടെ അമ്മ മാധവിയമ്മയെ തളർത്തിയത്. തകർച്ചകൾ തുടർച്ചയായി അവരെ വേട്ടയാടുന്നു. എന്നിട്ടും എല്ലാ ദുഃഖാവസ്ഥകളിലും പിടിച്ച് നിന്നു. പക്ഷേ, ദാരിദ്ര്യം, അഭിമാനിയായ അവരെ ഉലച്ചു. അതിന്റെ പാരമ്യത്തിൽ അവർ തളർന്നു വീഴുന്നു. സഹോദരൻ അടക്കം ബന്ധുക്കൾ അകന്നുപോയതും നാട്ടുകാർ ഒറ്റപ്പെടുത്തിയതുമൊക്കെ മാധവിയമ്മയ്ക്ക് ദുഃഖാധിക്യമായി. തളർച്ചകളെ അതിജീവിക്കാൻ കഴിയാതെ വിങ്ങുന്ന മനസ്സോടെ അവർ മരണം വരിക്കുന്നു. വൈയക്തികവും സാമൂഹികവും സാമ്പത്തികവുമായ തകർച്ചകൾ ഇവിടെ ദുരന്തകാരണങ്ങളാണ്.

ഇന്ദിര എന്ന നാടൻ പെണ്ണിന്റെ വിധി അതിക്രൂരമാണ്. പ്രഭുവിന്റെ യൗവ്വനത്തിളപ്പിലെ പളുങ്കു കളിപ്പാട്ടമായി അവൾ വീണുടയുന്നു. ആത്മാർത്ഥമായി സ്നേഹിച്ച പുരുഷന്റെ വഞ്ചന അവളെ മാത്രമല്ല, ഉദരത്തിലെ ജീവനെക്കൂടി തുലച്ചു കളയുമ്പോൾ ഇന്ദിരയുടെ ദുരന്തത്തിന് ആഘാതശക്തി ഇരട്ടിക്കുകയാണ്. ഇന്ദിരയുടെ അന്ത്യനിമിഷങ്ങളുടെ വിവരണങ്ങൾ നോവലിലുണ്ട്. കഥാകാരന്റെ അബോധ ദുരന്തരതി ഈ വിവരണങ്ങളിൽ ശക്തമായി പ്രതിഫലിക്കുന്നു. എല്ലാവരേയും തകർക്കുന്ന ദുരന്തകാരണമായി ഇന്ദിരയുടെ നഷ്ടജീവൻ പിന്നീട് വളരുന്നുണ്ട്. ആദ്യരാത്രി എത്തിയ ആശംസാ ടെലിഗ്രാമുകൾക്ക് നടുവിൽ നിന്ന് 'ഇന്ദിര, നോ-മോർ' എന്ന സന്ദേശം ശോഭ കണ്ടെത്തുന്നതോടെയാണ് ദുരന്ത സംഭവങ്ങൾക്ക് തുടക്കമാവുന്നത്.

നോവലിൽ അവതരിപ്പിക്കപ്പെടുന്ന ദുരനുഭവങ്ങളുടെ ആഘാതവും തീവ്രതയും ശ്രദ്ധേയമാണ്. പ്രഭുവിന്റെ അച്ഛന് വിഷം നൽകി കൊല്ലുന്ന വർമ്മയ്ക്ക്, സമാനമായ ദുരന്തം സ്വയം ഏറ്റുവാങ്ങേണ്ടിവരുന്നു. ഇന്ദിരയുടെ ക്രൂരമായ കൊലപാതകം നടത്തിയ പ്രഭുവിനെ കാത്തിരുന്നതും അതേ ദുരന്താവസ്ഥ. 'രണ്ടു ശവങ്ങളാണ് വീട്ടിൽ നിന്നെടുത്തുകൊണ്ടുപോയത്. നാട്ടിൽ അതൊരു സംഭവമായിരുന്നു. പത്രങ്ങളിൽ വാർത്തകൾ. വാർത്തകളിൽ നിന്നുയിർക്കൊണ്ട കഥകൾ; മദ്യത്തിൽ വിഷം കലർത്തി കുടിച്ച്, മരിച്ച രണ്ടാത്മാക്കളെ പേടിച്ച്, വഴിനടക്കാൻപോലും മടിച്ച നാട്ടുകാർ'. പ്രേതങ്ങളായി അധഃപതിക്കുന്ന പുരുഷ ജന്മങ്ങൾ.

'നന്മയുടെ ചില്ലിത്തുട്ടുകൾപോലും ധൂർത്തടിച്ച ഒരു തലമുറയുടെ

തകർച്ചയാണ് നക്ഷത്രങ്ങളേ കാവൽ ചിത്രീകരിക്കുന്നത്'[5] എന്ന വില യിരുത്തലുണ്ട്. എന്നാൽ അതോടൊപ്പം കഥാകാരൻ മുന്നോട്ടു വെയ്ക്കുന്ന ദുരന്താധിഷ്ഠിത ദാർശനികതയും പ്രസക്തമാണ്. 'ദുരന്ത കഥാപാത്ര ങ്ങളെ വിശ്വാസ്യതയും ചൈതന്യവും കലർത്തി അവതരിപ്പിക്കാൻ ദുര ന്തബോധം നിറഞ്ഞ ഹൃദയഭാവം പുലർത്തുന്ന എഴുത്തുകാരനേ കഴിയൂ'[6] എന്ന നിലപാടിനോട് സാത്മ്യം പ്രാപിക്കുന്നവയാണ് നോവലിലെ ജീവിതാവസ്ഥകളോടു ചേരുന്ന ദർശനങ്ങളുടെ ബോധതലം. ചിന്താ ശീലരും ആത്മഗൗരവം പുലർത്തുന്നവരുമായ രചയിതാക്കളുടെ ദർശ നഭാവമാണ് പത്മരാജന്റെ കൃതികളിലും നിറയുന്നത്. 'ഫലശൂന്യതയുടെ തോട്ടുവെള്ളത്തിൽ ഒഴുകി നടക്കുന്ന കടലാസ്സുവഞ്ചിപോലെയും പ്രവ ചനങ്ങളുടേയും കണക്കുകൂട്ടലുകളുടേയും പിഴച്ച ചുവടുവെയ്പുകളുടേയും സമാഹാരംപോലെയും' നോവലിൽ ജീവിതത്തെ അവതരിപ്പിക്കുന്നു. വിഷാദാത്മകത്വം നിറഞ്ഞ ജീവിത വീക്ഷണമാണ് പ്രതിഫലിക്കുന്നത്.

കല്യാണിക്കുട്ടിയുടെ ഭൗതികമായ വേദനകൾക്കൊപ്പം ശോഭ, പ്രഭ, ഇന്ദിര, വർമ്മ തുടങ്ങിയവരുടെ ദുർമരണങ്ങളും നോവലിനെ ദുരന്താധിഷ്ഠിതമാക്കുന്നുണ്ട്. ഭൂരിഭാഗം കഥാപാത്രങ്ങളും ഒന്നല്ലെങ്കിൽ മറ്റൊരു തരത്തിൽ ദുരന്തങ്ങൾക്ക് ഇരകളാവുന്നു. അതേസമയം 'മറ്റൊ രാൾക്കുവേണ്ടി ജീവിച്ചെങ്കിൽമാത്രമേ ജീവിതത്തിന് അർത്ഥമുണ്ടാകൂ. മനുഷ്യൻ സ്വാർത്ഥനാണെന്ന് പറഞ്ഞത് ആരാണ്? ആരായാലും മൂപ്പർ ഒരു വിഡ്ഢിയാണ്. ഒരാളും അവനവനുവേണ്ടി മാത്രം ജീവിക്കുന്നില്ല. ജീവിക്കാൻ കഴിയില്ല എന്നതാണ് സത്യം. ജീവിതം എല്ലായ്പ്പോഴും മറ്റൊരു ജീവിതത്തെ പോഷിപ്പിക്കാൻവേണ്ടിയാണ് ഉപയോഗപ്പെടുക' എന്ന ഉൽക്കർഷ നിലപാടും ഇതേ നോവലിൽ കാണാം. രചനയുടെ ആരംഭഘട്ടങ്ങളിൽ കഥാകാരനിൽ നിലനിന്ന ദുരന്താവബോധത്തിന്റെ ദ്വന്ദ്വഭാവമായി ഇതിനെ വിലയിരുത്താം. 'ജീവിക്കാനുള്ള ആഗ്രഹവും ദുരന്താവബോധവും ഒരാളിൽതന്നെ പരസ്പര വിരുദ്ധമായി പ്രവർത്തി ക്കുന്നു'[7] എന്ന മനോവിജ്ഞാനീയ നിലപാടിനെ ഇത് സാധൂകരിക്കു ന്നുമുണ്ട്.

---

5 തരകൻ. കെ.എം, മലയാള നോവൽ സാഹിത്യചരിത്രം, കേരള സാഹിത്യ അക്കാദമി, തൃശ്ശൂർ, 1978, പേജ് 257.

6 കുര്യാസ് (ഡോ.), മൃത്യുബോധം മലയാള കാല്പനിക കവിതയിൽ, ജീവൻ ബുക്ക്സ്, 1988, പേജ് 95.

7 Freud Sigmund, Collected papers Vol V, The Hogarth Press and the Institute of Psycho-Analysis, London, 1956, P.282.

വാടകയ്ക്ക് ഒരു ഹൃദയം

പത്മരാജന്റെ ഏറ്റവും വലിയ രചനയാണ് ഈ നോവൽ[1]. നിഗൂഢവും സങ്കീർണ്ണവുമായ മാനസിക ഭാവങ്ങൾ പുലർത്തുന്ന കഥാപാത്രങ്ങളാണ് ഈ നോവലിന്റേയും സവിശേഷത. മൂല്യാധിഷ്ഠിത സമൂഹത്തിൽ സുപരിചിതരോ സുചരിതരോ അല്ല മിക്കവരും. പലപ്പോഴും അവർ യുക്തിബോധത്തിനു നേരെ ചോദ്യങ്ങൾ ഉയർത്തുന്നുണ്ട്. പക്ഷേ, അപ്പോഴും അവരുടെ മാനുഷികഭാവങ്ങൾ യാഥാർത്ഥ്യവുമായി സമരസപ്പെടുന്നവയാണ് എന്നത് ശ്രദ്ധേയം.

കുറഞ്ഞൊരു കാലയളവിനുള്ളിൽ മൂന്നു ഭർത്താക്കൻമാർക്കൊപ്പം ജീവിത പങ്കാളിത്തം നിർവ്വഹിക്കേണ്ടിവന്ന അശ്വതിയാണ് നായിക. ആദ്യ ഭർത്താവ് പരമേശ്വരൻപിള്ള പാവവും പാവയുമായിരുന്നു. അയാൾ അവളെ ഏറെ സ്നേഹിച്ചു. പക്ഷേ അവളുടെ കാമനകൾക്ക് പൂരകമായില്ല. ബാല്യം മുതൽ പ്രണയിച്ച മുറച്ചെറുക്കൻ കേശവൻകുട്ടിയോടൊപ്പം അവൾ ഇറങ്ങിപ്പോന്നു. അതിനുമുമ്പ് അവർ തമ്മിലുള്ള ലൈംഗികബന്ധം നേരിട്ടു കണ്ടിട്ടും പ്രതികരിക്കാത്ത പരമേശ്വരൻപിള്ളയുടെ നിസ്സഹായത അശ്വതിയിൽ സൃഷ്ടിച്ച മനസ്താപമാണ് ഇറങ്ങിപ്പോക്കിന് അവളെ നിർബന്ധിതയാക്കിയത്. കുറ്റബോധമാണ് താലികെട്ടിയവനെ ഉപേക്ഷിക്കാൻ അശ്വതിയെ പ്രേരിപ്പിച്ചത്. പക്ഷേ,

---

1 പത്മരാജൻ കഥാകാരനായി സാഹിത്യ ജീവിതത്തിന് തുടക്കം കുറിച്ചത് 'കൗമുദി' വാരികയിലൂടെ ആയിരുന്നു. രണ്ടാം വരവു നടത്തിയതും (കലാ)കൗമുദിയിലൂടെ തന്നെ ആയത് യാദൃച്ഛികം. ആദ്യ സമ്പൂർണ്ണ നോവൽ 'കുങ്കുമ'ത്തിൽ പ്രസിദ്ധീകരിച്ചു. മലയാളനാട്, യുഗരശ്മി, ജനയുഗം, മാതൃഭൂമി ആഴ്ചപ്പതിപ്പ്, കേരളശബ്ദം, വീക്ഷണം, ദേശാഭിമാനി, ദീപിക, ചതുരംഗം (രാഷ്ട്രീയ മാസിക) തുടങ്ങിയ ആനുകാലികങ്ങളിലും പത്മരാജന്റെ വിവിധ രചനകൾ പ്രസിദ്ധീകരിച്ചിട്ടുണ്ട്. 'വാടകയ്ക്ക് ഒരു ഹൃദയ'(273 പുറം) മാണ് ഏറ്റവും വലിയ നോവൽ. 'ശവ വാഹനങ്ങളും തേടി' (35 പുറം) ഏറ്റവും ചെറുതും.

വാതിലടച്ച് ഇറങ്ങുമ്പോൾ കേട്ട പരമേശ്വരൻപിള്ളയുടെ തേങ്ങൽ ജീവിതാവസാനംവരെ അവളെ വേട്ടയാടുന്നു. കേശവൻകുട്ടിയുമൊത്തുള്ള ആദ്യരാത്രിയിൽ ദുഃസ്വപ്നങ്ങളും ദുർചിന്തകളും അശ്വതിയുടെ മനസ്സിന്റെ താളം തെറ്റിക്കുന്നു. കുറ്റബോധം നീറ്റുന്നു. എന്തിന് താൻ ഒളിച്ചോടി എന്ന് ഉത്തരം കണ്ടെത്താനാവാതെ അശ്വതി തകരുന്നു. കാരണം കണ്ടെത്താനാവാത്ത തെറ്റ് വ്യക്തി മനസ്സിൽ ദുഃസ്സഹമായ നീറ്റൽ സൃഷ്ടിക്കും. ഇവിടെ ഓർമ്മകളും കുറ്റബോധവും അശ്വതിയിൽ കടുത്ത ദുരന്താവസ്ഥ തീർക്കുകയാണ്.

രണ്ടാം വിവാഹജീവിതവും അശ്വതിയ്ക്ക് ആഹ്ലാദമല്ല നൽകിയത്. ഓർമ്മകളുടെ വേട്ടയാടലിൽ മുറിപ്പെട്ടവളായതോടെ രാത്രികളിൽ കേശവൻകുട്ടിയെ കെട്ടിപ്പിടിച്ച് അവൾ 'പരമേശ്വരൻ ചേട്ടാ' എന്ന് വിളിച്ചു. ഇത് പുതിയ ജീവിതത്തിൽ അസ്വസ്ഥതകൾ സൃഷ്ടിക്കുകയാണ്. താളപ്പിഴകൾ വളർന്ന് മർദ്ദനവും വഴക്കും തുടർക്കഥയാവുന്നു. 'പല കൈ മറിഞ്ഞു വന്ന ഒരു പെണ്ണിനെ വിളിച്ച് വീട്ടിൽ നിർത്തിയപ്പോൾ ഭരിക്കാൻ വരുന്നോ' എന്ന കുറ്റപ്പെടുത്തൽ ഉണ്ടായതോടെ അവൾ കേശവൻകുട്ടിയെ വെറുത്തു തുടങ്ങുന്നു. മറ്റൊരു പുരുഷനിലേക്ക് ചാഞ്ഞു തുടങ്ങുന്നു. അബോധ മനസ്സിലെ വിഹ്വല ചിന്തകളാണ് അശ്വതിയിൽ പ്രവർത്തിക്കുന്നത്. 'മാനസിക മേഖലകളുടെ ഇടപെടൽ ബോധചിന്തകൾക്കു മുകളിൽ ആധിപത്യം ചെലുത്തുന്നതോടെ പ്രവർത്തനങ്ങൾ യുക്തി-ലക്ഷ്യശിഥിലമാകുന്നു' എന്ന ഫ്രോയിഡിന്റെ കാഴ്ചപ്പാടാണ് ഇവിടെ പ്രസക്തമാകുന്നത്.

ഗർഭിണിയായ അശ്വതിയെ സ്വന്തം വീട്ടിലേക്ക് വിളിച്ചുകൊണ്ടു പോയ മാതാപിതാക്കൾ കേശവൻകുട്ടിയെ നിരാകരിച്ചതോടെ ഒരു ദാമ്പത്യംകൂടി തകരുകയും ദുരന്ത വ്യാപ്തി കൂടുതൽ ജീവിതങ്ങളിലേക്ക് വ്യാപിക്കുകയുമാണ്. എന്നാൽ കേശവൻകുട്ടിയെ വെറുത്തു തുടങ്ങിയ അശ്വതി, സ്വന്തം അച്ഛന്റെ വഞ്ചന തിരിച്ചറിഞ്ഞതോടെ അയാളെ വീണ്ടും സ്നേഹിച്ചു തുടങ്ങുന്നുണ്ട്. പക്ഷേ, ദുരന്തങ്ങളെ തടഞ്ഞു നിർത്താൻ കഴിയുന്നില്ല. കേശവൻകുട്ടിയെ പൂർണ്ണമായി നഷ്ടപ്പെട്ടു എന്ന തിരിച്ചറിവിൽ നിന്നാണ് അശ്വതി, മൂന്നാമത്തെ പുരുഷൻ സദാശിവൻപിള്ളയുടെ ഭാര്യാപദത്തിൽ എത്തുന്നത്. എന്നാൽ താൻ കാരണം വേദനിക്കപ്പെട്ട രണ്ടു പുരുഷന്മാരുടേയും ഓർമ്മകൾ അവളെ തീവ്രദുഃഖത്താൽ നീറ്റി.

കൗമാരം മുതൽ ദുരന്തങ്ങൾ പിൻതുടർന്ന ജന്മമാണ് അശ്വതിയുടേത്. പ്രണയ നഷ്ടം, ഭർത്താവിന്റെ ദൈന്യം തുടങ്ങിയവയൊക്കെ

അവളിൽ ഉണങ്ങാത്ത മുറിവുകളാവുന്നു. ഏറെ ആഗ്രഹിച്ച കേശവൻ കുട്ടിയുമായുള്ള ജീവിതമാകട്ടെ അയാളുടെ പരുക്കൻ പെരുമാറ്റവും മർദ്ദനവും അവഹേളനവുംമൂലം തകരുന്നു. പിന്നീട് കേശവൻകുട്ടിയുടെ തകർച്ചയിൽ അവൾ സ്നേഹിക്കുന്നുവെങ്കിലും വീട്ടുകാരുടെ നിലപാട് അവൾക്ക് പ്രതിബന്ധമാവുകയാണ്. കേശവൻകുട്ടിയോടൊപ്പം ഇറങ്ങിത്തിരിക്കുമ്പോഴും, സദാശിവൻപിള്ളയിൽ എത്തിച്ചേരുമ്പോഴും സാമൂഹികമായി അവൾ നേരിട്ട അവഹേളനങ്ങൾ ദുഃസഹമായിരുന്നു. അപവാദങ്ങൾ പറഞ്ഞു പ്രചരിപ്പിച്ച നാട്ടുകാരും അശ്വതിയുടേയും മറ്റുള്ളവരുടേയും തകർച്ചയിൽ പങ്കാളികളാകുന്നു. കേശവൻകുട്ടിയാകട്ടെ വർഗ്ഗ-വ്യവസ്ഥിതി മേധയിലൂടെ സ്ത്രീത്വത്തെ അക്രമിക്കുകയാണ്. സദാശിവൻപിള്ളയുടെ ദാരുണ മരണത്തോടെ വീട്ടു ചുമരുകൾക്കുള്ളിലേക്ക് ലോകത്തെ അശ്വതി ചുരുക്കിക്കെട്ടുന്നു. ആഹ്ലാദങ്ങളോ സ്വപ്നങ്ങളോ വർണ്ണങ്ങളോ സ്വാതന്ത്ര്യമോ ഇല്ലാത്ത പെൺജീവിതം.

ദുരന്തങ്ങൾക്ക് കാരണക്കാരി എന്ന് അശ്വതിയെ ചാപ്പകുത്തും മുമ്പ്, ബാല്യം മുതൽ അവളെ പ്രണയിച്ച കേശവൻകുട്ടിപോലും അവൾക്ക് സ്നേഹം നൽകിയോ എന്ന പരിചിന്തയ്ക്ക് പ്രസക്തിയുണ്ട്. 'ഞെട്ടി കണ്ണുമിഴിക്കുമ്പോൾ ബെൽറ്റ് രണ്ടാമതും തന്റെ കഴുത്തിനു നേരെ കുതിച്ചു താഴുകയാണ്. കട്ടിലിന്റെ മൂലയിലേക്കു ചാരി മുഖംപൊത്തി നിൽക്കുന്ന അശ്വതി എന്ന ഭാര്യ. പുറത്തുവന്നു വീഴുന്ന ബെൽറ്റിന്റെ പൈശാചികമായ താണ്ഡവം. ഒരു ഭ്രാന്തനെപ്പോലെ അലറുകയും ഒരു രാക്ഷസനെപ്പോലെ സകലശക്തിയുമെടുത്ത് അടിക്കുകയും ചെയ്യുന്ന കേശവൻകുട്ടി എന്ന ഭർത്താവ്.' അശ്വതിയുടെ ദൈന്യം ഇവിടെ സുവ്യക്തമാണ്. വ്യക്തിയുടെ ജൈവപരവും മാനസികവുമായ ആവശ്യങ്ങൾ ജീവിതത്തിൽ സുപ്രധാനമാണെന്ന് അശ്വതിയിലൂടെ വ്യക്തമാക്കപ്പെടുന്നു. അവളെ വെറുത്ത കേശവൻകുട്ടിപോലും മാലിനിയുടെ വരവോടെ അശ്വതിയിലെ നന്മകൾ തിരിച്ചറിയുന്നു.

'നക്ഷത്രങ്ങളേ കാവൽ' എന്ന നോവലിലെ ശോഭയോട് ഏറെ സാദൃശ്യം പുലർത്തുന്ന പാത്ര സൃഷ്ടിയാണ് അശ്വതി. ഒന്നിലേറെപേർക്ക് ശരീരം നൽകിയവരാണ് ഇരുവരും. സ്നേഹം തേടിയവർ. വിധി ഏല്പിക്കുന്ന ക്രൂരതകളിൽ മടുത്ത് പ്രസവത്തോടെ മരണം കൊതിക്കുന്ന ശോഭ. കേശവൻകുട്ടിയെ വെറുത്ത് അവിടെനിന്നും പുറപ്പെട്ട അശ്വതിയും 'ഭഗവതീ, പ്രസവത്തോടെ എന്റെ ജന്മം ഒടുക്കിത്തരണേ' എന്ന് ശോഭയെപ്പോലെതന്നെ പ്രാർത്ഥിക്കുന്നുണ്ട്. വിവാഹശേഷം പ്രഭുവിനെ സ്നേഹിച്ചു തുടങ്ങുന്ന ശോഭയിൽ ഇന്ദിരയുടെ കൊലപാതകം സൃഷ്ടിച്ച ആഘാതം വെറുപ്പാകുമ്പോൾ, സ്വന്തം അച്ഛൻ കേശവൻകുട്ടിയെ

സ്നേഹം ഭാവിച്ച് വഞ്ചിക്കുക ആയിരുന്നു എന്ന തിരിച്ചറിവ് അശ്വതിയിൽ വീണ്ടും അബോധമായ സ്നേഹത്തുടിപ്പിന് കാരണമാകുന്നുണ്ട്. ജീവിതത്തിന്റെ സങ്കീർണ്ണതകളും വിധിയുടെ നിർദാക്ഷിണ്യവും വീർപ്പുമുട്ടിക്കുന്ന അവസ്ഥയിൽ ഭ്രാന്തമായ മാനസിക നിലയിലേക്ക് അശ്വതി കൂപ്പുകുത്തുന്നു.

നിരാകരണങ്ങൾ തകർത്ത ജീവിതം

വാടകയ്ക്ക് ഒരു ഹൃദയത്തിൽ കടുത്ത ദുരന്തങ്ങൾ ഏറ്റുവാങ്ങുന്ന പ്രധാനകഥാപാത്രമാണ് കേശവൻകുട്ടി. ബാല്യം മുതൽ മാർഗ്ഗഭ്രംശിയായ ജീവിതം. സ്നേഹിച്ച പെണ്ണ് നഷ്ടമായി. പിന്നീട് ശരീരം നേടിയെങ്കിലും ഒപ്പം കഴിഞ്ഞപ്പോൾ മനസ്സ് നേടാനായില്ല. ഇറുകെ പുണർന്ന് മറ്റൊരു പുരുഷന്റെ പേരു വിളിച്ച ഭാര്യയോട് അയാൾ അകന്നു. ഭാഗംവെയ്ക്കാത്ത സ്നേഹത്തിന്റെ തേടലാണ് കേശവൻകുട്ടിയിൽ ആർത്തിയായത്. പക്ഷേ അശ്വതിയിൽനിന്ന് അത് ലഭിക്കാതെ വന്നതോടെ നിലതെറ്റിയ അയാൾക്ക് ജീവിതത്തിന്റെ പിടി വിട്ടുപോവുകയാണ്. മാംസദാഹത്തിൽ മുങ്ങിയൊഴുകി തുടങ്ങി. നാടകനടി മാലിനിയോടു ചേരുന്നതോടെ സാമൂഹികമായ അസ്തിത്വം അയാൾക്ക് നഷ്ടമാകുന്നു. അവഹേളനങ്ങൾ തുടർക്കഥയാവുന്നു. മാലനിയുടെ വീട്ടിൽനിന്ന് ആദ്യമായി മടങ്ങുന്ന കേശവൻകുട്ടിയെ അവതരിപ്പിക്കുന്നിടത്ത് 'അയാൾക്കു പിറകിൽ, ഭീകരമായ രാത്രി ചിറകുകൾ വിരുത്തി പറക്കാൻ തുടങ്ങി' എന്ന് വരാൻ പോകുന്ന ദുരന്തങ്ങളെ നോവലിസ്റ്റ് പ്രതീകവല്ക്കരിച്ചിട്ടുണ്ട്.

മാലിനിയുടെ വരവും ദുരന്താനുഭവങ്ങളും കേശവൻകുട്ടിയെ അടിമുടി തകർക്കുകയും അടിസ്ഥാന സ്വഭാവങ്ങളിൽ നിന്നുപോലും പരിവർത്തനം സൃഷ്ടിക്കുകയും ചെയ്യുന്നുണ്ട്. വ്യക്തിത്വ സംഘർഷങ്ങൾ ഏറ്റവുമധികം അലട്ടുന്ന കഥാപാത്രംകൂടിയാണ് അയാൾ. യൗവ്വനത്തിന്റെ തുടക്കത്തിലും മാലിനിയിൽ എത്തിച്ചേരുന്നതുവരെയും അയാളിൽ വ്യക്തിപരമായ അധൃഷ്യതയും ഈഗോയും പ്രവർത്തിച്ചിരുന്നു. എന്നാൽ പിന്നീടുണ്ടായ ജീവിതാനുഭവങ്ങളിൽ നിന്ന് താൻ ആരാണ്? എന്താകണം? തന്റെ സ്വീകാര്യത എന്ത്? തുടങ്ങിയ ചോദ്യങ്ങളെ അയാൾ സ്വയം നേരിടുകയാണ്. ആത്മസംഘർഷമുള്ള വ്യക്തി അസ്വസ്ഥനായിരിക്കും എന്നതിന് കേശവൻകുട്ടിയുടെ മനോഭാവങ്ങൾ തെളിവു നൽകുന്നു. മാലിനിയെ കൂട്ടിക്കൊടുത്ത് എം.എൽ.എ. ആകുന്നതും മദ്യത്തിൽ മുങ്ങി ജീവിതം നഷ്ടമാകുന്നതുമൊക്കെ കേശവൻകുട്ടിയുടെ ജീവിതത്തിന്റെ അഗാധമായ തകർച്ചകളാണ്.

അയാൾക്ക് ഒടുവിൽ മാലിനിയെ നഷ്ടമാകുന്നു. പാർട്ടിൽനിന്നു പുറത്താക്കപ്പെടുന്നു. കാണരുത് എന്നു കരുതിയ അശ്വതിയ്ക്കു മുന്നിൽ അവസാനമായി നിൽക്കേണ്ടിവരുന്നു. സദാശിവൻപിള്ളയുടെ തകർന്ന മനസ്സിന്റെ ദൈന്യം കാണേണ്ടിവരുന്നു. ദുരന്തങ്ങളുടെ തുടർച്ചയ്ക്കൊടുവിൽ കാമാക്ഷി എന്ന തെരുവുവേശ്യയിൽ നിന്നു ലഭിക്കുന്ന നിഷ്ക്കളങ്ക സ്നേഹവും രതിയും അയാളുടെ തേടലുകൾക്ക് ലഭിക്കുന്ന ഉത്തരമാവുകയാണ്. പക്ഷേ സ്വകാര്യദുഃഖം പറഞ്ഞു മടങ്ങിയ രാത്രി സദാശിവൻ പിള്ളയുടെ ദാരുണമരണം സംഭവിച്ചതോടെ മനുഷ്യാവസ്ഥയുടെ നിരർത്ഥകത കേശവൻകുട്ടി തിരിച്ചറിയുകയാണ്. ജീവിതത്തോട് അയാൾ നിർമ്മമനാകുന്നു. പുറം ലോകത്തു നിന്നും അയാൾ പിൻവലിയുന്നു. ഭൂതകാലത്തെ മറവിയുടെ കിടങ്ങിൽ കുഴിച്ചു മൂടുന്നു. മനഃപൂർവ്വം ഒറ്റപ്പെടുന്നു. വർഷങ്ങൾക്കിപ്പുറം സരസ്വതിയെ കാണുമ്പോൾ മുറിയുടെ ജനാലകൾ പോലും ചേർത്തടച്ച് കേശവൻകുട്ടി ഓർമ്മകൾക്ക് പ്രവേശനം നിഷേധിക്കുന്നുണ്ട്. സ്വയം കൃതമായ അനർത്ഥങ്ങളാണ് കേശവൻകുട്ടിയെ തകർത്തത്. അതിന് അയാളെ പ്രേരിപ്പിച്ചത് സ്നേഹവും സ്വത്വവും തേടിയുള്ള മനസ്സിന്റെ ദാഹവും. വൈയക്തികമായും വൈകാരികമായും പരിക്കേറ്റവനെ അക്രമിച്ചു തകർക്കുന്ന സാമൂഹികവ്യവസ്ഥിതിയുടെ ക്രൗര്യവും കേശവൻകുട്ടിയുടെ ദുരന്തങ്ങൾക്ക് രാസത്വരഗമാകുന്നുണ്ട്.

സങ്കീർണ്ണ മാനസിക ഭാവങ്ങളിൽ ആന്ദോളനം ചെയ്യുന്ന കഥാപാത്രമാണ് കേശവൻകുട്ടി. ഹെഗൽ, റൂസ്സോ, ഷോപ്നോവർ, കിർക്കഗാർ എന്നിവരുടെ ദുരന്തദർശനങ്ങളോടും ഫ്രോയിഡ് അടക്കമുള്ളവരുടെ മനോവിജ്ഞാനീയ കണ്ടെത്തലുകളോടും കേശവൻകുട്ടി നേരിടുന്ന ദുരന്തങ്ങൾക്ക് സാധർമ്മ്യം കാണാം. സ്നേഹമാണ് അയാൾ തേടിയത്. കാമാക്ഷിയിൽ മാത്രമാണ് അതിന്റെ നിഷ്ക്കളങ്കത കണ്ടെത്തിയത്. ആത്മാർത്ഥമായ സ്നേഹം അയാൾ തിരിച്ചറിയുന്നുണ്ട്. ഒഴുകുന്ന കണ്ണുകൾ കാമാക്ഷി തുടയ്ക്കുമ്പോൾ മനസ്സലിയുന്ന സാന്ത്വനവും യഥാർത്ഥ രതിയുടെ അനുഭൂതിയും അയാൾ അനുഭവിക്കുന്നു. അതോടെ ഉപാധിയും കാപട്യവും നിറഞ്ഞ ലോകത്തു നിന്ന് കേശവൻകുട്ടി ഉൾവലിയുകയാണ്.

കണ്ണുനീരിന്റെ പൊട്ടിച്ചിരി

പത്മരാജന്റെ പെൺ കഥാപാത്ര സൃഷ്ടികളിൽ ഏറെ ശ്രദ്ധേയയാണ് മാലിനി. മനുഷ്യന്റെ സഹജഭാവങ്ങളോടും സ്വാഭാവികതകളോടും താദാത്മ്യം പ്രാപിക്കുന്ന കഥാപാത്രം. പൊതുവിൽ കാമാതുരയും പ്രതിനായികയുമായി അവൾ വിലയിരുത്തപ്പെടുന്നു. എന്നാൽ

തീവ്രദുരന്തങ്ങൾ ജീവിതം തകർത്തവളാണ് മാലിനി. ബാല്യത്തിൽ അമ്മ നഷ്ടമായ മൂത്ത പെൺകുട്ടിയുടെ ദൈന്യം. ദരിദ്രനും നിർഗുണനുമായ അച്ഛൻ. ബാല്യം മുതൽ കലാമത്സരങ്ങളിൽ പങ്കെടുത്ത് കുതുഹലത്തോടെ അവൾ വളർന്നു. പക്ഷേ, ദാരിദ്ര്യം അവളുടെ ജീവിതം തകർക്കുകയാണ്.

സ്വന്തം പിതാവു തന്നെയാണ് മാലിനിയെ നാടകനടിയാക്കുന്നത്. ഒപ്പം ശരീരവില്പനക്കാരിയുമാക്കി. ഇളയ കുട്ടിയിൽ ജീവിതപ്രതീക്ഷ കാണുന്ന അച്ഛനുവേണ്ടി അവൾ സ്വയം ഹോമിച്ച് ബലിയാടാകുന്നു. അതിജീവനത്തിനുവേണ്ടിയാണ് മാലിനി, രവീന്ദ്രന്റേയും കേശവൻകുട്ടിയുടേയും ഭാര്യാവേഷം കെട്ടുന്നത്. കേശവൻകുട്ടിയുടെ ഉല്ക്കർഷത്തിനുവേണ്ടി അവൾ പലർക്കും കിടക്ക പങ്കിട്ടു നൽകി. സമൂഹത്തിന്റെ എല്ലാ പരിഹാസവും അവഹേളനവും ശാപവും ഏറ്റുവാങ്ങി. അച്ഛൻ കൊലയാളിയായി ജയിലിൽ അടയ്ക്കപ്പെട്ടപ്പോഴും പുറമെ കാട്ടാത്ത നീറുന്ന ഹൃദയവുമായി അവൾ ചിരിച്ചു കഴിഞ്ഞു. മാലിനി ആരെയും വകവെച്ചില്ല. ജീവിതംകൊണ്ട് സ്വയം ആർജ്ജിച്ചെടുത്തതായിരുന്നു അവളുടെ കരുത്തും നിസ്സംഗതയും. തകർന്ന ജീവിതം ഒരിക്കലും തിരിച്ചുപിടിക്കാൻ കഴിയില്ലെന്ന തിരിച്ചറിവിൽ അവൾ കൂടുതൽ കൂടുതൽ ദുരന്തങ്ങളിലേക്ക് ഒലിച്ചുപോയി. മദ്യമടക്കം ലഹരിയ്ക്ക് അടിമപ്പെട്ടു. മനോനിലയുടെ തിരയിളക്കങ്ങൾ അവളിൽ പ്രതിഫലിച്ചു.

കേശവൻകുട്ടിയോട് അവൾക്ക് സ്നേഹവും സഹതാപവുമുണ്ട്. സ്വന്തം കുഞ്ഞിനെ കാണാൻപോലും കഴിയാത്ത അയാളുടെ അവസ്ഥയിൽ ദൈന്യവും. പക്ഷേ അയാൾക്ക് സ്വന്തമായി ഒരു കുഞ്ഞിനെ നൽകാൻ കഴിയാത്ത ദുരന്തമാണ് മാലിനിയെ നീറ്റുന്നത്. നാടക-സിനിമാ ജീവിതകാലത്ത് സ്വന്തം ഗർഭപാത്രംപോലും നഷ്ടമായ ദുരന്തതീവ്രത. അവൾ കേശവൻകുട്ടിയോട് ഒടുവിൽ ഇത് തുറന്നുപറയുന്നു. പിന്നീട് അയാളുടെ ജീവിതത്തിൽ നിന്ന് മറ്റൊരാൾക്കൊപ്പം ഇറങ്ങിപ്പോവുന്നു. കണ്ടെത്താൻ കഴിയാത്തത്ര വിദൂരതയിലേക്ക്.

ചുറ്റുപാടുകളിൽ വഴിതെറ്റാത്ത സ്ത്രീ കഥാപാത്രമാണ് മാലിനിയുടെ അനുജത്തി സരസ്വതി. ഉല്ക്കർഷേച്ഛ അവളെ ഉന്നതങ്ങളിൽ എത്തിക്കുന്നു. അപ്പോഴും വ്യഥ വിങ്ങിയ മനസ്സും വിധിയുമാണ് അവളെ അലട്ടുന്നത്. ചുറ്റുമുള്ളവരുടെ തകർച്ചകൾ സരസ്വതി നേരിട്ടു കണ്ടു. ഒറ്റച്ചെറ്റയുടെ മറുപുറത്ത് ജീവിക്കാൻ ശരീരം വില്ക്കുന്ന ചേച്ചിയെ, ദൈന്യതയുടെ കാവൽക്കാരനായ അച്ഛനെ, അലട്ടുന്ന ദാരിദ്ര്യത്തെ, ചതിക്കുന്ന പ്രലോഭനങ്ങളെ. ഒന്നിനും അവളെ വഴിതെറ്റിക്കാൻ കഴിഞ്ഞില്ല.

പ്രലോഭനങ്ങളോടും പ്രേരണകളോടും അവൾ പൂർണ്ണമായി മുഖംതിരിച്ചു. പഠനമെന്ന ലക്ഷ്യത്തിൽ മാത്രം സഞ്ചരിച്ചു. പക്ഷേ സുകുവിന്റെ കൊലപാതകത്തിന് അവൾക്ക് നിമിത്തവും സാക്ഷിയുമാകേണ്ടിവന്നു. ഒപ്പം അച്ഛൻ കൺമുന്നിൽ കൊലപാതകിയാകുന്ന ദുരന്തവിധിയും.

സരസ്വതിയുടെ ചിന്തകളിലൂടെയും കാഴ്ചകളിലൂടെയുമാണ് നോവൽ അവസാനിക്കുന്നത്. 'അവളുടെ കണ്ണുകൾ നിറഞ്ഞു. എല്ലാവരും അവരവരുടേതായ ലോകങ്ങളിൽ. എന്റെ ലോകത്തിൽ ഞാൻ മാത്രം' എന്ന് സരസ്വതി തിരിച്ചറിയുന്നു. ലോകത്തോടുള്ള എല്ലാ വിനിമയങ്ങളും ഉപേക്ഷിച്ച് അവനവനിലേക്ക് ഒതുങ്ങുന്ന മനുഷ്യർ. ഇതോടെ സ്വന്തം ഗ്രാമത്തിലെയും ബന്ധങ്ങളിലെയും വേരുകളെല്ലാം അറ്റുപോകുന്നു. 'ജനബഹുലതയിൽ വ്യക്തിയ്ക്കുണ്ടായ ന്യൂനവൽക്കരണവും അന്യതാബോധവും'[2] ദൃശ്യമാകുന്നു. സമ്പത്തും അധികാരവുമുണ്ടെങ്കിലും സ്നേഹവും ബന്ധവും തേടുന്ന ഹൃദയം. സ്നേഹിക്കാൻ വാടകയ്ക്ക് എങ്കിലും ഒരു ഹൃദയം തേടുകയാണ് സരസ്വതി. സ്വത്വം നിലനിർത്താൻ ഒരു വഴിയെങ്കിലും അവൾ കൊതിയ്ക്കുന്നു. അവസാന പ്രതീക്ഷകളായിരുന്ന കേശവൻകുട്ടിയും കാർത്ത്യായനിയമ്മയും അശ്വതിയുമൊക്കെ സ്വന്തം ലോകത്തിലേക്ക് ചുരുങ്ങിയതോടെ നാടിനെ എന്നേക്കുമായി ത്യജിച്ച് സരസ്വതി യാത്രയാവുന്നു.

ദുരന്ത നൈരന്തര്യങ്ങളിൽ തകർന്നുപോകുന്നവരാണ് ഈ നോവലിലെ മിക്ക കഥാപാത്രങ്ങളും. ചെറുതും വലുതുമായ കഥാപാത്രങ്ങൾ ഏറ്റുവാങ്ങുന്ന ദുരന്തങ്ങൾക്ക് തീവ്ര ആഘാതശക്തിയുണ്ട്. സദാശിവൻപിള്ളയാണ് ഈ ഗണത്തിൽപ്പെട്ട മുഖ്യ സാന്നിദ്ധ്യം. അശ്വതിയെ ഭാര്യയാക്കാൻ മോഹിച്ച പിള്ള, ആകസ്മികമായുണ്ടായ സമ്മർദ്ദഫലമായാണ് അവളെ വിവാഹം കഴിക്കാൻ നിർബന്ധിതനാവുന്നത്. അശ്വതിയെ മതിമറന്ന് അയാൾ സ്നേഹിച്ചെങ്കിലും, അവളിൽ കേശവൻകുട്ടിയുടെ ഓർമ്മകൾ ബാക്കി നിന്നു. അവ ഒരിക്കലും അവസാനിക്കില്ലെന്നു മനസ്സിലായതോടെ അഭിമാനിയായ സദാശിവൻപിള്ള തകർന്നു പോകുന്നു. അവളുടെ മുഴുവൻ സ്നേഹവും ആഗ്രഹിക്കുന്ന പിള്ളയ്ക്ക് ഭാര്യയുടെ അബോധ മനസ്സിലെ കാമുകചിന്തകൾ അശാന്തി സൃഷ്ടിക്കുന്നു. എന്നാൽ അയാൾ ഒരിയ്ക്കലും അവളോട് കലഹിച്ചില്ല. സ്നേഹം സൃഷ്ടിച്ച നിസ്സഹായത ഇവിടെ വ്യക്തമാണ്. അശ്വതിയുടെ പേരിൽ സമ്പത്തും സ്ഥാപനങ്ങളും വർദ്ധിപ്പിച്ച് സദാശിവൻപിള്ള അതിന് സ്വയം മറുപടി കണ്ടെത്തി. ജീവിതത്തിന്റെ നിഷ്ഫലത,

2 Nezthshe federicthe, The Birth of Tragedy, (Trans) C.P. Fadiman, The Phylosophy of Nezthshe, Modern Library Edition, 1958, P. 951

നിരർത്ഥകത, നിസ്സഹായത എല്ലാം തിരിച്ചറിഞ്ഞതോടെ, സദാശിവൻപിള്ള ആത്മഹത്യയിൽ ഉത്തരം കണ്ടെത്തുകയാണ്. അതിസമ്പന്നനായി അഭിനയിച്ച അയാൾ കടം കയറി മരിച്ചുവെന്നാണ് നാട്ടുകാർ കരുതുന്നത്. എന്നാൽ അയാളുടെ സ്വകാര്യദുഃഖം, ജീവിതത്തിലെ ആകസ്മികതകൾ, ജന്മത്തിന്റെ നിരർത്ഥകത, ആത്മാർത്ഥ സ്നേഹത്തിന്റെ നിരാകരണം. സ്നേഹം നേടാനാവാത്തതിലെ നിരാശ ഒന്നും തിരിച്ചറിയപ്പെടുന്നില്ല. ഒറ്റയാനായി നാടിനെ വിറപ്പിച്ചു കീഴടക്കിയിട്ടും ആശിച്ച് ഭാര്യയാക്കിയ പെണ്ണിന്റെ മനസ്സു നേടാൻ കഴിയാതെ ഒരു മുഴം കയറിൽ തകർന്നു പോകുന്ന പിള്ളയുടെ ദുരന്തം ദയനീയമാണ്.

സുഖഭോഗങ്ങളല്ല, മനസ്സിന്റെ കൊച്ചുസന്തോഷങ്ങളും സാന്ത്വനങ്ങളുമാണ് ജീവിതത്തെ മുന്നോട്ടു നയിക്കാൻ പ്രേരിപ്പിക്കുക. സദാശിവൻപിള്ളക്ക് കടം കേശവൻ കുട്ടിയോടു മാത്രമായിരുന്നു. അയാളുടെ ഭാര്യയെയാണ് പിള്ള സ്വന്തം ജീവിതത്തിലേക്ക് ഒപ്പം കൊണ്ടുപോയത്. കേശവൻകുട്ടിയേക്കാൾ നന്നായി താൻ അശ്വതിയെ സംരക്ഷിക്കുന്നുണ്ടെന്ന് തെളിയിക്കുന്നതോടെ എല്ലാ ബാധ്യതയും അയാളിൽ അവസാനിക്കുകയാണ്. അവശേഷിക്കുന്നത് സ്നേഹം സ്വന്തമാക്കാൻ കഴിഞ്ഞില്ല എന്ന ആത്മനിന്ദയാണ്. അത് ഇനി അവസാനിക്കില്ലെന്ന തിരിച്ചറിവാണ് ജീവിതം അവസാനിപ്പിക്കാൻ സദാശിവൻപിള്ളയെ പ്രേരിപ്പിക്കുന്നത്. 'ആഴമേറിയ വിഷാദാത്മകതയും ആത്മനിന്ദയും ആത്മഹത്യയിലേക്ക് മനുഷ്യനെ നയിക്കുമെന്ന്' സ്റ്റെംഗൽ ചൂണ്ടിക്കാട്ടുന്നു. സാമൂഹികവും വൈയക്തികവുമായ ദുഃഖാവസ്ഥകൾ പിള്ളയെ ദുരന്തകഥാപാത്രമാക്കി പരിവർത്തനം ചെയ്യുന്നു.

രവീന്ദ്രനും ശിവരാമൻ നായരും അശ്വതിയുടെ സഹോദരൻ സുകുവും കാർത്ത്യായനിയമ്മയുമൊക്കെ ദുരന്തം ഏറ്റുവാങ്ങുന്നവർതന്നെ. ദാരിദ്ര്യം മറികടക്കാൻ മൂത്തമകളെ വില്നച്ചരക്ക് ആക്കേണ്ടിവന്ന ശിവരാമൻനായരുടെ പിതൃദൈന്യം. അതിന്റെ സാമൂഹിക പ്രത്യാഘാതങ്ങൾ. ഒടുവിൽ ഇളയമകളെ അക്രമിക്കാൻ എത്തുന്ന സുകുവിനെ കുത്തിക്കൊന്ന് വാർദ്ധക്യത്തിൽ അയാൾ ജയിലറയ്ക്കുള്ളിലാകുന്നു. പാവപ്പെട്ട ശിവരാമൻ നായർക്ക് കൊലയാളി എന്ന സ്വത്വ പരിവർത്തനവും സംഭവിക്കുന്നു. നിയന്ത്രിക്കാൻ ആരുമില്ലാത്ത യൗവ്വനത്തിളപ്പിൽ അക്രമങ്ങളിലൂടെ സഞ്ചരിക്കുകയും ദുർബലനായ ശിവരാമൻനായരുടെ കത്തിപ്പിടിയിൽ ജീവിതം ഹോമിക്കുകയും ചെയ്യുന്ന സുകുവും ദയനീയ അന്ത്യമാണ് ഏറ്റുവാങ്ങുന്നത്. കാർത്ത്യായനിയമ്മയ്ക്ക് മകന്റെ തകർച്ച, വഴിവിട്ട യാത്രകൾ, നാട്ടുകാരുടെ പരിഹാസം, അശ്വതിയെ നഷ്ടപ്പെടൽ ഇവയ്ക്കെല്ലാം സാക്ഷിയാകേണ്ടിവന്നു. നല്ല കുടുംബത്തിൽ പിറന്ന്,

നന്നായി ജീവിക്കണമെന്ന് ആഗ്രഹിച്ചവനാണ് രവീന്ദ്രൻ. മാലിനിയുടെ പ്രലോഭനത്തിൽ വീണ്, ജീവിതം നഷ്ടമാകുകയും ഒടുവിൽ അവളുടെ നിരാകരണത്തോടെ ജീവിതം തകർന്ന് യാത്രയാവുകയും ചെയ്യുന്ന രവീന്ദ്രന്റെ ദുരന്തം. തകർച്ചയുടെ തുടർച്ചകൾ ഒടുങ്ങുന്നില്ല.

ഭീതിയും സാമൂഹികതയും

മനുഷ്യബന്ധങ്ങൾക്കും അതിവൈകാരികതയ്ക്കും സമ്പൂർണ്ണ ആധിപത്യം നൽകി രചിച്ച നോവലിൽ സാമൂഹികമായ ചില ഇടപെടലുകളും അബോധമായ മരണഭീതിയും നോവലിസ്റ്റ് പ്രകടിപ്പിക്കുന്നു. തിരഞ്ഞെടുപ്പ് വിവരിക്കുന്ന ഭാഗത്ത് 'നാടൊട്ടുക്ക് ഘോഷയാത്രകൾ ഇളകിയൊലിച്ചു. മതവും ജാതിയും ഘോഷയാത്രയുടെ ഏറ്റവും മുന്നിൽ നഗ്നരായി, കുടിച്ചു വെളിവുകെട്ട് തുള്ളിച്ചാടി. അവയുടെ വിയർപ്പു തുള്ളികൾ നക്കിയെടുത്ത് അതിൽ നിന്നാവേശമുൾക്കൊണ്ട മനുഷ്യർ. ബോധം പൂർണ്ണമായും നഷ്ടപ്പെട്ടു കഴിഞ്ഞിരുന്നു. സാധുക്കളായ മനുഷ്യർ, ചാവാനും കൊല്ലാനും തയ്യാറായി നാലുപാടും പാഞ്ഞു നടന്നു... മരിക്കാൻ നോയ്മ്പുനോറ്റ് പരസ്പരം മത്സരിച്ചു നിൽക്കുന്ന ജനക്കൂട്ടം; ശവക്കുഴികളിൽനിന്നും മരിച്ചവരുടെ പ്രേതങ്ങൾ തുള്ളിയുറഞ്ഞു കയറി വന്നു...' തുടങ്ങി രാഷ്ട്രീയം നശിപ്പിക്കുന്ന സമൂഹത്തിന്റെ വർത്തമാന കാല ദുരന്താവസ്ഥകളും രക്തസാക്ഷിത്വവും പ്രവചന സ്വഭാവത്തോടെ അവതരിപ്പിക്കുന്നത് ശ്രദ്ധേയം.

പൊതുജനത്തെ കഴുതകളാക്കുന്ന രാഷ്ട്രീയക്കാർ. അവരുടെ കാപട്യങ്ങൾ, നേതാക്കൾക്കുവേണ്ടി വെട്ടിമരിക്കുന്ന ചാവേറുകൾ, രക്തസാക്ഷികളെ സൃഷ്ടിക്കുന്ന പുതിയ പുതിയ ദുരന്തങ്ങൾ, നിസ്സഹായരാകുന്ന മനുഷ്യർ. വേദനകൾക്ക് ഇരയാക്കപ്പെടുന്നവർ. ഇതെല്ലാം തമാശ നാടകംപോലെ ആസ്വദിക്കുന്ന രാഷ്ട്രീയക്കാർ. നേതാവിന്റെ പാഴ്മൊഴികൾക്ക് കൈയ്യടിക്കുന്ന ജനക്കൂട്ടത്തിന്റെ ദുരന്താവസ്ഥ ഇവയെല്ലാം കാട്ടിത്തരുന്നു. പത്മരാജന്റെ നോവലുകളിൽ അപൂർവ്വമായാണ് സാമൂഹിക-രാഷ്ട്രീയ പരാമർശങ്ങളും ഇത്തരത്തിൽ സമൂഹത്തിന്റെ ദുരന്താവസ്ഥയും അവതരിപ്പിക്കുന്നത്. എന്നാൽ അതാകട്ടെ കാലഘട്ടത്തെ കടന്നുകാണലാണ്. 'പത്തുവർഷം കഴിഞ്ഞ് എന്റെ ഒരു സിനിമ (കൃതി) എടുത്തു പരിശോധിച്ചാൽ അതു കാലഘട്ടത്തെ പ്രതിഫലിപ്പിക്കുന്നതുകാണാം'[3] എന്ന പത്മരാജന്റെ ആത്മവിശ്വാസത്തെ ഈ വർണ്ണനകൾ നീതീകരിക്കുന്നു.

---

3 പ്രിയപ്പെട്ട പത്മരാജൻ. (സിനിമ എനിക്ക് ഒരാശയത്തിന്റെ സാക്ഷാത്ക്കാരമാണ് - പത്മരാജനുമായി ഒരു കൂടിക്കാഴ്ച) പുലിക്കോട്ടിൽ പബ്ലിഷേഴ്സ്, 1993, പേജ് 90.

നോവലിന്റെ പലയിടവും മൃത്യുഭീതി പരാമർശങ്ങളുണ്ട്. 'ഇരുട്ടിന്റെ ദുഷ്ക്കരമായ ഇരുമ്പുവല പുരയിടത്തിന്റേയും തോട്ടിന്റേയും മേൽ മരണംപോലെ വന്നു പതിച്ചു. ഇരുട്ടിൽ പട്ടികൾ നീട്ടി നീട്ടി മോങ്ങി, കാലനെക്കണ്ടിട്ടെന്നപോലെ; അടുത്തെത്തുന്ന മരണത്തെ കണ്ടു ഭയന്നിട്ടെന്നതുപോലെ..' എന്ന മരണ വിവരണത്തിൽ ബാല്യസങ്കല്പങ്ങളോട്ടുചേർന്ന എഴുത്തുകാരന്റെ അബോധ മരണഭീതിയാണ് പ്രതിഫലിക്കുന്നത്. മനുഷ്യബന്ധങ്ങളുടെ ശൈഥില്യം, കപടസദാചാരബോധം, അധികാര കേന്ദ്രങ്ങളിലെ അശ്ലീലതകൾ, സ്നേഹത്തിനായുള്ള തേടൽ, വ്യക്തിത്വങ്ങളിലെ നിഗൂഢത, തകരുന്നവരെ തലയ്ക്കടിച്ചു തകർക്കുന്ന സമൂഹത്തിന്റെ നിർദ്ദയത്വം, നിരർത്ഥമാകുന്ന വിദ്വേഷങ്ങൾ തുടങ്ങിയവയൊക്കെയാണ് ഈ നോവലിൽ ദൃശ്യമാകുന്നത്. സമ്പൂർണ്ണ തകർച്ചയാണ് അടിസ്ഥാന ഭാവം. ആകസ്മികതകൾ പലപ്പോഴും ആഘാതം സൃഷ്ടിക്കുന്ന ദുരന്തകാരണങ്ങളാകുന്നു.

ഇതാ ഇവിടെ വരെ

ബാല്യത്തിൽ ഗ്രാമത്തെ നിരാകരിച്ച വിശ്വനാഥന്റെ യാദൃച്ഛിക മടങ്ങി വരവിലൂടെയാണ് 'ഇതാ ഇവിടെ വരെ' തുടങ്ങുന്നത്. കൺമുന്നിൽ കൊലചെയ്യപ്പെടുന്ന മാതാപിതാക്കളുടെ ദുരന്തം സൃഷ്ടിച്ച ഭീതിയിൽ നിന്നാണ് വിശ്വനാഥൻ യാത്ര തുടങ്ങുന്നത്. പലായനം ചെയ്യുമ്പോൾ, ഭീതിയും പകയുമായിരുന്നു മനസ്സുനിറയെ. പകയും പ്രതികാര മോഹവും ദുരന്തദുരയും ചുരമാന്തി. എന്നാൽ അരാജക യാത്രകൾ, ജീവിതാനുഭവങ്ങൾ, ജീവിത നിരർത്ഥകത എല്ലാം വിശ്വനാഥനെ പരിവർത്തനം ചെയ്യുകയാണ്. അതു പിന്നീട് പകയുടെ ഒടുക്കവും ഒടുവിൽ നിരർത്ഥക മടക്കവുമാകുന്നു.

സ്വന്തം ഗ്രാമത്തിൽ അറിയാതെയാണ് വിശ്വനാഥൻ വള്ളമിറങ്ങിയത്. യാഥാർത്ഥ്യമറിഞ്ഞപ്പോൾ 'മറ്റ് എവിടെ എത്തിയാലും ഇവിടെ എത്തണമെന്നും ഇവിടെ തങ്ങണമെന്നും കരുതയല്ല' എന്ന് അയാൾ ചിന്തിക്കുന്നു. ലക്ഷ്യമില്ലാത്ത ജീവിതത്തിന്റെ തിരപ്പുറത്തെ നാവികന്റെ അപ്രതീക്ഷിത നങ്കൂരം. 'നിവർത്തി നിർത്തിയ പായ്ക്കുള്ളിലേക്ക് കാറ്റൂതിക്കയറ്റുമ്പോൾ പലപ്പോഴും വഞ്ചിയുടെ ഗതിമാറി. വള്ളക്കാരൻ ചാടിപ്പിടഞ്ഞെഴുന്നേറ്റ്, കഴുക്കോൽ എടുക്കാൻ തുടങ്ങുമ്പോൾ തടഞ്ഞു. വേണ്ട അത് എത്ര വരെ പോകുമെന്ന് അറിയാം' എന്ന കാഴ്ചയിൽതന്നെ വിശ്വനാഥന്റെ അലക്ഷ്യ മനോഭാവം വ്യക്തമാണ്. മദ്യവും പെണ്ണുമായിരുന്നു യാത്രയിൽ വിശ്വനാഥന്റെ ലഹരികൾ. സ്വന്തം ഗ്രാമത്തിൽ അറിയാതെ ഇറങ്ങുന്നതുപോലും തോട്ടുവക്കിൽ കുളിച്ചു കയറുന്ന പെണ്ണിന്റെ മദിപ്പിക്കുന്ന ശരീരം കണ്ടിട്ടാണ്. ലക്ഷ്യരഹിതനായ ചെറുപ്പക്കാരന്റെ ജീവിതം ദുരന്തനിഷ്ഠമായിരിക്കും. ജീവിതത്തിൽ അർത്ഥങ്ങളില്ലാത്തത്ര നിഷ്ഫലം. നാഗരികനായിരുന്ന നായകന് ഗ്രാമത്തിന്റെ സൂക്ഷ്മനോട്ടങ്ങളോട് വെറുപ്പാണ്. 'വിശ്വനാഥന് ഗ്രാമങ്ങളോട് വെറുപ്പ

തോന്നി. നഗരങ്ങളോട് ഇഷ്ടവും. അവിടെ ആരും ആരേയും അറിയുന്നില്ലല്ലോ? തിരക്കിൽ ഊളിയിട്ട കടക്കുമ്പോൾ ചികഞ്ഞു നോക്കാനും മാന്തിയെടുക്കാനും ആരും കടന്നുവരാറില്ലല്ലോ?' എന്ന് അയാൾ വിലയിരുത്തുന്നു. സംസ്കാരങ്ങൾ തമ്മിലുള്ള വ്യതിരിക്തതയാണിത്. ആധുനികർ പലപ്പോഴും നഗരജീവിതങ്ങളോട് പുലർത്തുന്ന ആഭിമുഖ്യം ഓർക്കണം. 'സമൂഹം ഒരു യന്ത്രമായി; വ്യക്തി ആ യന്ത്രത്തിലെ ഒരു മൺകട്ടയായി. ഇതരഘടകങ്ങളുമായി അവന് ആത്മബന്ധമില്ലാത്ത തരികളായി ജീവിതം'[1] എന്ന ദാർശനികതയോട് വിശ്വനാഥന്റെ നാഗരിക മനസ് താദാത്മ്യം പ്രാപിച്ചിരിക്കുന്നു.

സമൂഹത്തിൽനിന്ന് ഒറ്റപ്പെട്ട മനുഷ്യരാണ് ആധുനിക രചയിതാക്കളുടെ നായകൻമാർ. ബന്ധങ്ങൾക്ക് വിലകൊടുക്കാത്ത മനോഭാവമാണ് അവർ പുലർത്താറുള്ളത്. വേശ്യാലയത്തിൽ കണ്ടുമുട്ടുന്ന കദീശുവിനോട് അതിന്റെ നടത്തിപ്പുകാരി സ്വന്തം അമ്മതന്നെയാണോ എന്ന് വിശ്വനാഥൻ തിരക്കുന്നുണ്ട്. 'കൂട്ടിക്കൊണ്ടുവന്ന സ്ത്രീ കദീശുവിന്റെ അമ്മയായിരുന്നുവെങ്കിൽ എന്നയാൾ ആശിച്ചുപോയി. പ്രത്യേകിച്ച് നേട്ടമുണ്ടായിട്ടല്ല. ബന്ധങ്ങൾ അബദ്ധപൂർണ്ണങ്ങളായി മുമ്പിലേക്ക് കെട്ടഴിഞ്ഞു വീഴുന്നതു കണ്ടിരിക്കാൻ ഒരാഗ്രഹം. ആഹ്ലാദം.' ഈ ആത്മഭാവത്തിൽ വിശ്വനാഥന്റെ അരാജക മാനസികനിലയും ബന്ധങ്ങളോടും ബന്ധനങ്ങളോടുമുള്ള പുച്ഛവുമാണ് പ്രതിഫലിക്കുന്നത്. സാമൂഹികമായ ദുരന്താവസ്ഥയാണിത്.

സ്വന്തം ഗ്രാമം തിരിച്ചറിഞ്ഞ വിശ്വനാഥനിൽ പഴയ വേദനകളുടെ ഓർമ്മകൾ ഇരമ്പി എത്തുന്നു. ഗ്രാമീണരാകട്ടെ അയാളെ തിരിച്ചറിയുന്നുമില്ല. സ്വന്തം വീടും അമ്മയുടെ ചേച്ചിമാരേയും അന്നത്തെ അയൽക്കാരേയുമൊക്കെ കണ്ടതോടെ അയാളുടെ മനസ്സ് വിക്ഷുബ്ധമാവുന്നു. കൺമുന്നിൽ അച്ഛനും അമ്മയും വെട്ടുകൊണ്ട മരിച്ചുവീണ ഒരു പത്തു വയസ്സുകാരന്റെ ഭീതി അയാളിൽ മടങ്ങിയെത്തുന്നു. അതോടെ പ്രതികാരവും ക്രോധവും ഉണരുന്നു. 'എനിക്കിവിടെ നിന്ന് ഓടിപ്പോവാൻ സാധ്യമല്ല. എന്റെ കാലുകൾ ഇവിടെ ബന്ധിതങ്ങളാണ്' എന്ന തിരിച്ചറിവുണ്ടാകുന്നതോടെ ജൈവപരവും പൈതൃകവുമായ ബന്ധങ്ങളുടെ ചങ്ങലക്കെട്ടിൽ വിശ്വനാഥൻ നിസ്സഹായനാവുന്നു.

വിശ്വനാഥന്റെ പിറവിയും പിച്ചനടപ്പും അച്ഛന്റെ ഭാര്യമാരായിരുന്ന മൂന്ന് അമ്മമാരുടെ സ്നേഹാധിക്യങ്ങൾക്കു നടുവിലായിരുന്നു. 'ഈ

---

1 തരകൻ. കെ.എം, പാശ്ചാത്യ സാഹിത്യ തത്വശാസ്ത്രം, എസ്.പി.സി.എസ്. 1977, പേജ് 294.

മണ്ണ് അവന് വളരാൻ വേണ്ടതെല്ലാം ഒരുക്കിയിട്ടു. പക്ഷേ അതേ മണ്ണിൽ അച്ഛൻ വെട്ടേറ്റു വീണു. അച്ഛന്റെ ചോര ഇഴുകിപ്പിടിച്ച മണലിലേക്ക് നനവുണങ്ങുന്നതിനു മുമ്പ് അമ്മയുടെ ചോര വീണു. അമ്മയുടേയും അച്ഛന്റേയും കുത്തിക്കെട്ടിയ ശവങ്ങൾ അടുത്തടുത്തായി കുഴിച്ചു താഴ്ത്തിയത് ഏഴു വയസ്സുള്ള കുട്ടി അമർഷത്തോടെ നോക്കിനിന്നു.' തുടർന്ന് തീവ്രദാരുണതകളാണ് വിശ്വനാഥൻ നേരിട്ടത്. ഒറ്റപ്പെടൽ, അന്യവല്ക്കരണം, നിസ്സഹായത. ഒടുവിൽ അച്ഛന്റെ ഭാര്യമാരിൽ അവശേഷിച്ചിരുന്നവർ മറ്റൊരു പുരുഷനുവേണ്ടി അടികൂടുകയും അവിടെ വന്നുപോയിരുന്നവരിൽ ഒരാൾ അവന്റെ കവിളത്തടിക്കുകകൂടി ചെയ്തതോടെയാണ് വിശ്വനാഥൻ ഗ്രാമം ഉപേക്ഷിക്കുന്നത്. വാസുവിന്റെ ഭാര്യമാർക്കു പിന്നീട് ജീവിക്കാൻ ശരീരം വില്ക്കേണ്ടി വന്ന ഗതികേടും അനാഥരായ സ്ത്രീകളെ അങ്ങിനെ ആക്കിത്തീർക്കുന്ന സാമൂഹികാവസ്ഥയുടെ നിർദയത്വവും ദുരന്തകാരണങ്ങളാണ്. ദാരിദ്ര്യവും നിസ്സഹായതയുമാണ് തീവ്രവ്യഥകൾ തീർക്കുന്നത്. 'ഭൗതികവും സാമൂഹികവുമായ കാരണങ്ങൾ ദുരന്ത നിമിത്തമാകുന്നു'[2] എന്ന മാർക്സിയൻ നിലപാടിന്റെ പ്രതിഫലനം ഇവിടെ കാണാം.

ഓർമ്മകൾ സ്വന്തം ഗ്രാമത്തിൽ അയാളെ പിടിച്ചു നിർത്തുന്നുണ്ടെങ്കിലും മാനസികമായ മറ്റു ബന്ധങ്ങൾക്കെതിരെ വിശ്വനാഥൻ ജാഗരൂകനാകുന്നുണ്ട്. 'ഈ നാട്ടിൽ ആരുമായും പരിചയം വേണ്ടാ. സഞ്ചാരിയുടെ യാത്രയിലെ ഒരു കാല്പത്തി ഇവിടെയും പതിയുന്നു എന്നുമാത്രം. പോയിക്കഴിയുമ്പോൾ കാല്വെള്ളയിൽ ഒരു മണൽത്തരിപോലും ഒട്ടി നിൽക്കാൻ പാടില്ല'എന്നയാൾ ചിന്തിക്കുന്നു. 'വേർപാടിന്റെ വേദന ഭയന്നല്ല, ഒരു വേർപാടും ഇന്നേവരെ വേദനാജനകമായി തോന്നിയിട്ടുമില്ല.' ബാല്യത്തിലെ ദുരന്തങ്ങൾ വിശ്വനാഥന്റെ മനസ്സിനെ അത്രമേൽ ദയാരഹിതമാക്കിയിരിക്കുന്നു. ബന്ധങ്ങളോ ബന്ധുക്കളോ ഇല്ലാത്ത മാനസികനിലയിൽ വൈയക്തികമായ അടുപ്പങ്ങളും അയാൾ ഒഴിവാക്കാൻ ആഗ്രഹിക്കുന്നു. മടങ്ങുമ്പോൾ നോവിന്റെ തരിപോലും അവശേഷിക്കരുതെന്ന് മനസ്സ് ജാഗ്രത്താവുന്നു.

സ്വന്തം ഗ്രാമത്തിൽ അയാൾ അന്യനായി അഭിനയിച്ചു. 'ഏതോ ഒരു അച്ഛനെക്കുറിച്ചും ഏതോ ഒരു അമ്മയെക്കുറിച്ചും പറഞ്ഞു. അറിയാത്ത നാട്ടിലെ വീട്ടിന്റെ പേര്. മറ്റൊരു മനുഷ്യന്റെ ജീവചരിത്രം.' സ്വത്വം വെളിപ്പെടുത്താനാവാത്ത ദുരന്താവസ്ഥ. അയൽക്കാരൻ ശിവരാമൻ ചേട്ടനിൽ നിന്നാണ് വിശ്വനാഥൻ പൈലിയെക്കുറിച്ചുള്ള വിവരങ്ങൾ

2 Lucien Goldmann, The Hidden God, Humanities Press, Newyork, 1964, P 64.

അറിയുന്നത്. അയാൾ തേടിയ ശത്രു. പ്രതികാരം ഏറ്റുവാങ്ങേണ്ടവൻ. താറാവുകാരൻ പൈലി എന്ന പ്രതിനായകൻ. ദുരന്തത്തിലേക്കുള്ള മടക്കയാത്രയുടെ തുടക്കം. വർഷങ്ങൾക്കുമുമ്പ് താറാവിൻ പറ്റങ്ങൾക്ക പിറകെ തൊപ്പിക്കുടവെച്ച് വിരിഞ്ഞ മാറുകളുള്ള അപ്പച്ചനും പൈലി ക്കുഞ്ഞും കൊതുമ്പുവള്ളത്തിൽ ഒഴുകി വന്നു. അവർ വിശ്വനാഥന്റെ അച്ഛൻ വാസുവിന്റെ സുഹൃത്തുക്കളായി. മദ്യപാനത്തിൽ ഒപ്പംകൂടി. ഒടുവിൽ വാസുവിന്റെ ആദ്യ ഭാര്യ ജാനുവിനെ കയറിപ്പിടിക്കാൻ പൈലി ധൈര്യം കാട്ടി. തുടർന്നുണ്ടായ സംഘട്ടനത്തിലാണ് അച്ഛനും അമ്മയും വെട്ടേറ്റ് മരിച്ചത്. താറാവിന് പനമ്പട്ട അരിയുന്ന കൈക്കോ ടാലികൊണ്ട് പൈലി ഇരുവരേയും വെട്ടിവീഴ്ത്തുകയായിരുന്നു. പിന്നെ വീട് തകർന്നു. അവശേഷിച്ച പെണ്ണുങ്ങളുടെ ശരീരം കണ്ടവരൊക്കെ അനുഭവിച്ചു. എന്തിന് ജയിലിൽനിന്നു വന്ന ദിവസം പൈലിക്കുഞ്ഞ് കിടന്നതുപോലും അവർക്കൊപ്പമാണെന്ന അറിവ് വിശ്വനാഥനിൽ പ്രതികാരം ജ്വലിപ്പിക്കയാണ്.

പകയുടെ നീറ്റൽ

വിശ്വനാഥന്റെ മനസ്സിൽ പക ഫണം വിടർത്തിനിന്നു. പൈലിയെ അവൻ തേടി നടന്നു. ചാരായഷാപ്പിൽ കണ്ടുമുട്ടി. 'ഈ സ്ഥലം മോശമാ'. പൈലി നിവർത്തിയ പേനാക്കത്തി മേശപ്പുറത്തു കുത്തിക്കളിച്ചുകൊണ്ട് പറഞ്ഞു. 'ഞാനും'. വിശ്വനാഥൻ നിവർന്നിരുന്നു. തുടർന്നുള്ള കാഴ്ചയിൽ വിശ്വനാഥനിലെ മഥിക്കുന്ന രൗദ്രം വ്യക്തം. എതിരാളിയിൽ മാനസിക മുൻതൂക്കം നേടാനും അയാൾ ശ്രമിക്കുന്നു. കുടിലമായ മനസ്സായിരുന്നു പ്രതികാരത്തിനായി വിശ്വനാഥൻ ഒരുക്കിയത്. കൂടുതൽ കൂടുതൽ ദുര ന്തങ്ങൾ. അതിലൂടെ കൊടുക്കാവുന്നത്ര ആഘാതം. ഇതൊക്കെ വിശ്വ നാഥൻ കണക്കുകൂട്ടി. ഇതിനായി പൈലിയുമായി സൗഹൃദം സ്ഥാപിച്ചു. 'ഞാനൊരു നല്ല നടനാണ്. എന്റെ ലക്ഷ്യങ്ങൾക്ക് ഒരിഞ്ചുപോലും ഒരിടത്തു വെച്ചും മാറ്റമില്ല. ഒരു ദിവസം പരസ്പരം കെട്ടിപ്പിടിച്ചുനിൽക്കുമ്പോൾ, ശത്രുവിന്റെ ശരീരത്തിൽ നിന്നും ജീവൻ തന്റെ കൈകകളിലേക്ക് അരിച്ചുകയറും. ചതിയെന്നോ വഞ്ചനയെന്നോ ഏതു പേരിട്ടുവേണമെ ങ്കിലും വിളിക്കാം' എന്ന ചിന്തയിൽ വിശ്വനാഥന്റെ കുടിലത വ്യക്തം.

ശത്രുവിന്റെ ദൗർബല്യം കണ്ടെത്തുകയാണ് യുദ്ധത്തിൽ ഏറ്റവും ബുദ്ധിയുള്ള നീക്കം. വിശ്വനാഥൻ അതും കണ്ടെത്തി. പൈലിയുടെ മകൾ അമ്മിണി. അവളുടെ ജനനത്തിനു പിന്നിലും ദുരന്തം നിറയുന്ന ഭൂതകാലമുണ്ട്. പണ്ട് നാട്ടിലെ വേശ്യ മീനാക്ഷിയെ കാണാൻപോയി, അവളുടെ മകൾ ഭാരതിയ്ക്ക് മകളെ സൃഷ്ടിച്ചു നൽകി മടങ്ങിയതാണ്

പൈലി. ഭാരതിയെ ഭാര്യയാക്കാമെന്നായിരുന്നു വാഗ്ദാനം. പക്ഷേ മൂന്നു കൊല്ലം കഴിഞ്ഞു പൈലി മടങ്ങിവരുമ്പോഴേക്ക് പിഴച്ചുപെറ്റവളെന്ന പരിഹാസവുമായി ഭാരതി ബലാൽസംഗത്തിന് ഇരയായി കൊല്ലപ്പെട്ട് കൊടിയ ദുരന്തം ഏറ്റുവാങ്ങിയിരുന്നു. പൈലിയുടെ സൃഷ്ടി ഒരു കൈക്കുഞ്ഞായി അവശേഷിച്ചിരുന്നു. പൈലിയുടെ ദുഃഖം തിരിച്ചറിഞ്ഞ ജ്യേഷ്ഠൻ അപ്പച്ചൻ പത്തുരൂപ നൽകി മീനാക്ഷിയുടെ കൈയ്യിൽനിന്നും അവളെ എടുത്തുകൊണ്ടുപോരുന്നു. അവളാണ് ഇപ്പോൾ വളർന്ന പെണ്ണായ അമ്മിണി. അച്ഛനേയും അമ്മയേയും കൊന്ന പൈലിക്കും അതിനു പ്രേരിപ്പിച്ച അപ്പച്ചനും അമ്മിണി ജീവന്റെ ഭാഗമാണെന്ന കണ്ടെത്തലാണ് വിശ്വനാഥനെ ആവേശംകൊള്ളിച്ചത്. വിശ്വനാഥന്റെ കണ്ണുകളിൽ പുതിയൊരു തിളക്കത്തിന്റെ നാളങ്ങൾ കണ്ടു. പകയുടെ, ക്രൗര്യത്തിന്റെ, പ്രതികാരത്തിന്റെ, ഉന്മാദത്തിന്റെ, ആളുന്ന തീനാളം. വിശ്വനാഥൻ സ്നേഹം ഭാവിച്ച് പൈലിയേയും കുടുംബത്തേയും കീഴടക്കുന്നു. അവിടുത്തെ നിത്യ സന്ദർശനാകുന്നു. അവിടേക്കുള്ള യാത്രയിലെല്ലാം 'ഇതാ ഇവിടെ വരെ' എന്ന് പറഞ്ഞൊഴിയുന്നു. മനസ്സിൽ പകയുടെ കനലെരിയുന്നു. വഞ്ചനയ്ക്കായി കരൾ തുടിക്കുന്നു. 'മൃഗങ്ങൾ തമ്മിലുള്ള ഏറ്റുമുട്ടലുകളിൽ തത്വചിന്തകൾക്ക് സ്ഥാനമില്ല' എന്ന് അയാൾ സ്വയം ന്യായീകരണം കണ്ടെത്തുന്നു. ചെയ്തികളും മനോഭാവങ്ങളും പൈലിയേയും വിശ്വനാഥനേയും മൃഗങ്ങളാക്കി രൂപാന്തരം ചെയ്തിരിക്കുന്നു. ഇരുവരും ക്രൂരന്മാരും കുടിലന്മാരുമാണെന്ന് കഥാകാരൻ വ്യംഗ്യമായി ചൂണ്ടിക്കാട്ടുന്നു.

കഥാപാത്രങ്ങൾ നേരിടുന്ന ദുരന്തങ്ങൾ പ്രതീകവല്ക്കരിച്ച് മുൻകൂട്ടി അവതരിപ്പിക്കുന്ന ആഖ്യാനരീതി പത്മരാജൻ നിരവധി കൃതികളിൽ പ്രയോഗിച്ചിട്ടുണ്ട്. ഇവിടെ പ്രകൃതിയുടെ മാറ്റങ്ങളിലൂടെ പുതിയ കഥാപാത്രം ജനിക്കുകയാണ്. കടലിന്റേയും കായലിന്റേയും അവസ്ഥാന്തരങ്ങളിലൂടെ വിശ്വനാഥന്റേയും ശത്രുവിന്റേയും പരിച്ഛേദങ്ങൾ വ്യക്തമാക്കുന്നുണ്ട്. 'കടലിനുമേൽ മഴപെയ്തു. മഴത്തുള്ളികൾ തിരകൾക്കിടയിൽപോയി മറഞ്ഞു. പുതിയ തുള്ളികൾ വിജയഭേരി മുഴക്കിക്കൊണ്ട്, ഉയരങ്ങളിൽ നിന്ന് കുതിച്ചുവന്ന്, ജലവിതാനത്തിൽ വീണു തലതല്ലി മരിച്ചു. കടൽ ഒരു വിജയിയെപ്പോലെ ഒന്നിലും കൂടാതെ ചിരിച്ചു.' പുതിയതും പഴയതുമായ ഓർമ്മകളും അനുഭവങ്ങളും വിശ്വനാഥന്റെ ഹൃദയത്തെ സ്വാധീനിച്ചില്ല. തന്നിലേക്ക് എത്തിയവർ പലതരം വൈകാരികത അനുഭവിച്ചു. എന്നാൽ ഒന്നിനും പിടികൊടുക്കാതെ ഒരു വിജയിയെപ്പോലെ വിശ്വനാഥൻ തലയുയർത്തി നിന്നു. കടലിനുസമമായി. മറിച്ച് 'കായൽ തളർന്നു. എതിർത്തു നിൽക്കാനാവാതെ മലർന്നടിച്ചു വീണു.

പരാജിതന്റെ മേലേക്ക് മഴ ചീറി വീണുകൊണ്ടിരുന്നു. അവസാനമില്ലാത്ത ജലപാതം. കായൽ ചത്തു.' എന്ന വിവരണത്തിലൂടെ നിസ്സഹായത, പരാജയം, ദുരന്തം ഇവയൊക്കെ പൈലിയെ തേടിയെത്തുന്നു എന്ന് കായലിനെ പ്രതീകവല്ക്കരിച്ച് അവതരിപ്പിക്കുന്നു. 'കൈകാലുകൾ അറ്റുപോയ പോരാളിയെപ്പോലെ കായൽ' എന്ന കാഴ്ചയിൽ പൈലി നേരിടാൻ പോകുന്ന വിവിധ ദുരന്തങ്ങളിലേക്കാണ് വ്യംഗ്യം. അത് പൈലിയുടെ മരണം കൊണ്ടുമാത്രം അവസാനിക്കുന്നില്ല എന്ന തീവ്രതയുമുണ്ട്.

പൈലിയോട് കൂടുതൽ കൂടുതൽ അടുക്കുന്ന വിശ്വനാഥനെ അയാളുടെ ഔദ്ധത്യം അലട്ടിത്തുടങ്ങുകയാണ്. വാർദ്ധക്യത്തിലേക്ക് കാലൂന്നിയിട്ടും പൈലിയുടെ ഉള്ളിൽ ആറു വയസ്സുകാരന്റെ ഉന്മേഷം കണ്ട് വിശ്വനാഥൻ വിസ്മയിക്കുന്നു. വാക്കിലും പ്രവർത്തിയിലും മനോഭാവത്തിലുമൊക്കെ പൈലി തന്നെ പിൻതള്ളുന്നതായി സ്വയം തോന്നുന്ന വിശ്വനാഥന് മനസ്സിന്റെ നിയന്ത്രണങ്ങളുടെ ബലം കുറയുകയാണ്. താൻ ആരാണെന്നും എന്താണ് ഉദ്ദേശ്യം എന്നും അബോധ പ്രേരണയിൽ വെളിപ്പെടുത്തുമോ എന്നുപോലും അയാൾ ഭയക്കുന്നു. ശത്രുവിനോട്, അയാളുടെ വ്യക്തിത്വത്തിൽ വിശ്വനാഥന് ആദരവുതോന്നുകയാണ്. മനസ്സ് ആടിയുലയുന്നു. ഒരു തരം വീരാരാധന പൈലിയോടു തോന്നുന്നു. മാത്രമല്ല 'പൈലിയുടെ ഉള്ളിൽത്തുടിക്കുന്ന യുവത്വത്തിന്റെ പ്രസരിപ്പ് തന്നെ നിർവീര്യനാക്കുന്നു. ഇനിയും കരുത്ത് നേടേണ്ടിയിരിക്കുന്നു. ഇനിയും ചെറുപ്പമാകേണ്ടിയിരിക്കുന്നു' എന്ന് വിശ്വനാഥൻ ചിന്തിക്കുന്നത്ര പൈലി അയാളുടെ ഉള്ളിൽ വളരുന്നു.

പ്രതികാരം ജ്വലിപ്പിച്ചു നിർത്താൻ ക്ലേശിക്കുന്ന വിശ്വനാഥനെയാണ് തുടർന്ന് കാണുന്നത്. പൈലിയോടു വീരാരാധന തോന്നുന്ന തരത്തിൽ അയാൾ സന്ദേഹിയാവുന്നു. 'ഈ നാട് തന്നെ അകത്തേക്ക് വലിച്ചെടുക്കുകയാണല്ലോ' എന്നയാൾ ആശങ്കപ്പെടുന്നു. തന്റെ സ്വത്വം അധികനാൾ ഇനി മറച്ചുപിടിക്കാൻ കഴിയില്ലെന്ന വസ്തുത അയാളെ ആകുലനാക്കുന്നു. അതിനുമുമ്പ് പ്രതികാരം നിർവ്വഹിക്കണമെന്ന് മനസ്സിനെ ഉദ്ദീപിപ്പിക്കുന്നു. 'പൊഴി മുറിക്കേണ്ട സമയം അടുത്തുവരുന്നു. ഒറ്റ വെട്ടേ പാടുള്ളൂ. പിന്നെ ഒരു കുത്തിയൊലിപ്പായിരിക്കണം. തുള്ളിതുള്ളിയായി ഒഴുക്കിയിട്ട് ഒരു കാര്യവുമില്ല' എന്ന വിശ്വനാഥന്റെ ചിന്തയിൽ പ്രതീകാത്മകതയുണ്ട്. ഒടുവിൽ പക വിതയ്ക്കാനും ദുരന്തങ്ങൾ കൊയ്തെടുക്കാനും അയാൾ മനസ്സിനെ സജ്ജമാക്കുന്നു.

മനസ്സിന്റെ സന്ദേഹങ്ങൾ ഒതുക്കി പ്രതികാരത്തിന്റെ നടത്തിപ്പുകളിലേക്ക് വിശ്വനാഥൻ യാത്ര തുടങ്ങുകയാണ്. ഇതിനായി ആദ്യം അയാൾ പൈലിയുടെ, അപ്പച്ചന്റെ ജീവനായ ഓമനപ്പുത്രി അമ്മിണിയെ ഇരയാക്കുകയാണ്. ഇണങ്ങിത്തന്നെ. അവളെ ലൈംഗികമായി കീഴടക്കുന്നു. തുടർന്ന് പൈലിയുടേയും കുടുംബത്തിന്റേയും അസ്തിത്വവും ജീവിതോപാധിയും ജൈവഘടകവുമായ താറാവുകളെയാണ് ആക്രമിക്കുന്നത്. മിണ്ടാപ്രാണികൾക്കുള്ള തീറ്റയിൽ വിഷം കലർത്തുന്നു. മനസ്സിന്റെ നിർദ്ദയ വൈകാരികതയിൽ ഉയിർക്കൊള്ളുന്ന ക്രൂരമായ ഈ പ്രതികാരം അരാജകമായ മനസ്സിന്റെ പ്രതിഫലനമാണ്. കഥാകാരന്റെ തീവ്രമായ ദുരന്താഭിമുഖ്യം പകയുടെ ഇത്തരം പൊട്ടിത്തെറികളിൽ വ്യക്തമാണ്. 'മികച്ച എഴുത്തുകാരുടെ കഥാപാത്രങ്ങൾക്ക് ശക്തമായ ബോധ - അബോധ തലങ്ങളുണ്ട്. പലപ്പോഴും സാഹിത്യകാരന്റെ അബോധ മനസ്സ് പാത്രസൃഷ്ടിയിലും പ്രവർത്തിയിലും പ്രതിഫലിക്കും'[3] എന്ന വിലയിരുത്തൽ ഇവിടെ പ്രസക്തമാണ്.

'പാടങ്ങളും ഇടവഴികളും പിന്നിട്ട് ധൃതിവെച്ച നടക്കുമ്പോൾ വിശ്വനാഥന്റെയുള്ളിൽ ചിത്രങ്ങൾ തെളിഞ്ഞു മാഞ്ഞു. വെളിച്ചമെത്തുന്നതിനുമുമ്പേ, ആർത്തിയോടെ തീറ്റതിന്നിറങ്ങുന്ന താറാവുകൾ. ഒഴുക്കുമുറിച്ചു നീന്താനാവാതെ ഒരെണ്ണം കുഴഞ്ഞുവീഴുന്നു. പരിഭ്രമിച്ച അപ്പച്ചന്റെ മുഖത്തിനു കീഴിലൂടെ, ഒന്നല്ല, പത്തല്ല, നൂറുകണക്കിന് താറാവുകൾ ഒഴുക്കിൽപ്പെട്ടു മറയുന്നു. പ്രതികാരഭാവത്തോടെ കലങ്ങിയ വെള്ളം അവയേയും തൂക്കി കയത്തോട്ടോടി മറയുന്നു. നിസ്സഹായനായ, കരയുന്ന ശത്രു.' വിശ്വനാഥന്റെ ചിന്തയിലൂടെ ദുരന്തത്തിന്റെ തീക്ഷ്ണത അവതരിപ്പിക്കുന്നു. പൈലിയുടെ കുടുംബം ദുരന്തം ഏറ്റുവാങ്ങുകയാണ്. മരണത്തിന്റെ നൃശംസത ഏല്പിക്കുന്ന ആഘാതം. അതിനെ വിലാപത്തിലൂടെ അതിജീവിക്കാൻ ശ്രമിക്കുകയാണ് അപ്പച്ചനും അമ്മിണിയും. ആഹ്ലാദിക്കുന്നത് വിശ്വനാഥനും. ദുരന്തത്തിന്റെ വ്യത്യസ്ത വികാരപ്രതിഫലനങ്ങൾ. ഇരുന്നൂറിലധികം താറാവുകളാണ് വിശ്വനാഥന്റെ പ്രതികാര ദാഹത്തിന് ഇരയാവുന്നത്.

നാടിനെ വിറപ്പിച്ച പൈലിയ്ക്ക്, തന്റെ താറാവുകളെ കൊല്ലാൻ ഒരു ശത്രു വളർന്നു എന്നത് ഉൾക്കൊള്ളാനാവുന്നില്ല. അയാളുടെ നിലതെറ്റുന്നു. നാടു മുഴുവൻ അയാൾ പാഞ്ഞു നടക്കുന്നു. രാത്രി വിശ്വനാഥന്റെ വീട്ടിലുമെത്തി പോർവിളി മുഴക്കുന്നു. താറാവുകൾക്ക് വിഷം തീണ്ടിയ

---

3 ലീലാവതി. എം. (ഡോ.), ഭാഷാ സാഹിതി (കഥാപാത്രത്തിന്റെ അബോധമനസ്സു തന്നെ), കേരള സർവ്വകലാശാല, മലയാള വിഭാഗം, പുസ്തകം 2, ലക്കം 4, ഒക്ടോബർ - ഡിസംബർ, 1978, പേജ് 18.

രാത്രി, പൈലിയുടെ വീട്ടിലെത്തിയ നാണുവിനെ അയാൾ അവിടെ കണ്ടുമുട്ടുന്നു. നാണുവാണ് വിഷം കലർത്തിയതെന്ന ധാരണയിൽ അയാളെ ആക്രമിക്കുന്നു. വിശ്വനാഥൻ തടയുന്നു. സ്വത്വം വെളിപ്പെടുത്തുന്നു. 'ഞാനാണ്. വിശ്വനാഥൻ. നീ വെട്ടിയ വാസുവിന്റെ മോൻ, ഇന്ന് നിന്റെ താറാവ്, നാളെ നീ, പിന്നെ നിന്റെ ചേട്ടൻ, നിന്റെ മോള്.' വികാരത്തള്ളിച്ച നാവിന്റെ നിയന്ത്രണം തെറ്റിച്ചതോടെ വിശ്വനാഥന്റെ ആന്തരിക നഗ്നത വ്യക്തമാവുന്നു. തോല്ക്കുന്ന പൈലി, ദുരന്തങ്ങളുടെ, പകയുടെ ആഴം കണ്ട പൈലിയുടെ നിസ്സഹായത. എല്ലാം തീവ്രദുരന്താവസ്ഥ തീർക്കുന്നു.

തുടർന്നുണ്ടായ സംഘട്ടനത്തിൽ അടികൊണ്ടു വീഴുന്ന പൈലിയെ കൈകാൽ ബന്ധിച്ച് പൊഴിയിൽ തള്ളി മുക്കിക്കൊല്ലാനായി വിശ്വനാഥൻ പ്രതികാരദാഹത്തോടെ വള്ളം തുഴയുകയാണ്. 'എന്നെ എവിടേക്കാണ് കൊണ്ടുപോകുന്നത്.' ബന്ധനസ്ഥനായ ശത്രു അന്വേഷിക്കുന്നു. 'അപ്രതീക്ഷിതമായി മരണത്തിന്റെ കറുത്തമുഖത്തു ചെന്നലയ്ക്കുന്നതിനേക്കാൾ നല്ലത്, ഓരോ നിമിഷവും ഓരോ തുഴയും മരണത്തിലേക്കാണ് കൊണ്ടുപോകുന്നത് എന്നറിയിക്കുകയാണ്. അതുകൊണ്ടുതന്നെ പറഞ്ഞു', 'നിന്നെ കൊല്ലാൻ പോവുകയാണ്,' പ്രതികാരം വന്യമാക്കിയ മനസ്സിന്റെ ക്രൗര്യമാണ് വിശ്വനാഥന്റെ മറുപടിയിൽ പ്രതിഫലിക്കുന്നത്. പക്ഷേ, വള്ളത്തിൽ കിടക്കുന്ന അയാളുടെ ദയനീയ മുഖം കാണുംതോറും വിശ്വനാഥന്റെ പ്രതികാരബോധത്തിന് ഇടിവുതട്ടുകയാണ്. ഉൾവലിക്കുന്ന കടലിന്റെ പൊഴിമുഖത്തേക്ക് പൈലിയെ വലിച്ചെറിയാനാണ് വിശ്വനാഥൻ തുഴയെറിയുന്നത്. 'ക്രൂരമായ ഒരു ആനന്ദത്തോടെ, ബീഭത്സമായ ഒരു ആവേശത്തോടെ വെള്ളം പിളർന്നുമാറി. തിരകളുടെ ഗർജ്ജനം അടുത്തടുത്തുവരുന്നു. തണുത്ത കാറ്റിനുവേഗത കൂടി. തളർന്ന തോളുകളിൽ നിന്ന് വിയർപ്പുതുള്ളികൾ പിടഞ്ഞുവീണു. ഇതാ ആ നിമിഷം. ഹൃദയം ആവേശപൂർവ്വം വിളിച്ചുപറഞ്ഞുകൊണ്ടിരുന്നു.' പ്രതികാരം അലയടിക്കുന്ന മനസ്. പക്ഷേ...

വ്യർത്ഥമാകുന്ന പ്രതികാരം

പുതിയ ശത്രു പിറക്കുകയാണ് - പ്രകൃതി. കനത്ത മഴയുടെ രൂപത്തിൽ. 'ഞാൻ തോല്ക്കുന്നു. വിശ്വനാഥന് തോന്നി. എന്റെ ശത്രുവിനെ എനിയ്ക്കു നഷ്ടപ്പെടുന്നു. പ്രബലനായ മറ്റൊരു ശത്രു അവനെ എന്റെ കൈയ്യിൽനിന്നും തട്ടിപ്പറിക്കുന്നു.' മഴ വള്ളത്തെ വിഴുങ്ങുന്നു. 'മഴ അലറിവിളിച്ചു. മഴയുടെ ഗർജ്ജനം സിരകളെ തളർത്തി.' തന്റെ മാത്രം ശത്രു

കൈയ്യിൽ നിന്നും നഷ്ടമാകുന്ന ദുരന്താവസ്ഥ വിശ്വനാഥൻ തിരിച്ചറിയു ന്നു. പ്രതികാരം പ്രകൃതി ഏറ്റെടുക്കുന്നു. ഒരേ തെറ്റുകൾ ചെയ്തവരാണ് ഇപ്പോൾ വിശ്വനാഥനും പൈലിയും. ആരും ആർക്കുമീതെയും ജയം നേടാൻ അനുവദിക്കാത്ത പ്രപഞ്ചത്തിന്റെ നീതിസാരം. ശത്രുവിനെ തനിക്കുമാത്രമായി ലഭിക്കാൻ, പ്രതികാരം പിന്നീട് തനിക്കുമാത്രമായി നടത്തി ജയിക്കാൻ വിശ്വനാഥൻ കൊതിക്കുന്നു. അയാൾ പൈലിയുടെ കൈയ്യിലെ കെട്ടുകൾ അറുത്തുമാറ്റുന്നു. രക്ഷപെടാൻ വിളിച്ച പറയുന്നു. തനിക്കുമാത്രമായി ഈ ശത്രുവിനെ നൽകണമെന്ന് പ്രാർത്ഥിക്കുന്നു. പക്ഷേ വിശ്വനാഥന് ജയിക്കാൻ കഴിഞ്ഞില്ല. 'നീന്തിപ്പോ,' വിശ്വനാഥൻ മഴയേക്കാൾ ഉച്ചത്തിൽ വിളിച്ചു പറഞ്ഞു. 'കരപറ്റിക്കോ.' പൈലി എന്തെങ്കിലും മറുപടി പറഞ്ഞോ എന്നറിഞ്ഞില്ല. അതിനു മുമ്പായി വള്ളം ചരിഞ്ഞു.

പൈലിയുടെ ശവം രണ്ടാം ദിവസം വലക്കാരാണ് ആദ്യം കണ്ടത്. കായലിൽ വീർത്തുപൊന്തിക്കിടക്കുന്നു. വിശ്വനാഥന്റെ തോൽവി പൂർണ്ണമാവുകയാണ്. പ്രതികാരത്തോടെ പൈലിയെ പൊഴിമുഖത്തു വലിച്ചെറിഞ്ഞിരുന്നുവെങ്കിൽ മനസ്സിന് ശാന്തിയുണ്ടാവുമായിരുന്നു. പ്രതികാരം ചെയ്ത സംതൃപ്തി. ഇത് ക്ഷീണിച്ച് തളർന്ന ഒരു മനുഷ്യന്റെ, വള്ളം മറിഞ്ഞുള്ള വെറും മുങ്ങിച്ചാകൽ മാത്രം. അതും പ്രകൃതിയുടെ പ്രതികാരമായി. വിശ്വനാഥന്റെ ചോദനതന്നെ നിഷ്ഫലമായിപ്പോകുന്നു. ഇനി കഴിയാത്ത നിലയിൽ അയാൾ നിസ്സഹായനാകുന്നു. കടുത്ത ദുര ന്താവസ്ഥയാണ് വൈയക്തികമായും മാനസികമായും വിശ്വനാഥൻ ഏറ്റുവാങ്ങുന്നത്. വാസുവിന്റെ മകൻ പ്രതികാരം വീട്ടിയെന്ന് ആരും തിരിച്ചറിയാത്ത ദുരന്താവസ്ഥ.

പൈലിയെ, കാണാതെ അന്വേഷിച്ച് വിശ്വനാഥന്റെ വീട്ടിലെത്തിയ അപ്പച്ചൻ 'എനിക്ക് നിന്നെ കണ്ടുടനെ മനസ്സിലായി. നീ തന്നെ പറയുമോ എന്നറിയാൻ വേണ്ടി കാത്തിരിക്കുകയായിരുന്നു, ഇത്രനാളും.' എന്ന് വെളുപ്പെടുത്തിയതോടെ വിശ്വനാഥൻ കൂടുതൽ തകരുന്നു. തന്റെ ഗ്രാമത്തിൽ തന്നെ ആരും തിരിച്ചറിയുന്നില്ല, മനസ്സിലാക്കുന്നില്ല എന്ന വിശ്വനാഥന്റെ ഗൂഢാഹന്തയ്ക്കാണ് ക്ഷതമേറ്റത്. മാത്രമല്ല പുതിയ പുതിയ അറിവുകളും ഉണ്ടാകുകയാണ്. വിശ്വനാഥന്റെ അമ്മ കമലാക്ഷിയുടെ കാമുകനായിരുന്നു അപ്പച്ചൻ. ചേട്ടനെ ഈ ബന്ധത്തിൽനിന്ന് രക്ഷി ക്കാനാണ് പൈലി കൊലപാതകം നടത്തിയത്. എല്ലാം കഴിഞ്ഞ പ്പോഴാണ് ആരും ഒന്നും നേടിയില്ലെന്ന് എല്ലാവരും തിരിച്ചറിഞ്ഞത്. ഇതോടെ പ്രതികാരത്തിന്റെ അർത്ഥശൂന്യത വിശ്വനാഥനെ വല്ലാതെ അലട്ടുകയാണ്. 'എന്റെ മനസു മാറില്ല; തണുപ്പിക്കാനാവില്ല.' എന്ന്

മനസ്സിനെ ഉത്തേജിപ്പിച്ച നിർത്തേണ്ട നിലയിലേക്ക് അയാൾ വൈകാരികമായി തോല്ക്കുകയാണ്. അപ്പച്ചനിലെ കാമുകനെ അയാൾ വെറുപ്പോടെ നിരാകരിക്കുകയാണ്.

പ്രതികാരം തോറ്റതോടെ വിശ്വനാഥൻ ഗ്രാമം വിടാൻ തീരുമാനിക്കുന്നു. അച്ഛനെക്കൊന്ന ശത്രുവിനെത്തേടി അമ്മിണി വരുമെന്ന് അയാൾ പ്രതീക്ഷിച്ചു. ഒന്നുമുണ്ടായില്ല. ഒടുവിൽ അവളെക്കണ്ട് മടങ്ങാൻ വീട്ടിലെത്തുന്നു പക്ഷെ, അവിടെ ആരും അവശേഷിച്ചില്ല. എല്ലാവരും വിശ്വനാഥനെ ഉപേക്ഷിച്ചിരിക്കുന്നു. ഗ്രാമത്തെ ഉപേക്ഷിച്ചിരിക്കുന്നു. നേടാനും, നഷ്ടപ്പെടാനും കഴിയാത്ത നിസ്സഹായത വിശ്വനാഥനെ അലട്ടുന്നു. 'ഇരുട്ടിലൂടെ, ഉറക്കച്ചടവോടെ, നീന്തി അകലുന്ന താറാവുകൾ. പിറകിൽ ഒരു വള്ളത്തിൽ കരഞ്ഞിരിക്കുന്ന പെൺകുട്ടി. കരുത്തോടെ, ക്രൂരമായി കഴുക്കോൽ ഊന്നുന്ന കൈപ്പടങ്ങൾ' എന്ന ചിത്രം കഥാകാരൻ കാട്ടിത്തരുന്നുണ്ട്. 'ആ കൈകളിൽ ഭീതി വിറ കയറ്റിയിട്ടുണ്ടോ?' എന്ന സന്ദേഹത്തിൽ വീണ്ടും വിശ്വനാഥന്റെ പ്രതികാരം ഭയക്കുന്ന അപ്പച്ചന്റെ മനോനില ദൃശ്യമാണ്. പൈലിയുടെ മരണകാരണക്കാരൻ കമലാക്ഷിയുടെ മകനാണെന്ന് അപ്പച്ചൻ തിരിച്ചറിയുന്നുണ്ട്. പ്രതികാരത്തിന്റെ കണ്ണില്ലായ്മയെ അപ്പച്ചൻ ഭയപ്പെടുന്നു. യൗവ്വനയുക്തയായ ഒരു മകളുള്ള അച്ഛന്റെ ഭീതിയാണത്. പ്രതികാരത്തിന്റെ ഭാഗമായി പൈലിയെക്കൊന്ന വിശ്വനാഥൻ, അയാളുടെ മകളേയും ഇരയാക്കുമെന്ന ഭയം. അമ്മിണിയോടുള്ള വിശ്വനാഥന്റെ അടുപ്പത്തെ ആദ്യം മുതൽ സംശയത്തോടെ നോക്കിയ അപ്പച്ചനെ നോവലിന്റെ പല ഭാഗങ്ങളിലും കണ്ടുമുട്ടുന്നുമുണ്ട്. 'പഴയ ബന്ധത്തിന്റെ ചങ്ങലകൾ അപ്പച്ചന്റെ വിറയാർന്ന കൈകളിൽ അറ്റു തൂങ്ങിക്കിടപ്പുണ്ടോ!' എന്ന് ഈ പലായനത്തിൽ കഥാകാരൻ സംശയിക്കുന്നുണ്ട്. കമലാക്ഷിയുമായുള്ള ബന്ധം മുതൽ വിശ്വനാഥന്റെ മടങ്ങിവരവിൽ അപ്പച്ചന്റെ വീടുമായുണ്ടായ ബന്ധംവരെ ഈ ചങ്ങലക്കണ്ണികൾ നീണ്ടിരുന്നു. അതിനൊക്കെയൊപ്പം ആ ഗ്രാമത്തിലെ ജീവിതവും ഓർമ്മകളുമൊക്കെ അതിലെ കണ്ണികളായിരുന്നു. പക്ഷേ അവയെല്ലാം അപ്പച്ചൻ ഇപ്പോൾ മുറിച്ചു മാറ്റിയിരിക്കുന്നു.

'ഞാൻ എവിടെ പോകുന്നു?' വിശ്വനാഥൻ ഒരു പരാജിത മനുഷ്യനാവുകയാണ്. ലക്ഷ്യം തെറ്റിയ, ലക്ഷ്യം ഇല്ലാതായ, ലക്ഷ്യം നഷ്ടപ്പെട്ടുപോയ മനുഷ്യൻ. അയാൾ കാരണം ഉണ്ടായ സംഭവങ്ങൾ, ദുരന്തങ്ങൾ അവയ്ക്കെല്ലാം പുതിയ നിർവ്വചനങ്ങളുണ്ടാകും. പുതിയ പുതിയ കഥകളായി പിറവികൊള്ളും. അതുകൊണ്ടുതന്നെ വിശ്വനാഥനും ഗ്രാമം വിടുകയാണ്. ഓർമ്മകളും പ്രവർത്തികളും പകയും പ്രതികാരവും എല്ലാം അവിടെ ഉപേക്ഷിച്ച്. 'ഗതിവേഗം കുറഞ്ഞ വള്ളം, ശ്രദ്ധാപൂർവ്വം

കരുതലോടെ വളവു തിരിഞ്ഞു.' അതോടെ അയാൾ എല്ലാ അസ്തിത്വവും നഷ്ടപ്പെട്ട് പുതിയ മനുഷ്യനാവുന്നു. പിന്നിൽ ഗ്രാമം നഷ്ടമാകുന്നു. പക്ഷേ അയാളുടെ മടക്കത്തിൽ സംതൃപ്തിയുണ്ട്. 'പ്രതികാരദാഹം വ്യർത്ഥമാണെന്ന അറിവ് വിശ്വനാഥന്റെ മനസ്സിനെ സംതൃപ്തമാക്കുന്നു'[4]വെന്ന് പത്മരാജൻ തന്നെ അഭിപ്രായപ്പെടുന്നു. അതേ സമയം അയാളിൽ ആളിക്കത്തിയ പ്രതികാരമോഹം സാർത്ഥകമാകാതെ അണഞ്ഞുപോവുകയാണെന്നതും ശ്രദ്ധേയം. പുതിയ പ്രതികാരങ്ങൾ അവിടെ പിറവിയെടുക്കുന്നില്ല. നിലനിന്നവ തുടർന്ന് ആരേയും അലട്ടുന്നില്ല എന്നതും ശ്രദ്ധേയം. ഹിംസാ (violence) പശ്ചാത്തലവും വൈകാരികതയും മുറ്റിനിന്ന് പറഞ്ഞൊടുങ്ങുമ്പോൾ പുതിയ ഹിംസത്മകത ഉടലെടുക്കുന്നില്ല എന്നതാണ് 'ഇതാ ഇവിടെ വരെ'യുടെ സവിശേഷത.

---

4 പ്രിയപ്പെട്ട പത്മരാജൻ, പുലിക്കോട്ടിൽ പബ്ലിഷേഴ്സ്, 1993, പേജ് 88.

പെരുവഴിയമ്പലം

'ഭയം ഉള്ളിൽ അടക്കം ചെയ്ത് ജീവിക്കുന്ന ശവപ്പെട്ടിയാണ് മനുഷ്യൻ'[1] എന്ന ദർശനം ഷേനേയുടേതാണ്. 'മനുഷ്യനിലെ ആദിമഭീതി ദുരന്തകാരണമാവുന്നു'[2] എന്ന് നീത്ഷേയും അഭിപ്രായ പ്പെട്ടു. 'പെരുവഴിയമ്പല'ത്തിൽ നിറഞ്ഞു നിൽക്കുന്ന ഭാവം ഭയമാണ്. ദുരന്തകാരണമാകട്ടെ ഭീതിയും. നാട്ടു ചട്ടമ്പിയായ പ്രഭാകരൻപിള്ളയെ മാടൻകോവിൽ ഉത്സവരാത്രിയിൽ വാണിയൻകുഞ്ചുവിന്റെ മകൻ രാമൻ കുത്തിവീഴ്ത്തുന്നതോടെയാണ് നോവൽ ആരംഭിക്കുന്നത്.

നാട്ടുകാരുടെ, പ്രത്യേകിച്ച് സ്ത്രീകളുടെ പേടി സ്വപ്നമാണ് പ്രഭാകരൻ പിള്ള. 'കയറിപ്പിടിച്ചിട്ട് കൈതട്ടിയിട്ടുള്ള ഒറ്റ പെണ്ണിനേയും അയാൾ വെറുതെ വിട്ടിട്ടില്ല. ഭയന്നുപോയവളെ തോല്പിച്ചു കീഴടക്കി. ചെറുത്തു നിന്നവളെ നശിപ്പിച്ചു. അയാളോടു നേരിട്ടു കണക്കു പറയാൻ ആർക്കും ഇതേവരെ ധൈര്യമുണ്ടായിട്ടില്ല.' രണ്ടു സഹോദരിമാർ വീട്ടിലുള്ള രാമനും അതുകൊണ്ടുതന്നെ പ്രഭാകരൻപിള്ളയെ അബോധമായി ഭയന്നു. വെറുത്തു. ഉത്സവത്തിന് ഏതാനും നാൾമുമ്പ് പെൺകുട്ടികൾ മാത്രമുള്ളപ്പോൾ വീട്ടിൽ എത്തിയ പിള്ളയോട് അവൻ വാക്കുകളാൽ ഏറ്റുമുട്ടി. പ്രഭാകരൻപിള്ളയ്ക്കുനേരെ നാട്ടിൽ ഉയർന്ന ആദ്യ വെല്ലുവിളി. നിലനിന്ന വ്യവസ്ഥിതികളോട് ചേർത്തുവേണം ഈ സംഭവത്തെ വില യിരുത്താൻ. പ്രഭാകരൻപിള്ള അന്നുവരെ നാട്ടിൽ സൃഷ്ടിച്ച ദുരന്തങ്ങളെ ഏതാനും വരികളിലൂടെ കഥാകാരൻ അവതരിപ്പിക്കുന്നുണ്ട്. വർഗ്ഗപര മായി അക്കാലത്ത് നിലനിന്ന കോയ്മകളുടെ സാമൂഹികാവസ്ഥ ഇവിടെ മുഖ്യഘടകമാണ്. ഇരകൾ നിരവധിയുണ്ടായെങ്കിലും ആരും അതുവരെ

1 അപ്പൻ. കെ.പി., ക്ഷോഭിക്കുന്നവരുടെ സുവിശേഷം, ബോധി പബ്ലിഷിംഗ് ഹൗസ്, 1993, പേജ് 60

2 Federicthe Nezthshe, Birth of Tragedy, (Trans:) Golffing Francis, Doubleday, Newyork, 1956, P.98

പ്രതികരിക്കാൻ ധൈര്യപ്പെട്ടില്ല. സമൂഹത്തിന്റെ പ്രതികരണമില്ലായ്മ യുടെ നിസ്സഹായതയും ഇത് വ്യക്തമാക്കുന്നു. അതുകൊണ്ടുതന്നെ രാമന്റെ പ്രതികരണം പിള്ളയെ വ്യക്തിപരമായും മാനസികമായും അലട്ടുന്നു. ഇതോടെ രാമനെതിരെ അയാൾ വധഭീഷണിമുഴക്കുന്നു.

ഉത്സവരാത്രിയിൽ കരിമ്പുകച്ചവടക്കാരുടെ കാളവണ്ടി നിരയ്ക്കുസ മീപം പ്രഭാകരൻപിള്ളയെ കണ്ടതോടെ രാമന്റെ മനസ്സ് ഭീതിയിൽ വിഹ്വലമാവുകയാണ്. 'ചക്കാട്ടുന്നവരുടെ കോവിലിലെ ഉത്സവത്തിന് പ്രഭാകരൻപിള്ളയ്ക്കു വരാൻ വേറൊരു കാരണവുമില്ല' എന്ന സ്വയം ചിന്തയാണ് അവനിലെ ഭീതി വളർത്തുന്നത്. ഇതോടെ മരണഭയം അവന്റെ ബോധമണ്ഡലങ്ങളെ വിറപ്പിക്കുന്നു. ഭയത്തിൽനിന്നും ഉളവായ നിസ്സഹായത രാമനെ അലട്ടുന്നു. 'ഇതാരു കിതയ്ക്കുന്നു. ഞെട്ടിക്കൊണ്ട് അവൻ സംശയിച്ചു. സത്യത്തിൽ അവനും കിതച്ചിരുന്നു. ഭയന്നിരുന്നു' എന്ന കാഴ്ചയിൽ ഭീതി കീഴടക്കിയ രാമൻ എന്ന പതിനാറുകാരന്റെ ദൈന്യം വ്യക്തമാണ്. പ്രഭാകരൻപിള്ളയിൽനിന്ന്, ഭയത്തിൽനിന്ന്, മരണഭീതിയിൽനിന്ന് രക്ഷപെടാൻ കാളവണ്ടിക്കീഴിൽ ഒളിക്കുന്ന രാമൻ. പക്ഷേ, നോവിച്ചു വിട്ട പാമ്പ്, കത്തിയുമായ് പരതുന്നത് അവന്റെ ഭീതി തീക്ഷ്ണമാക്കി. ഇരുട്ട് ഇനി ഒരു മറയാവില്ലെന്ന് അവൻ തിരിച്ചറി യുന്നു. രക്ഷയുടെ പ്രകാശം നഷ്ടമാവുകയാണ്. 'കൂടുതൽ ഇരുട്ട്' എന്ന് കഥാകാരന്റെ പ്രയോഗത്തിന് വ്യംഗ്യഭംഗിയുണ്ട്. മരണത്തോടെ പ്രഭാക രൻപിള്ളയുടേയും, കൊലപാതകത്തിലൂടെ രാമന്റെയും ജീവിതങ്ങളിൽ ഇരുട്ടുവീഴും എന്ന പ്രസ്തുതം മുൻകൂട്ടി അവതരിപ്പിക്കുന്നു. മരണസംത്രാസ ത്തിൽ നിന്ന് പലായനത്തിലൂടെ മോചനം നേടാൻ രാമൻ ആശിക്കുന്നു. ഭയം കാരണം അവന് കഴിയുന്നില്ല. ഭയം അവന്റെ പ്രജ്ഞയെ കീഴടക്കി യിരിക്കുന്നു. മനസ് ചെല്ലുന്നിടത്ത് ശരീരം ചെല്ലാത്ത ദയനീയാവസ്ഥ. മാത്രമല്ല അവന്റെ ദുർബലതയെ കൂടുതൽ വാചാലമാക്കുന്നതിലൂടെ പിള്ള ഏറ്റുവാങ്ങുന്ന ദുരന്തത്തിന് തീവ്ര ആഘാതം സൃഷ്ടിക്കാനുള്ള രചയിതാവിന്റെ മികവും വ്യക്തം. 'പ്രഭാകരൻപിള്ള കാളവണ്ടിയുടെ നേരെ നടന്നു വന്നു. വണ്ടിച്ചക്രങ്ങൾക്കപ്പുറത്ത് ഒരു തീക്കൊള്ളി കത്തി. കൊള്ളിയ്ക്ക് തിളക്കമേറി. ചക്രങ്ങളുടെ എണ്ണം കുറഞ്ഞതോടെ ജ്വാലയ്ക്കു തെളിച്ചം കൂടി. അതിന്റെ വെട്ടത്തിൽ രാമൻ പ്രഭാകരൻ പിള്ളയെ കണ്ടു. തീപ്പെട്ടി പിടിച്ച കൈയ്യിൽ നിവർത്താത്ത പിച്ചാത്തി. അടുത്തകൊള്ളി തീരാറായപ്പോൾ അതു ദൂരെക്കെറിഞ്ഞ്, അയാൾ അവന്റെ മുടിയ്ക്കു കുട്ടി പ്പിടിച്ചു.' ഇങ്ങനെ ഭീതിയും ദുരന്തപശ്ചാത്തലവും ക്രമാനുഗതമായി വളർ ത്തുന്ന രീതിയിലാണ് രചന. മാത്രമല്ല, അതിലൂടെ രാമന്റെ ദൈന്യം, ഭയം, നിസ്സഹായത, വിഹ്വലത തുടങ്ങിയവയും വളർന്നു വരുന്നു.

തന്റെ അധൃഷ്യത വ്യക്തമാക്കുക, അനുഭവിപ്പിക്കുക. തനിയ്ക്ക് എതിരായി ഉയർന്ന ശബ്ദത്തെ മുളയിലെ ഇല്ലാതാക്കി മാനസിക മുൻതൂക്കം നേടുക തുടങ്ങിയ ഗൂഢലക്ഷ്യങ്ങളായിരുന്നു പിള്ളയ്ക്ക് ഉണ്ടായിരുന്നത്. പക്ഷേ, പിരിമുറുക്കം നിറഞ്ഞ ഈ അന്തരീക്ഷത്തിൽ അപ്രതീക്ഷിതമായി ഒരു ദൃശ്യം കാട്ടി പത്മരാജൻ, രാമന്റെ മനോനിലയെ അട്ടിമറിക്കുന്നത് ശ്രദ്ധേയം. രാമന്റെ മനസ്സ് ഭീതിയിൽ ചത്തു കഴിഞ്ഞതായി കഥാകാരൻ പറയുന്നു. അതോടൊപ്പം കഴിഞ്ഞകൊല്ലം താനും അച്ഛനും ഇതേ ഉത്സവത്തിന് എത്തിയ ഓർമ്മകൾ രാമനിൽ പെട്ടെന്ന് ഉയർത്തുന്നുമുണ്ട്. 'ഉത്സവപ്പറമ്പിൽ അച്ഛന്റെ കണ്ണുവെട്ടിച്ച് കലുക്കിക്കുത്തു കളിച്ചു. ഒരു സിഗരറ്റ് വലിച്ചു.' ഇത് നിർദ്ദോഷമായ വെറും പറച്ചിലല്ല. രാമനിലെ പൗരുഷത്തെ, തോൽവി സഹിക്കാനാവാത്ത കൗമാര മനോനിലയെ, താനും ഒരു പുരുഷനായി എന്ന വ്യക്തി മനോഭാവത്തെ വ്യക്തമാക്കലാണ്. തുടർന്നാണ് രാമൻ ആക്രമണത്തിന് മുതിരുന്നത്. 'മനുഷ്യ മനസിന്റെ രണ്ടാം ഘടകമായ അഹമനസ് (ഈഗോ) താൻ എന്തു ചെയ്യണം എന്ന തീരുമാനമെടുക്കുന്നതിൽ മുഖ്യപങ്കുവഹിക്കുന്നു' എന്ന അഭിപ്രായം ഇവിടെ പ്രസക്തമാണ്. പിള്ളയെ ആക്രമിക്കാനുള്ള രാമന്റെ തീരുമാനവും അങ്ങിനെ ഉണ്ടായതാണ്.

'മറ്റൊന്നും ആലോചിക്കാതെ അവൻ രണ്ടു കൈകൊണ്ടും കത്തി പിടിച്ച കൈത്തണ്ട പിടിച്ചു ഞെരിച്ചു. അയാളുടെ കൈകൾക്കു ബലംവയ്ക്കുന്നു എന്നു കണ്ടപ്പോൾ അവൻ ആ മണി ബന്ധത്തിൽ പല്ലു കോർത്തു. ഒരു ഞെരിഞ്ഞ നിലവിളിയോടെ അയാൾ കത്തിയിലെ പിടിവിട്ടു. കത്തി നിലത്തുവീണു. രാമൻ അതെടുത്ത് അയാളെ കുത്തി. ഒന്ന്... രണ്ട്... നാല്... എട്ട്... ഏറെ നേരം.. പ്രഭാകരൻപിള്ള വണ്ടിച്ചക്രങ്ങൾക്കിടയിൽ കിടന്നു പിടഞ്ഞു.' ക്രൂരമായ കൊലപാതകമാണ് വർണ്ണിക്കുന്നത്. 'മരണഭയം മരണസംഭ്രമമാകുന്നത് മരണത്തിനെ സഹായിക്കും'[3] എന്ന വിലയിരുത്തലിനെ രാമന്റെ പ്രവർത്തി സാധൂകരിക്കുന്നു. വൈയക്തികമായോ സാമൂഹികമായോ തനിയ്ക്ക് ഒപ്പമെത്താത്ത ഒരു ദുർബലന്റെ കൈകൊണ്ടുള്ള മരണത്തിലൂടെ പ്രഭാകരൻപിള്ളയുടെ വ്യക്തിത്വവും തകർക്കപ്പെടുന്നു. കൊലപാതകത്തിന്റെ ഭയാനക വർണ്ണന കഥാകാരന്റെ ദുരന്തരതിയും പ്രതിഫലിപ്പിക്കുന്നു.

നിലവിട്ട, ബോധമറ്റ, ഭീതി വർദ്ധിച്ച രാമൻ, തന്റെ ചെയ്തിയുടെ അപകടം തിരിച്ചറിയുന്നു. ആപത്ത് മനസ്സിലാക്കി പലായനം തുടങ്ങുന്നു. 'രാമൻ ഓടി. പാടത്തെ ഇരുട്ടിലേക്ക്. കുറേപ്പേർ പിറകെ

---

3 Lepp Ignance, Death and its mysteries, Burns and Oates Ltd, London, 1969, P.32 (Fear as we have seen, serves lif; but anxiety serves death).

ഓടി.' കിതപ്പറിയാതെ നിലമറന്ന് രാമൻ ഓടിക്കൊണ്ടിരുന്നു. ദൂരേക്ക് ദൂരേക്ക് ഓടാൻ അവന്റെ മനസ്സ് വ്യഗ്രതപ്പെട്ടു. കാളവണ്ടിക്കു പിന്നിൽ പതുങ്ങി നിൽക്കാതെ, പിള്ളയെ കണ്ടപ്പോൾ മുതൽ ഓടിയിരുന്നുവെങ്കിൽ ദുരന്തം ഒഴിവാക്കാമായിരുന്നു എന്ന് അവൻ ചിന്തിക്കുന്നു. ഓടി അകലുന്നതിനിടയിൽ വാണിയൻ കുഞ്ചുവിന്റെ വെറും പതിനാറുകാരനായ മകനിൽ കടുത്ത അസ്തിത്വ പരിവർത്തനവും സംഭവിക്കുകയാണ്. പുതിയ പരിവേഷങ്ങൾ സൃഷ്ടിക്കപ്പെടുന്നു. അവൻ കൊലയാളിയായി മാറുന്നു. വെറും കൊലയാളിയല്ല. നാട്ടുവിറപ്പിക്കുന്ന പ്രഭാകരൻപിള്ളയുടെ കൊലയാളി. കടുത്ത വിപത്തുകളാണ് അവനെ പിന്തുടരുന്നത്.

നഷ്ടമാകുന്ന അസ്തിത്വം

'നിലവിലുള്ള വിലാസങ്ങൾ, സമൂഹത്തിന്റെ വിലയിരുത്തലുകൾ തുടങ്ങിയവ അതി ലംഘിക്കുകയോ മാറ്റിമറിക്കപ്പെടുകയോ ചെയ്യുന്ന നിലയാണ് അസ്തിത്വ പ്രതിസന്ധി.'[4] രാമന് സംഭവിച്ചതും അതുതന്നെയാണ്. നാട്ടിലെ കൗമാരക്കാരൻ വാണിയച്ചെറുക്കനിൽനിന്നും കൊലപാതകിയിലേക്കുള്ള വളർച്ച. ഓടിവീണ എള്ളിൻ പാടത്തുനിന്ന് പരമുനായർ രാമന്റെ രക്ഷകനാകുന്നു. പ്രഭാകരൻപിള്ളയിൽ നിന്നുണ്ടായ തിക്താനുഭവമാണ് നായരെ അതിന് പ്രേരിപ്പിക്കുന്നത്. അയാളുടെ തേങ്ങാക്കൂട്ടിനുള്ളിൽ ഒളിച്ചിരിക്കുമ്പോഴാണ് രാമനെ ഞെട്ടിച്ച വാർത്തയെത്തിയത്. കുത്തുകൊണ്ട പ്രഭാകരൻപിള്ള ചത്തു. നാട്ടുപ്രാമാണ്യം മരണത്തിന്റെ വലിപ്പം കൂട്ടുന്നില്ല, മരണത്തിന് ആരിലും പ്രതിഭിന്നതയില്ല എന്ന ദാർശനികതയുടെ ഭാഗമായാണ് പ്രഭാകരൻപിള്ളയുടെ മരണത്തെ 'ചത്തു' എന്ന് കഥാകാരൻ അവതരിപ്പിക്കുന്നത്.

പ്രഭാകരൻപിള്ളയുടെ മരണം രാമനെ കൂടുതൽ അലട്ടുകയാണ്. 'വണ്ടിക്കാലുകൾക്കിടയിലൂടെ അടുത്തടുത്തു വന്ന തീക്കണ്ണുങ്ങൾ. അയാളുടെ മരണത്തിന്റേതായിരുന്നു. താനതു സ്വന്തമെന്നു കരുതി' രാമൻ ഓർക്കുന്നു. അവന്റെ ഓർമ്മകളിലൂടെ ഹിംസാത്മക പശ്ചാത്തലവും പിരിമുറുക്കവും അന്തരീക്ഷവും കഥാകാരൻ നിലനിർത്തുന്നുണ്ട്. പ്രഭാകരൻപിള്ളയുടെ ഓർമ്മകൾ രാമനെ വേട്ടയാടുകയാണ്. അയാൾ എന്തിന് കയറി ചത്തു എന്ന് അവൻ സന്ദേഹിക്കുന്നു. അവന്റെ അബോധമനസ്സിന്റെ അസ്വസ്ഥതയാണ് ഈ ചിന്തകളിൽ പ്രതിഫലിക്കുന്നത്. ഭയംകൊണ്ട് അയാളുടെ മുഖം അവൻ മറക്കാൻ ശ്രമിക്കുന്നു. പക്ഷേ അതും നിഷ്ഫലമാകുന്നു. ജീവിതത്തിൽ രണ്ടു പ്രാവശ്യം മാത്രം കണ്ടുമുട്ടിയ

---

4 നായർ. എം.ജി.കെ., ആധുനിക സാഹിത്യ ചിന്തകൾ, എസ്.പി.സി.എസ്, 1979, പേജ് 88.

രണ്ടു പേർ. രാമനും പ്രഭാകരൻപിള്ളയും. ആദ്യകാഴ്ചയിൽ കൊല്ലുമെന്ന് പറഞ്ഞ് പിരിഞ്ഞു. രണ്ടാമത്തെ കാഴ്ച രണ്ടുപേർക്കും ദുരന്തമാകുന്നു. പിള്ളയ്ക്ക് ജീവനും ജീവിതവും നഷ്ടമായപ്പോൾ, രാമന് ജീവൻ നിലനിർത്തിയ, ജീവിതം തകർന്നുപോയ ദുരന്തമാകുന്നു. ഇവിടെയും ഭീതിയാണ് പ്രധാന ദുരന്തകാരണം. പരമുനായരുടെ ചായിപ്പിൽ കഴിയുന്ന രാമന് വീടിന്റേയും സഹോദരിമാരുടേയും ഓർമ്മകൾ നീറ്റലാവുന്നു. അമ്മാവൻ കൈയ്യൊഴിഞ്ഞു എന്ന അറിവ് അവനെ കോപാകുലനും നിസ്സഹായനുമാക്കുന്നു. മനസ്സിൽ ദുഃഖം നിറഞ്ഞു തുളുമ്പുന്നു. രാമന്റെ ദുരന്താവസ്ഥ. ആകസ്മികമായി അവൻ കൊലയാളി ആയിരിക്കുന്നു. അതിന്റെ ഗൗരവം അവന്റെ വ്യക്തി സ്വാതന്ത്ര്യത്തെ ഞെരുക്കിക്കളയുന്ന ദുഃഖാവസ്ഥയാണ് സൃഷ്ടിക്കുന്നത്. മനസ്സും ശരീരവുമാകട്ടെ, അസ്വതന്ത്രവും സംഘർഷഭരിതവുമായിരിക്കുന്നു. 'മനുഷ്യന്റെ മൗലികമായ പ്രശ്നങ്ങളെ സ്വാതന്ത്ര്യം, നിരാശ, സംത്രാസം, അന്യതാബോധം, മൃത്യുഭീതി തുടങ്ങിയവയെ - ചിന്തയുടെ കേന്ദ്രസ്ഥാനത്ത് പ്രതിഷ്ഠിക്കുന്നതിൽ എല്ലാ അസ്തിത്വവാദികൾക്കും യോജിപ്പാണുള്ളത്'[5] എന്ന വിലയിരുത്തൽ ഇവിടെ പ്രസക്തമാണ്.

രാമായനം

കൊലപാതകി ആയതോടെ ജീവിതത്തിന്റെ പെരുവഴിയിലേക്ക് ഇറക്കിവിടപ്പെട്ടവനാണ് രാമൻ. രക്ഷാമാർഗ്ഗവും ആശ്രയവുമാകുന്ന ഒരു വഴിയമ്പലം തേടിയാണ് ഇനിയാത്ര. മനസ്സിന്റേയും വ്യക്തിയുടേയും ദുരന്താവസ്ഥ. രാമന്റെ ഭീതിയും പരമുനായർക്കും വിശ്വംഭരനും പിള്ളയോടുള്ള മുൻവൈരാഗ്യങ്ങളുമാണ് സംഭവങ്ങൾക്ക് തുടർച്ച സൃഷ്ടിക്കുന്നത്. 'എത്ര കുത്തുകുത്തി?' യാത്രയ്ക്കിടെ പെട്ടെന്ന് വിശ്വംഭരൻ ചോദിച്ചു. 'എനിക്കറിയാൻവയ്യ,' 'ആളുകളു പറേന്നത് പതിനേഴു കുത്തെന്നാ,' 'എനിക്കറിയാൻ വയ്യാ,' രാമന്റെ തൊണ്ട വിറച്ചിരുന്നു; അതു പറയുമ്പോൾ. 'ദൈവമേ! പതിനേഴ കുത്തുകൾ!' രക്ഷതേടിയുള്ള യാത്രയിലും ദുരന്തത്തിന്റെ ക്രൗര്യവും ഭീതിയും രാമനെ പിൻതുടരുകയാണ്. പുതിയ ഗ്രാമത്തിലേക്കുള്ള യാത്രയിൽ വിശ്വംഭരൻ പറഞ്ഞു. വഴിയിൽ കണ്ട് കാര്യം തിരക്കുന്നവരോടു നീ പറയേണ്ടത് - 'നിന്റെ പേരു മണി, നീ എന്റെ അനന്തിരവൻ.' രാമന്റെ സ്വത്വം ഇവിടെ വീണ്ടും നഷ്ടപ്പെടുകയാണ്. ദേവയാനിയുടെ വീട്ടിലേക്കാണ് യാത്ര. ഒറ്റയ്ക്കു താമസിക്കുന്നവളാണ് ദേവയാനി. പല പുരുഷന്മാരോടും ബന്ധം. പക്ഷേ ഗ്രാമത്തിന്റെ നന്മയും ഒറ്റപ്പെടൽ നൽകിയ തന്റേടവും കൈമുതൽ.

5 വിലാസിനി (എം.കെ. മേനോൻ), അവതാരിക (അസ്തിത്വവാദികളും ഭഗവദ്ഗീതയും) മാതൃഭൂമി ബുക്ക്സ്, 1987, പേജ് 11.

'മണി'യുടെ ഒളിവു ജീവിതത്തിന് വിശ്വംഭരൻ ദേവയാനിയ്ക്കു നൽകിയ വിശദീകരണം രാമനെ കൂടുതൽ അസ്വസ്ഥനാക്കുന്നു. 'നാട്ടിൽ ഒരു അവിഹിത ഗർഭത്തിന് കാരണക്കാരനാണ് മണി.' വിശ്വംഭരന്റെ നിലപാടിനെ രാമൻ ഉൾക്കൊള്ളുന്നില്ല. പക്ഷേ നിസ്സഹായത അവനെ കീഴടക്കുകയാണ്.

ആകസ്മികതകളാണ് രാമന്റെ ജീവിതത്തെ അട്ടിമറിച്ചത്. ഒളിവു ജീവിതം അവനെ തീവ്രമായി അലട്ടുന്നു. 'കുറേനേരം അവനാ തിണ്ണയിൽ കമഴ്ന്നു കിടന്നു. തൊണ്ടയിൽ ഒരു കരച്ചിൽ വന്നു തള്ളിക്കൊണ്ടിരിക്കുന്നത് അവനറിഞ്ഞു. ഇറങ്ങി ഓടാൻ തോന്നുന്നു. ഒപ്പംതന്നെ, ഓടാനോ അനങ്ങാനോ നിവൃത്തിയില്ലാത്ത വിധം ചുറ്റിവരിയപ്പെട്ടിരിക്കുകയാണെന്ന ബോധവും കൂടുതൽ കൂടുതൽ ബലപ്പെട്ടുവരുന്നു.' ഏകാന്തതയുടെ ദ്വീപിൽ ഒറ്റപ്പെട്ടതോടെ കടുത്ത മാനസിക സമ്മർദ്ദമാണ് രാമനെ വേട്ടയാടുന്നത്. 'എങ്ങോട്ട് ഓടാൻ? ആരുടെ അടുത്തേക്ക് ഓടിചെല്ലാൻ?' എന്ന് താങ്ങുകൾ നഷ്ടമായ സ്വത്വാവസ്ഥയെ രാമൻ തീവ്രവേദനയോടെ തിരിച്ചറിയുന്നുണ്ട്.

സമൂഹത്തിന്റെ ഭാഗമായി ഒഴുകിക്കൊണ്ടിരുന്ന സാധാരണക്കാരനായിരുന്നു രാമൻ. അല്പസമയത്തേക്ക് കൈവിട്ടുപോയ മനസ്സ് രാമന്റെ വ്യക്തിത്വവും വിലാസവും മാറ്റിമറിച്ചു. തീവ്രവ്യഥ അനുഭവിക്കുന്ന രാമന്റെ വർത്തമാനകാല ദുരന്താവസ്ഥ ആകാശക്കാഴ്ചയിലൂടെ കഥാകാരൻ പ്രതീകവല്ക്കരിക്കുന്നു. 'ഏഴു കിളികൾ പടിഞ്ഞാറുനിന്ന് ഒരു നിരയായി പടർന്നു കയറി. അവയുടെ ചിറകുകളും കാലുകളും നേർത്ത നൂലുകൾകൊണ്ടു പരസ്പരം തൊട്ടുത്തു വിട്ടിരിക്കുകയാണെന്നാണ് ആദ്യം തോന്നിയത്. നോക്കി നിൽക്കെ അവയിൽ രണ്ടെണ്ണം കീഴ്പ്പോട്ടുതിർന്നു. ബാക്കി അഞ്ചുപേരും മുന്നോട്ടു കുതിച്ചു കയറുന്നത് രാമൻ കണ്ടു. ഒപ്പമെത്താൻ ആ രണ്ടു കിളികളും ബദ്ധപ്പെടുന്നതായി അവനു തോന്നി. ഇരുട്ടിൽ അവയുടെ ദിക്കു തെറ്റാൻ പോകുന്നു എന്ന് രാമനു തോന്നി. അവ്യക്തമായ ഒരു പരിഭ്രമം മനസ്സിന്റെ താളം തെറ്റിക്കുന്നു.'

കിളികൾ രാമന്റെ മനസ്സിന്റെ പ്രതീകങ്ങളാണ്. ഒന്നിച്ചു ചേർന്ന് സഞ്ചരിച്ച സമൂഹത്തിൽ നിന്ന് പെട്ടെന്ന് അന്യമായ രണ്ടു കിളികൾ. രാമന്റെ അബോധ-ഉപബോധ മനസ്സുകൾ ഈ കിളിക്കാഴ്ചയിലുണ്ട്. ഒറ്റപ്പെടുന്നവരെ ഒപ്പം കൂട്ടാൻ ക്ഷമകാട്ടാത്ത സമൂഹത്തിന്റെ സ്വാർത്ഥത. കീഴ്പ്പോട്ടുതിർന്നവരെ പിറകിൽ ഉപേക്ഷിച്ച് മറ്റുള്ളവർ പറന്നുപോവുകയാണ്. കാലത്തെപ്പോലെ. ആരും ആർക്കുവേണ്ടിയും കാത്തുനിൽക്കുന്നില്ല എന്ന ദാർശനികത. പിൻതള്ളപ്പെട്ടവയ്ക്ക് ദിശ

തെറ്റാൻ തുടങ്ങുന്നു; രാമനെപ്പോലെ. നോവലിന്റെ അന്ത്യഭാഗത്ത് കഥാപാത്രമാകുന്ന സമൂഹത്തേയും രാമന്റെ അവസ്ഥകളേയുംകൂടി ഈ പ്രതീകങ്ങളിലൂടെ പത്മരാജൻ പ്രതിഫലിപ്പിക്കുന്നുണ്ട്. ആകാശക്കാഴ്ച യ്ക്കൊപ്പം കൂട്ടുകളിലേക്ക് മടങ്ങാൻ തിക്കുന്ന ഭൂമിയിലെ ആടുകളിലൂടെ വീടിനെക്കുറിച്ചും സഹോദരിമാരെക്കുറിച്ചുമുള്ള അവന്റെ ചിന്തകളും കഥാകാരൻ അതി മനോഹരമായി പ്രതീകവല്ക്കരിക്കുന്നു.

മനസ്സ് കലുഷിതമായിക്കഴിയുന്ന രാമനെ കൂടുതൽ അസ്വസ്ഥമാക്കു ന്ന സംഭവങ്ങളാണ് ദേവയാനിയുടെ വീട്ടിലെ താമസത്തോടെ സംഭവി ക്കുന്നത്. ദേവയാനിയുടെ വല്യമ്മയ്ക്കു മുന്നിൽ അവൻ 'ആടുകള്ളനാ'യി രൂപാന്തരപ്പെടുന്നു. 'പെണ്ണിനെ പിഴപ്പിച്ചവൻ' എന്ന വിലാസത്തെ തുടർന്നാണ് രാമൻ ആടുകള്ളനാകുന്നത്. 'പുതിയ പുതിയ നാറുന്ന മേൽവിലാസങ്ങൾ ഉണ്ടായിക്കൊണ്ടിരിക്കുന്നത് അവനെ ചെറുതായി അമ്പരപ്പിച്ചു തുടങ്ങിയിരിക്കുന്നു' എന്ന് രാമന്റെ വിഹ്വലാവസ്ഥയെ കഥാകാരൻ അവതരിപ്പിക്കുന്നു. അഭിമാനി ആയിരുന്ന രാമൻ സ്വ യരക്ഷയ്ക്കായാലും വ്യഭിചാരം, മോഷണം തുടങ്ങിയ കാര്യങ്ങൾ ഉൾക്കൊ ള്ളാത്ത പ്രകൃതക്കാരനാണ്. അവന്റെ മനോനിലയിലും അസ്വസ്ഥത യിലും രാമന്റെ വ്യക്തിത്വം വ്യക്തമാണ്. എങ്ങിനെയും രക്ഷപെടാനല്ല; തന്റെ സ്വത്വം തിരിച്ചുപിടിക്കാനാണ് ഇപ്പോൾ അവന്റെ ശ്രമം.

കൊലപാതകി ആയശേഷം ഓരോ ദിവസത്തേയും സംഭവങ്ങൾ അവന്റെ സമാധാനം കെടുത്തുകയാണ്. അമ്പരപ്പിന്റേയും ദയനീയത യുടേയും നൈരന്തര്യങ്ങളിലൂടെ പ്രഭാകരൻപിള്ളയോട് ആദരവിന്റെ മുള രാമന്റെ മനസ്സിൽ ഇലനീട്ടിത്തുടങ്ങുന്നു. ഒപ്പം സ്വന്തം അവസ്ഥയിൽ പുച്ഛവും. രാമൻ കൊലപാതകിയാണന്ന് അറിഞ്ഞ ദേവയാനിയും അവളുടെ പറ്റുപിടിക്കാരൻ വൈദ്യനുമൊക്കെ അവനോട് കാട്ടുന്ന സഹാനുഭൂതിയിൽ രാമന് ലജ്ജ തോന്നുന്നു. തന്നോടുള്ള സഹതാപ മല്ല, പ്രഭാകരൻപിള്ളയോടുള്ള പൊതുവൈരാഗ്യമാണ് ഇപ്പോഴത്തെ തന്റെ നിലനിൽപ്പിന് ആധാരം എന്നോർത്തപ്പോൾ അവന് വല്ലായ്മ തോന്നി. എല്ലാവർക്കും വേണ്ടി ചൂടുചോറ് മാന്താൻ തോന്നിയ ആ നശിച്ച നിമിഷത്തെക്കുറിച്ച് ഓർക്കുന്തോറും അവനിൽ വെറുപ്പ് വളർന്നു. പ്രഭാ കരൻപിള്ളയുടെ ഔദാര്യമാണ് ഇപ്പോഴും തന്നെ നിലനിർത്തുന്നത് എന്ന തിരിച്ചറിവിനൊപ്പം അയാളെ എതിർക്കാൻ ധൈര്യമില്ലാതിരുന്ന നാട്ടുകാർ ഇപ്പോൾ തന്നോടു കാട്ടുന്ന കാപട്യത്തിന്റെ നിന്ദ്യതയെയും രാമൻ തിരിച്ചറിയുന്നുണ്ട്.

വർഗ്ഗപരമായ അധിനിവേശമാണ് പെരുവഴിയമ്പലത്തിൽ ദുരന്ത മൂലമാകുന്നത്. നാട്ടിലെ പെണ്ണുങ്ങളോട് പ്രഭാകരൻപിള്ള പുലർത്തിയ നിലപാടുകൾ പെണ്ണിന്റെ അരക്ഷിതാവസ്ഥയ്ക്ക് തെളിവാണ്. അവ എതിർക്കപ്പെടേണ്ടതായിട്ടും സമൂഹം പുലർത്തിയ നിസ്സഹായതയാക ട്ടെ അന്നത്തെ ജന്മിത്വത്തിന്റെ അധീശത്വത്തെയും പ്രതിഫലിപ്പിക്കുന്നു. അതുകൊണ്ടുതന്നെ ദേവയാനി എന്ന ദരിദ്ര യുവതിയുടെ ദയനീയത യിലൂടെ പെണ്ണിന്റെ പൊതു ദുരന്താവസ്ഥയാണ് സൃഷ്ടിച്ചിരിക്കുന്നത്. 'താങ്ങി നിർത്താനാളില്ലെങ്കി, പെണ്ണുങ്ങൾക്ക് പിടിച്ചുനില്ക്കാനൊക്കത്തി ല്ല' എന്ന ദേവയാനിയുടെ വാക്കുകൾ രാമൻ ഉൾക്കിടലത്തോടെയാണ് കേൾക്കുന്നത്. ദേവയാനിയുടെ പൂർവ്വ ദിനങ്ങളുടെ വിവരണത്തിൽ അവൻ സ്വന്തം സഹോദരിമാരെ കാണുന്നു. ഇതോടെ രാമൻ വിഹ്വ ലചിത്തനാകുന്നു. പ്രഭാക്രരൻപിള്ള എന്ന വ്യക്തിയല്ല, സമൂഹമാണ് സ്ത്രീത്വത്തെ നശിപ്പിക്കുന്നത് എന്ന തിരിച്ചറിവുണ്ടാകുന്നതോടെ പിള്ളയോടുണ്ടായ വൈരാഗ്യം എത്രയോ നിസ്സാരമാണെന്ന് രാമൻ മനസ്സിലാക്കുന്നു. ഇവിടെ കഥാപാത്രങ്ങൾ കേവലം 'വ്യക്തികൾ എന്ന നിലവിട്ട് വർഗ്ഗമാതൃകകളായി' ഉയരുന്നത് ശ്രദ്ധേയം.

വാണിയൻ കുഞ്ചുവിന്റെ മകൻ രാമനെ കൊലയാളിയായി തിരിച്ചറി യുന്നവരെല്ലാം സഹായിക്കാനും അവന്റെ വ്യക്തിത്വത്തെ നിയന്ത്രിക്കാ നും തുടങ്ങുന്നതോടെ രാമന്റെ മനസ് മാറിത്തുടങ്ങുന്നു. 'രക്ഷിതാക്കളുടെ എണ്ണം കൂടിക്കൂടി വരുന്നു. അവന് തന്നെക്കുറിച്ചുതന്നെ അവജ്ഞ തോന്നി. കുറെ ഭീരുക്കളുടെ കനലടങ്ങാത്ത മുൻ വൈരാഗ്യങ്ങളുടെ തണലിൽ, അവരുടെ സൗജന്യത്തിൽ, മുടന്തി നീങ്ങുന്ന സ്വന്തം ദിവ സങ്ങളുടെ ദൈന്യത അവനെ ഞെട്ടിച്ചു.' ഒരുപാടുപേരുടെ സൗജന്യ ത്തിൽ തുടരുന്ന ഈ ജീവിതം മറ്റൊരു തടങ്കലും ധർമ്മസങ്കടവുമായി രാമന് അനുഭവപ്പെടുന്നു. 'എന്നെ തിരിച്ചറിയുന്ന ഭീരുക്കളുടെ എണ്ണം ഇനി പെരുകിവരുകയേയുള്ളൂ. അവരെല്ലാം രക്ഷകന്മാരാകാൻ തുടങ്ങി യാൽ...' എന്ന ചിന്ത അവനെ സന്ദേഹിയാക്കുന്നു.

മുഖംമൂടി അണിഞ്ഞ ഗ്രാമം

ഒളിവുജീവിതം മടുത്ത രാമൻ ഗ്രാമത്തിലേക്കു മടങ്ങുകയാണ്. പിറന്ന ചുറ്റുപാടുകൾ തന്നെ എങ്ങിനെ ഉൾക്കൊള്ളും എന്ന ആശങ്ക അവനെ ഉലയ്ക്കുന്നുണ്ട്. അത് സത്യമായി ഭവിച്ചു. അവിടെയും രക്ഷപെടാൻ പ്രോത്സാഹിപ്പിക്കുന്ന ഭീരുക്കളെയാണ് അവൻ കണ്ടത്. അച്ഛനെ കുറിച്ചുള്ള ഓർമ്മകളുടെ ചുറ്റിപ്പിടുത്തത്തിൽ രാമൻ ദുരന്തം മറക്കാൻ ശ്രമിക്കുന്നു. അതും ഫലിക്കുന്നില്ല. ഇതോടെ പ്രഭാകരൻപിള്ളയോട്

അവന് കൂടുതൽ ബഹുമാനം തോന്നുന്നു. 'അയാൾക്ക് ഒരു മുഖമേ ഉണ്ടായിരുന്നുള്ളൂ. ഭയപ്പെടുത്തുന്ന ഒരു മുഖം. അതയാൾ അവസാനംവരെ എല്ലാവരുടേയും മുന്നിലും എടുത്തു പിടിക്കുകയും ചെയ്തു.' ഗ്രാമത്തിൽ കണ്ടുമുട്ടിയവരെല്ലാം തന്റെ രക്ഷകരാകാനുള്ള കപട സഹതാപം പുലർത്തുകയാണെന്ന് അവൻ മനസിലാക്കുന്നു. പിള്ളയെ കുത്തി വീഴ്ത്തിയ രാത്രിയിൽ പിന്നാലെ ഓടിയവരാണ് ഇവർ. ഇപ്പോൾ രക്ഷകവേഷം. എത്രയെത്ര മുഖാവരണങ്ങൾ. അവിടെയാണ് ഒരു മുഖം മാത്രമുണ്ടായിരുന്ന പ്രഭാകരൻപിള്ള മഹാനാകുന്നതെന്ന് രാമൻ തിരിച്ചറിയുന്നു.

രാമൻ, പരമുനായരുടെവീട്ടിലും സ്വന്തംവീട്ടിലും എത്തി. പക്ഷേ എല്ലാവരും അവനെ ഭയപ്പെടുന്നു. അവന്റെ സാന്നിദ്ധ്യം ഒഴിവാക്കാൻ എല്ലാവരും ആഗ്രഹിക്കുന്നു. എത്തിനോക്കുന്ന അയൽക്കാർ അടുത്തേക്കുവരുന്നില്ല. അവന്റെ നോട്ടം വീഴാതെ എല്ലാവരും ഒളിക്കുന്നു. ഇങ്ങോട്ടു വരേണ്ടിയിരുന്നില്ല എന്ന നിലയിൽ അവൻ നിരാശനാകുന്നു. മനസു വിങ്ങുന്നു. തന്റെ ചെയ്തികളിൽ പ്രഭാകരൻപിള്ളയുടെ വീട്ടുകാരെങ്കിലും പ്രതികരിക്കും എന്ന ചിന്തയോടെ അവൻ അവിടേക്ക് കയറിച്ചെല്ലുന്നു. പക്ഷേ അവിടെയും അവൻ നിരാകരിക്കപ്പെടുകയാണ്. അതോടെ സ്വത്വനഷ്ടം സൃഷ്ടിച്ച നിരാകരണം തീവ്രദുരന്താനുഭവമാകുന്നു. രാമൻ നിസ്സഹായനാവുകയാണ്. എല്ലാവരും അവനെ ഭയക്കുന്നു. ഒഴിവാക്കുന്നു. സഹതപിക്കുന്നു.

ഒടുവിൽ പ്രഭാകരൻപിള്ളയുടെ വീടിന്റെ 'ചത്തമുറ്റത്തു' നിന്നും അവൻ മടങ്ങാൻ തുടങ്ങുമ്പോൾ 'ജനാലയ്ക്കൽ ഒരനക്കം കേട്ടു. നാലാ അഞ്ചോ വയസ്സുള്ള ഒരു ആൺകുട്ടി. അവനും തന്നെ തിരിച്ചറിഞ്ഞിരിക്കുന്നു എന്ന് രാമന് ബോധ്യമായി. ഒരു തരം വല്ലാത്ത നോട്ടം.' എല്ലാ നോട്ടങ്ങളും ഒഴിവായ രാമന്റെ ദുരന്താവസ്ഥയിലാണ് പ്രഭാകരൻപിള്ളയുടെ കുരുന്നു മക്കൾ അവനെ ഉറച്ച മനസ്സോടെ നോക്കുന്നത്. ധൈര്യം, പക, വെറുപ്പ് തുടങ്ങി വിവിധ വികാരങ്ങൾ ആ നോട്ടത്തിൽ നിന്ന് രാമൻ വായിച്ചെടുക്കുന്നു. ആ നോട്ടത്തിന്റെ തീക്ഷ്ണതയിൽ പകച്ച് രക്ഷപെടാനായി രാമൻ ഇറങ്ങി നടക്കുകയാണ്. പ്രഭാകരൻപിള്ളയുടെ കൊലയാളി എന്ന നിലയിൽ രാമൻ വേട്ടക്കാരനാണ്. അതേ സമയം എല്ലാവരാലും നിരാകരിക്കപ്പെടുന്ന, എല്ലാവരിലും ഭയമുണ്ടാക്കുന്ന രാമൻ നിസ്സഹായനും സാഹചര്യങ്ങളുടെ ഇരയും തീവ്ര ദുരന്തനായകനുമാണ്. 'വൈരുദ്ധ്യങ്ങളുടെ ഈ ഇരുണ്ട ലോകത്ത് മനുഷ്യൻ മൗലികമായി ഒറ്റപ്പെട്ടവനാണെന്നും ഉത്ക്കണ്ഠയും ഭയവും അവന്റെ അസ്തിത്വത്തെ പീഡിപ്പിക്കുകയുമാണെന്ന' ദാർശനികതയോട് പെരുവഴിയമ്പലത്തിന്റെ പൊതുവികാരം പൂരകമാണ്. മറ്റൊരു പ്രത്യേകത

അസ്തിത്വ ദർശന കഥകളുടെ പൊതുവായ പശ്ചാത്തലങ്ങളിൽനിന്നും ഈ നോവൽ പുലർത്തുന്ന പ്രകടമായ വ്യതിരിക്തതയാണ്. 'ഊരും പേരുമില്ലാത്ത ചേതനകളല്ല, കേരളീയ അന്തരീക്ഷത്തിൽ വേരുള്ള മനുഷ്യരെയാണ് പത്മരാജൻ ചിത്രീകരിക്കുന്നത്'[6] എന്ന അഭിപ്രായം 'പെരുവഴിയമ്പലം' എന്ന പത്മരാജന്റെ ക്ലാസ്സിക് കൃതിയ്ക്കുള്ള അംഗീകാരമാകുന്നു.

---

6 അച്യുതൻ. എം (പ്രൊഫ.), ചെറുകഥ, ഇന്നലെ, ഇന്ന്; എസ്.പി.സി.എസ്. 1985, പേജ് 416

രതിനിർവ്വേദം

കൗമാര കാമനയുടെ ലാവാപ്രവാഹത്തിൽ സംഭവിക്കുന്ന ദാരുണ ദുരന്തമാണ് 'രതിനിർവ്വേദം.' സ്കൂൾ വിദ്യാഭ്യാസം പൂർത്തിയാക്കി കലാലയ പഠനത്തിനൊരുങ്ങുന്ന പപ്പുവാണ് നായകൻ. പറഞ്ഞും കേട്ടും പ്രകൃതിയിൽക്കണ്ടും അവന്റെ ഇളം മനസ്സിൽ മുളയിട്ട ലൈംഗിക ചിന്തകൾ വിവാഹിതയും അയൽക്കാരിയുമായ രതിചേച്ചി യിൽ കേന്ദ്രീകരിക്കുന്നതോടെ പപ്പുവിന്റെ മനസ്സ് പിടിവിട്ടു പായുന്നു. അവന്റെ മനസ്സിന്റെ കാമനകളിൽ രതി മദാലസയാവുന്നു.

നോവൽ തുടങ്ങുന്നതു തന്നെ പാമ്പുകളുടെ ഇണചേരൽ ദൃശ്യം അവതരിപ്പിച്ചുകൊണ്ടാണ്. ഈ വൈകാരിക തീവ്രതയിലാണ് 'രദു വേച്ചി'(രതി)യെ അവതരിപ്പിക്കുന്നത്. 'ഞാൻ വന്നതുകൂടിയറിയാതെ, പുളഞ്ഞു രസിക്കുന്ന സർപ്പശരീരങ്ങളിൽമാത്രം ലീനയായി, എല്ലാംമറന്ന് കുടകപ്പാലയുടെ നരച്ചതടിയിൽ ഒരു കാലുയർത്തിക്കുത്തി രദുചേച്ചി... മറ്റൊരു നാഗദേവത.' പലപ്പോഴും പപ്പു, തന്റെ കൗമാര രതിചിന്തകൾ ഉൾഭീതിയോടെ അവളോട് സൂചിപ്പിക്കാൻ ശ്രമിക്കുന്നുണ്ട്. എന്നാൽ അവൾ ദേഷ്യപ്പെടുകയോ ഭയപ്പെടുത്തി അവനെ നിരാശനാക്കുകയോ ചെയ്തു. പക്ഷേ ഒരു മധ്യാഹ്നത്തിൽ രതിയ്ക്കും മനസ്സു പതറുന്നു. പിന്നീടുള്ള രാത്രികളിൽ അവർ വീടിനു പിന്നിലെ സർപ്പക്കാവിൽ സംഗമിക്കുന്നു. പക്ഷേ അപ്പോഴൊന്നും പപ്പുവിന് ഒരു പുരുഷനാകാൻ കഴിഞ്ഞില്ല!

പപ്പുവിന് കാമനകളുടെ 'ഹരിശ്രീ' പറഞ്ഞു കൊടുക്കുന്ന കൊച്ചു മ്മിണി കഥയിൽ മിഴിവുള്ള കഥാപാത്രമാണ്. പപ്പുവിന്റെ മനസ്സിലെ രതിചിന്തകളിൽ അയൽക്കാരി രദുവേച്ചിയാണെന്ന് തിരിച്ചറിയുന്നതും അവരെ വശീകരിക്കാൻ വിദ്യകളും ഭസ്മവും നൽകുന്നതും കൊച്ചുമ്മിണി തന്നെ. സർപ്പക്കാവിനുള്ളിലെ പപ്പുവിന്റേയും രതിയുടേയും സംഗമങ്ങൾ ആരുമറിയാതെ കണ്ടു നിൽക്കാനും അവൻ മിടുക്കുകാട്ടി. ഒടുവിൽ

പപ്പ തിരുവനന്തപുരത്ത് കോളേജിൽ ഇന്റർവ്യൂവിന് പോയ രാത്രി, വിവരം അറിയാതെ സർപ്പക്കാവിലെത്തിയ രതിയെ കൊച്ചമ്മിണി കയറിപ്പിടിക്കുന്നതോടെയാണ് സംഭവങ്ങൾ പുറത്തറിയുന്നത്. സർവ്വ കാര്യങ്ങളും അവൻ പപ്പുവിന്റെ വീട്ടിലെ വൃദ്ധയായ വേലക്കാരിയോട് തുറന്നു പറയുന്നു. അവർ ആ വിവരങ്ങളെല്ലാം പപ്പുവിന്റെ അമ്മയേയും ചെറിയമ്മയേയും അറിയിക്കുന്നു.

അവരുടെ സംഗമങ്ങൾക്ക് ഇതോടെ അർദ്ധവിരാമമായി. എന്നാൽ മനസുകളിൽ പ്രണയത്തിന്റെ ഉദ്ദീപ്തശക്തി പ്രവഹിച്ചുകൊണ്ടിരുന്നു. പരസ്പരം കാണാനുള്ള ആഗ്രഹം അദമ്യമാകുന്നു. പപ്പ കോളേജിൽ ചേരാൻ പോകുന്നതിന് തലേരാത്രിയിൽ സർപ്പക്കാവിൽ പപ്പുവും രതിയും ഒന്നിക്കുന്നു. കനമുള്ള മഴനൂലുകൾക്കുതാഴെ അവർ രതിയുടെ അനിർവചനീയ ലോകത്തേക്ക് ഉയരുന്നു. 'അത്ഭുതം തോന്നി. എനിക്കിന്ന് ലജ്ജയില്ല. ഞാൻ ഇപ്പോൾ പൂർണ്ണമായും ഒരു പുരുഷനായി ക്കഴിഞ്ഞിരിക്കുന്നു' എന്ന് പപ്പ തിരിച്ചറിയുന്നു. വൈകാരികതയുടെ ഉത്തുംഗതയിൽവെച്ച് രതിയ്ക്ക് സർപ്പദംശമേൽക്കുകയാണ്. തീവ്രവേദനയുടെ നടുവിൽ ഇരുവരും വേർപിരിയുന്നു. പുലർച്ചെ ഗ്രാമം വിട്ട് യാത്രയാകുന്ന പപ്പുവിനു മുന്നിൽ രതിയുടെ ദുരന്തമരണം പ്രതീകങ്ങളിലൂടെ ദൃശ്യമാകുകയാണ്.

മനസ്സിന്റെ പമ്പരച്ചുഴികൾ

കൗമാര മനസ്സിന്റെ വൈകാരിക സങ്കീർണ്ണതകൾ മാത്രമല്ല സ്നേഹം തേടുന്ന സ്ത്രീ മനസ്സിന്റെ കാണാച്ചുഴികളും ഈ ദുരന്ത കഥനത്തിലൂടെ പത്മരാജൻ അവതരിപ്പിക്കുന്നുണ്ട്. സ്നേഹവും രതിയും സദാചാര സങ്കല്പങ്ങളുടെ വ്യർത്ഥതയുമൊക്കെ രതിനിർവ്വേദത്തിൽ ഇഴപിരിയുന്നു. പപ്പു, രതുവേച്ചി എന്നീ കഥാപാത്രങ്ങൾക്കൊപ്പം പ്രകൃതിയും പശ്ചാത്തലവും വൈകാരികതയും വിഭാവ-അനുഭാവ-വ്യഭിചാരി ഭാവങ്ങളായി പ്രവർത്തിക്കുന്നു. രതിയുടെ പ്രതീകംപോലെ, കഥയുടെ തുടക്കം മുതൽ പാമ്പും സർപ്പക്കാവും ഇതുമായി ബന്ധപ്പെട്ട വിശ്വാസ (മിത്തുകൾ)ങ്ങളും കഥാഗതിയിൽ സുപ്രധാന സാന്നിധ്യമുറപ്പിക്കുന്നു. ഇതിവൃത്തത്തിനും അതു പുലർത്തുന്ന ഭാവത്തിനും അടിസ്ഥാനമായ കാല്പനിക ഭാഷയും രതിനിർവ്വേദത്തിന്റെ സവിശേഷതയാണ്.

നോവലിന്റെ തുടക്കത്തിൽത്തന്നെ കഥയെ സംബന്ധിച്ച സൂചനകൾ പ്രതീകവല്ക്കരിക്കുന്നുണ്ട്. 'ബ്ലാവു മരത്തിന്റെ ചോട്ടിൽ, രണ്ടു പാമ്പുകൾ ഇണചേർന്നു കിടന്നു. ഭീകരവും അതേ സമയം കാമോദ്ദീപകവുമായ

ദൃശ്യം' എന്ന് നോവലിന്റെ മുഴു വൈകാരികതയും ആദ്യ വരിയിൽതന്നെ അനുഭവിപ്പിക്കുന്നു. 'കൂട്ടത്തിൽ കറുപ്പുനിറം കൂടിയത് ആണാണെന്നു തോന്നി. കറുപ്പുനിറം കൂടിയത്, പുരയിടത്തിന്റെ തെക്കേ കോണിലുള്ള സർപ്പക്കാവിനു നേരെ ഇഴഞ്ഞുനീങ്ങി.' എന്ന് പാമ്പിനെ വർഗീകരിക്കുന്നുമുണ്ട്. കഥാവസാനം രതി (രദുവേച്ചി) ദുരന്തം ഏറ്റുവാങ്ങുന്നതും സർപ്പക്കാവിൽ വെച്ചാണ്. കറുപ്പ് മൃതിയുടെ നിറവും പ്രതീകവുമാണ്. കഥയുടെ തുടക്കത്തിൽത്തന്നെ ഇതിലൂടെ ദുരന്തമുന്നറിയിപ്പ് നൽകുകയാണ്. രതി (രദുവേച്ചി)യും പപ്പുവും ഏറ്റുവാങ്ങിയ ദുരന്തത്തിന് പാരമ്പര്യ വിശ്വാസത്തിന്റെ ചേർച്ച നൽകാൻകൂടി കഥാകാരൻ അബോധമായി ശ്രമിച്ചിട്ടുണ്ട്. അതിനുവേണ്ടി പാമ്പു പിടുത്തക്കാരെ അവതരിപ്പിക്കുന്നു. 'പാമ്പുപിടുത്തക്കാർ എല്ലാ പാമ്പുകളേയും പിടിക്കുന്ന കൂട്ടത്തിൽ കാവിലെ താമസക്കാരായ സത്യമുള്ള പാമ്പുകളും പെട്ടുപോകുമെന്നാണ് അച്ഛൻ പറയുന്നത്. അങ്ങിനെയാണെങ്കിൽ ആ ശാപം കുടുംബത്തിനായിരിക്കും.' സർപ്പാരാധനയുള്ള വ്യക്തികളും കുടുംബങ്ങളും ഇന്നും വിശ്വസിക്കുന്ന മിത്താണ് ഇത്.

പപ്പുവിന് പാമ്പിനെ ഭയമില്ല. പാമ്പു പിടുത്തക്കാരോട് ആരാധനയും ബഹുമാനവുമാണ്. 'തിരിഞ്ഞു കൊത്തിയാൽ മരണം സംഭവിക്കുമെന്ന് ഉറപ്പുണ്ടായിട്ടും വിറയ്ക്കാത്ത കൈകൊണ്ട് അവർ പാമ്പുകളുടെ വാലിൽ ചുറ്റിപ്പിടിക്കുന്നു. പിറകോട്ട് വെട്ടിവലിച്ചു നിലത്തു നിന്നുയർത്തി അടുത്തു കാണുന്ന തെങ്ങിലോ തലയിലോ അടിക്കുന്നു. തല ചതഞ്ഞ പാമ്പിനെ കൈലേസുപോലെ കൈയുടെ മണിബന്ധത്തിൽ ചുറ്റിക്കെട്ടുകയും ചെയ്യും.' മരണത്തോട് ഏറ്റ് മരണത്തേയും മരണവാഹകനേയും തോല്പിക്കുന്നവരോടുള്ള ആരാധനയാണ് പപ്പുവിൽ പ്രതിഫലിക്കുന്നത്. മരണത്തെ തോല്പിക്കുക. അത് അബോധമായ വിജയമാണ്. ആശ്വാസമാണ്. മരണഭീതിയുടെ പ്രകടനമാണ്. 'മൃത്യുഭയം മൃത്യുവിനെ എതിരിട്ടേ അകറ്റാനാവൂ. പലായനം കൊണ്ട് ഭീതി വർദ്ധിക്കുകയേ ഉള്ളൂ"[1] എന്ന ദർശനത്തോട് ഇവിടുത്തെ വൈകാരികത പൂരകമാണ്.

കഥാകാരനെ അലട്ടുന്ന മൃത്യുഭീതിയും വിശ്വാസദാർഢ്യവും ഏറ്റവും പ്രകടമാവുന്നതും പാമ്പുപിടുത്തവും മരണവും അവതരിപ്പിക്കുമ്പോൾ തന്നെ. 'ഒരു പാമ്പിനെക്കൊന്നാൽ അതിന്റെ ഇണ ആ വാശി മറക്കാതെ സൂക്ഷിക്കും. എന്നിട്ട് എന്നെങ്കിലും എവിടെവെച്ചെങ്കിലും അതിന്റെ വൈരാഗ്യം തീർക്കുകയും ചെയ്യും. പാമ്പു പിടുത്തക്കാർക്ക് ദോഷമൊന്നും കിട്ടിയെന്നു വരില്ല. എന്നാൽ അവർക്ക് ഒത്താശ

1 വിജയൻ. കെ. (ഡോ), കവി മനസ്സ് (മൃത്യു സങ്കല്പം ആശാൻ കവിതയിൽ), എസ്.പി.സി.എസ്., 1989, പേജ് 71

ചെയ്യുന്ന ഞാൻ ഈ വീട്ടിലെ ഒരംഗമാവുമ്പോൾ പാപം മുഴുവൻ എന്റെ തലയിൽവന്നു വീഴുന്നു' എന്ന് പപ്പു ഭയപ്പെടുന്നു. പപ്പുവിനേയും രതി ചേച്ചിയേയും ആദ്യം കാട്ടിത്തരുന്ന ഉച്ച സമയത്ത് പാമ്പുകൾ തമ്മിലുള്ള ഇണചേരലാണ് അവതരിപ്പിച്ചത്. പിന്നീട് ഉച്ചസഞ്ചാരത്തിന് ഇറങ്ങിയ പാമ്പിനാണ് പാമ്പുപിടുത്തക്കാരിൽനിന്ന് ദാരുണ മരണം സംഭവിക്കുന്നത്. അതിനു കാരണക്കാരനായത് പപ്പുവും. കഥാവസാനം രതിയെ സ്വന്തം പ്രണയിനിയായി, ഇണയായി പൂർണ്ണ മനസുകൊണ്ട് അംഗീകരിച്ച് പപ്പു പുരുഷനായി മാറുന്ന സമയത്താണ് അവളെ പാമ്പു കടിക്കുന്നത്. ഇരു സംഭവങ്ങളും ചേർത്തുവയ്ക്കുമ്പോൾ പാമ്പിന്റെ ഇണ അതിന്റെ വാശി തീർക്കുകയായിരുന്നു എന്ന വിശ്വാസത്തിൽ അടിയുറയ്ക്കുന്ന സംഭവഗതിയാണ് ഉണ്ടാകുന്നത്. ഗ്രാമ്യമായ മിത്തുകളോട് കഥാകാരനുണ്ടായിരുന്ന ജൈവബന്ധം കൂടിയാണ് കഥാസന്ദർഭങ്ങളിൽ പ്രതിഫലിക്കുന്നത്.

പപ്പുവിനോട് രതിയ്ക്ക് തുടക്കത്തിൽ വാത്സല്യം മാത്രമായിരുന്നു. കാരണം പപ്പു അവളുടെ മുമ്പിൽ വളർന്നുവന്ന കുട്ടിയാണ്. അവന്റെ സഹോദരിയോടൊപ്പം പഠിച്ചവളാണ് രതി. പപ്പുവിന് അവൾ രതുചേച്ചിയും. പക്ഷേ, അവന്റെ കൗമാരകാമനകളോടു തോന്നിയ വാത്സല്യം പിന്നീട് പ്രണയവും കാമവുമായി മാറുന്നു. ഭർത്താവിൽ നിന്ന് കിട്ടാത്ത സ്നേഹം അവൾക്ക് ലഭിക്കുന്നു. ഇതാണ് അവളെ പപ്പുവിനോട് അടുപ്പിച്ചത്. ഭർതൃമതി ആയിട്ടുപോലും സദാചാര ധാർമ്മിക ദർശനങ്ങളൊന്നും ഇവിടെ പ്രതിബന്ധമായില്ല. അടിച്ചമർത്തപ്പെട്ട പ്രേമ-കാമനകളാണ് ഇവിടെ ഇണക്കുകണ്ണിയായി പ്രവർത്തിക്കുന്നത്. സ്നേഹം ആഗ്രഹിക്കുന്നവളാണ് രതി. ഭർത്താവായി വന്നവൻപോലും അവളെ സ്നേഹിക്കാത്ത സാഡിസ്റ്റ് ആയിരുന്നു. ഗ്രാമ്യതയുടെ നന്മയും നിഷ്കളങ്കതയും രതിയിൽ നിറഞ്ഞുനിന്നു. അവൾ എല്ലാവരേയും സ്നേഹിച്ചു. ഒടുവിൽ പപ്പുവിന്റെ ആഗ്രഹത്തേയും അവൾ സ്നേഹിച്ചു.

അവസാനം വരെ രതുചേച്ചിയോടുള്ള അടുപ്പത്തെ എങ്ങനെ വ്യാഖ്യാനിക്കണമെന്നറിയാത്ത ആശയക്കുഴപ്പത്തിലായിരുന്നു പപ്പു. 'എന്നെ മറക്കുമോ?' എന്ന അവസാന ചോദ്യത്തിനുപോലും തുറന്ന മറുപടി നൽകാൻ കഴിയാത്ത വിഹ്വലത. പക്ഷേ സ്നേഹം മാത്രം തേടിയ രതിയ്ക്ക്, അവൻ അന്തഃരംഗത്തിലെ രാജാവും കാമുകനുമൊക്കെ ആയിരുന്നു. പപ്പുവിന്റെ മനസ്സിലെ ആശയക്കുഴപ്പമാണ് സംഗമിക്കുമ്പോഴൊക്കെയും അവന് പുരുഷനായി മാറാൻ കഴിയാത്ത നിസ്സഹായത സൃഷ്ടിക്കുന്നത്. ഒടുവിൽ ദുരന്ത രാത്രിയിൽ അവൻ പുരുഷനായി മാറുന്നുവെങ്കിലും അവന്റെ കാമുകിയെ നഷ്ടമാവുകയാണ്.

സ്നേഹം തീവ്രപ്രണയത്തിന് വഴിമാറുമ്പോൾ രതിയെ അവന് കൈവിട്ടുപോകുന്നു.

പാമ്പുകളോട് ഭയമായിരുന്നു രതിയ്ക്ക്. അവൾ മരണത്തെ പാമ്പിലാണ് കണ്ടത്. ആദ്യ സമാഗമത്തിൽതന്നെ പാമ്പിനെ ഭയത്തോടെ അവൾ തിരിച്ചറിയുന്നുണ്ട്. അവനാകട്ടെ പാമ്പ് രതിയുടെ പ്രതീകമായി. ദുരന്തം ഏറ്റുവാങ്ങും മുമ്പ് അവളെ 'വിവാഹം കഴിയ്ക്കട്ടെ' എന്നുപോലും പപ്പു ചോദിക്കുന്നുണ്ട്. അവന്റെ ദുഃഖം തീവ്രമാണെന്നും അവന്റെ സ്നേഹം നിസ്വാർത്ഥമാണെന്നും അവൾ അവിടെ തിരിച്ചറിയുന്നു. തന്റെ സ്വപ്നകാമുകനെ പപ്പുവിൽ അവൾ കണ്ടെത്തുകയാണ്. രദുചേച്ചി എന്ന വിളിയെ 'രതീ' എന്ന് മാറ്റി അവനെക്കൊണ്ട് വിളിപ്പിക്കുന്നുണ്ട്. ഇതോടെ അവരുടെ സ്നേഹം, ബന്ധം എല്ലാം തീവ്രമാകുന്നു. രതിയുടെ വേർപാട് അതുകൊണ്ടുതന്നെ കനത്ത ആഘാതമാവുന്നു. ഇഴഞ്ഞെത്തിയ മരണത്തിന്റെ ദംശമേറ്റ രതിയ്ക്ക് ഒന്നും സംഭവിക്കല്ലേ എന്ന പ്രാർത്ഥനയോടെയാണ് പപ്പു നഗരത്തിലേക്ക് യാത്രയാവുന്നത്. പപ്പു അന്യനാവുകയാണ്. ഗ്രാമത്തിന്റെ നിഷ്ക്കളങ്കത പേറിയ പപ്പു ഇവിടെ ഇല്ലാതാവുകയാണ്. അവൻ നാഗരികനാവുന്നു. അവൻ കളങ്കിതനായിക്കഴിഞ്ഞു. സ്വത്വനഷ്ടം, പരിവർത്തനം. ഒപ്പം പഴയ ബാല്യം പൗരുഷത്തിന് വഴിമാറിയ പുതിയ വ്യക്തിത്വം.

രതിയുടെ നിർവ്വേദങ്ങൾ

രതിയ്ക്കുവേണ്ടിയുള്ള പ്രാർത്ഥനയോടെ പ്രഭാതത്തിൽ യാത്രയ്ക്കൊരുങ്ങുന്ന പപ്പു. അവന്റെ 'തലയ്ക്കു മുകളിലൂടെ ഒരു ഒറ്റക്കിളി പറന്നുപോയി. ഒരു സൂചിപോകുന്ന വേഗതയിൽ, നിർത്താതെ ചിലച്ചുകൊണ്ട്'. രതി മരണപ്പെട്ടു എന്ന പ്രസ്താവം നോവലിൽ കഥാകാരൻ പറയുന്നില്ല. മറിച്ച് ഒരു സ്വപ്നദൃശ്യത്തിലൂടെ, പറന്നുപോയ കിളിയിലൂടെ അവളുടെ ആത്മാവിനെ പ്രതീകവല്ക്കരിക്കുകയാണ്. 'ഞാൻ അതുതന്നെ നോക്കിനിന്നു. വിദൂരതയിൽ മഴയൊഴിഞ്ഞ, മേഘമകന്ന, ചുവപ്പിന്റെ ആകാശത്തിൽ അതുപോയി ലയിക്കുന്നതുവരെ ഞാനവിടെത്തന്നെ നിന്നു. പിന്നെ കണ്ണുകൾ നിറഞ്ഞു.' അവളുടെ മരണം എന്ന യാഥാർത്ഥ്യം അവൻ ഉൾക്കൊള്ളുകയാണ്. അനന്തതയിലേക്കുള്ള അവളുടെ ജീവന്റെ പ്രയാണമാണ് കിളിയുടെ ദൃശ്യങ്ങളിലൂടെ അവതരിപ്പിക്കുന്നത്. 'ഏറ്റവും മികച്ച സ്നേഹകാവ്യങ്ങളിലെല്ലാം സ്നേഹവും മരണവും കാട്ടുപക്ഷികളെപ്പോലെ ഇണചേരാറുണ്ട്'[2] എന്ന വിലയിരുത്തൽ രതി നിർവ്വേദത്തിൽ സാത്ഥ്യം പ്രാപിക്കുന്നു.

---

2 അപ്പൻ. കെ.പി, കഥ. ആഖ്യാനവും അനുഭവസത്തയും, ഡി.സി. ബുക്ക്സ്, 1999, പേജ് 23

രതിയാണ് തീവ്രദുരന്തം ഏറ്റുവാങ്ങുന്നത്. അവൾ നിഷ്ക്കളങ്കമായി സ്നേഹിച്ചു. സ്നേഹം നൽകി. സ്നേഹത്തിനു കൊതിച്ചു. പക്ഷേ ദുരന്തമരണം ഏറ്റുവാങ്ങാനായിരുന്നു വിധി. ഇണ ചേർന്ന് പ്രണയം പകർന്ന സർപ്പങ്ങൾ പിന്നീട് പ്രണയം മുടക്കിയ മരണവാഹകരാകുന്നു. ഒപ്പം കാവു തീണ്ടിയാൽ ശിക്ഷ ഉറപ്പാണ് എന്ന വിശ്വാസം കൂടുതൽ ദൃഢിയാകുന്നു. നാഗത്താൻമാർ കുടികൊള്ളുന്ന കാവിലാണ് അഗമ്യ ഗമനം ഉണ്ടാകുന്നത്. നിലനിൽക്കുന്ന ധാർമ്മികതയുടെ അളവുകൾ അനുസരിച്ച് രതിയ്ക്കാണ് കൂടുതൽ ശിക്ഷ നൽകേണ്ടത്. മരണം സ്വാഭാ വികമായി അവൾക്കു ലഭിക്കുന്ന ശിക്ഷയാകുന്നു. 'പാപത്തിന്റെ ശമ്പളം മരണമാകുന്നു'[3] എന്ന ബൈബിൾ വചനവും ഇവിടെ പൂരകമാണ്.

നിലനിൽക്കുന്ന മൂല്യസങ്കല്പങ്ങളുടെ നിരാകരണം ആധുനികതയുടെ മുഖ്യ ഘടകമായി പരിഗണിക്കുന്നു. ധാർമ്മികത, സദാചാര സങ്കല്പങ്ങൾ, ആൺ-പെൺ ബന്ധങ്ങൾ ഇവയിലൊക്കെ മുൻധാരണകളില്ലാത്ത പൊളിച്ചെഴുത്തുകൾ ആധുനികരുടെ കൃതികളിൽ കാണാം. സ്വാനുഭവ ത്തിൽ നിന്നോ സ്വന്തം വൈകാരികതയുടെ സത്യസന്ധമായ ആവി ഷ്ക്കരണത്തിലൂടെയോ അതിനെ പ്രതിഫലിപ്പിക്കുന്നവരുമുണ്ട്. 'ഉള്ളിൽ അടിച്ചമർത്തപ്പെട്ട വികാരങ്ങളെ വെളിപ്പെടുത്താനുള്ള ശ്രമം അറിഞ്ഞോ അറിയാതെയോ സാഹിത്യ സൃഷ്ടിയിൽ നടക്കുന്നതായി'[4] മനോവിജ്ഞാനീയം കണ്ടെത്തുന്നു.

എഴുത്തുകാരന്റെ ജൈവ പശ്ചാത്തലത്തോട് ഇത്രയേറെ ചേർന്നു നിൽക്കുന്ന മറ്റൊരു രചന അപൂർവ്വമാണ്. അതുകൊണ്ടുതന്നെ ഇതിൽ സ്വാനുഭവ തീവ്രത കാണുന്നവരുമുണ്ട്. പത്മരാജന്റെ മുതുകുളത്തെ തറവാടിന്റേയും അവിടെ തെക്കേമൂലയിലുള്ള സർപ്പക്കാവിന്റേയും നഗ്നമായ പ്രതിഫലനമാണ് കഥയിൽ കാണുന്നത്. മാത്രമല്ല കുടക പ്പാലയടക്കം വിവിധ മരങ്ങൾ, തെക്കുവശത്തെ വഴി, മണ്ണാറശാല, വെട്ടിക്കുളങ്ങര, പാണ്ഡവർകാവ് ക്ഷേത്രങ്ങൾ, സർക്കാർ ബസുമാത്രം ഓടുന്ന ചേപ്പാട്ടുമുക്ക്, വടക്കുവശത്തെ മുസ്ലിംപള്ളി, കിഴക്കേ അരമതില് ഇതൊക്കെ ഇപ്പോഴും കണ്ടറിയാവുന്ന യാഥാർത്ഥ്യങ്ങളുമാണ്. കഥാ കൃത്തിന്റെ മനസ്സിൽ വീണ കഥയുടെ മുളയെ ഒട്ടും അവിശ്വസനീയത തോന്നാതെ സ്വന്തം ജൈവപശ്ചാത്തത്തിൽ വളർത്തിയെടുത്തു

---

3 മലയാളം ബൈബിൾ, ലേവിയർ 20; 10-11, ഓശാന പ്രസിദ്ധീകരണം എട്ടാം പതിപ്പ്, മാർച്ച് 1997, പേജ് 144

4 Frued Sigmund, creative writers and day dreaming, David-Lodge (Ed) 20th Century Literary Criticism, UK Logman group, 1988, P.38

എന്നതിനും സാക്ഷ്യപ്പെടുത്തലുകളുണ്ട്. 'രതിനിർവ്വേദം'[5] എന്ന പേരിലുമുണ്ട്[6] ദുരന്തത്തിന്റെ ധ്വന്യാത്മകത. നിർവ്വേദത്തിന് വെറുപ്പ്, വിരക്തി, ദുഃഖം, ലജ്ജ എന്നൊക്കെയാണ് അർത്ഥം. പട്ടാളക്കാരനായ ഭർത്താവിനോട് രതിയ്ക്ക് വെറുപ്പും വിരക്തിയുമാണ്. ദുരന്തം ഏറ്റുവാങ്ങുന്ന രാത്രി വരെ പപ്പുവിന് രതി ലജ്ജയായിരുന്നു. പക്ഷേ ലജ്ജ മാറി അവൻ പുരുഷനാകുമ്പോൾ രതി ദുരന്തവും ദുഃഖവുമാകുന്നു. ഒപ്പം രതിചേച്ചി എന്ന കഥാപാത്രം എക്കാലത്തേയും ദുരന്തപ്രതീകമായി പരിവർത്തനം ചെയ്യപ്പെടുന്നു.

5 രാധാലക്ഷ്മി പത്മരാജൻ, പത്മരാജൻ എന്റെ ഗന്ധർവ്വൻ, മാതൃഭൂമി ബുക്ക്സ്, 2007, പേജ് 79

6 രൂപേഷ്പോൾ, രതിയുടെ സംഗീതം, മലയാള മനോരമ ശ്രീ, മാർച്ച് 7, 2004 പേജ് 11. (നോവലിന്റെ ആദ്യത്തെ പേര് പാമ്പ് എന്നായിരുന്നു. സെക്സിന്റെ അതിപ്രസരം എന്ന് അഭിപ്രായപ്പെട്ട് കുങ്കുമം വാരിക മടക്കി നൽകിയ കൃതി. തുടർന്ന് കേരളശബ്ദത്തിന്റെ എഡിറ്റർ കെ. എസ്. ചന്ദ്രനാണ് ഇത് പ്രസിദ്ധീകരിച്ചത്. പാമ്പ് എന്ന പേരുമാറ്റി രതിനിർവ്വേദം എന്നാക്കിയതും അദ്ദേഹംതന്നെ).

കള്ളൻ പവിത്രൻ

പത്മരാജന്റെ മിക്ക കൃതികളിലും നിറഞ്ഞു നിൽക്കുന്ന വ്യവക്ഷിതാർത്ഥ ദുരന്തമോ മൃത്യുവോ പേറുന്ന നോവലല്ല കള്ളൻ പവിത്രൻ. രസകരവും ഹാസ്യാത്മക വുമായ ഗ്രാമീണ ജീവിത കഥ. ഗ്രാമത്തിലെ ചെറുകള്ളനായ പവിത്രനാണ് നായകൻ. പേരിൽത്തന്നെ ഹാസ്യം തുടിയ്ക്കുന്നു. 'പവിത്രൻ' എന്നാൽ നിർമ്മലനാണ്, കളങ്കമില്ലാത്തവനാണ്. പക്ഷേ ഇവിടെ പവിത്രൻ കള്ളനാണ്. പേരിലെ വൈരുദ്ധ്യം തന്നെ ഹാസ്യമുണർത്തുന്നു.

കള്ളൻ എന്ന പേരല്ലാതെ മോഷണങ്ങളിൽ നിന്ന് കാര്യമായൊന്നും സമ്പാദിക്കുവാനോ ഭാര്യമാർക്കും പിള്ളാർക്കും വേണ്ടി നാളത്തേക്ക് എന്തെങ്കിലും കരുതിവെക്കാനോ അവനു കഴിഞ്ഞിരുന്നില്ല. സാമൂഹികമായി അവഹേളിതനായിട്ടും ജീവിതം വഴിമുട്ടിയ പവിത്രന്റെ ദൈന്യം ഇവിടെ തിരിച്ചറിയാം. ഒപ്പം വ്യക്തിയിൽ നിന്ന് 'കള്ളൻ' എന്ന നിലവാര തകർച്ചയിലേക്കുള്ള സ്വത്വ നഷ്ടവും വ്യക്തം. 'കഴുകിയാലും മായ്ച്ചാലും പോവാത്ത ഒരു കറപോലെ തന്റെ പേരിനു മുന്നിൽ ആ നാറുന്ന വിശേഷണം ഒട്ടിപ്പിടിച്ചു നിൽക്കുന്നുവല്ലോ എന്ന ചിന്ത അവനെ എല്ലായ്പ്പോഴും വിഷാദവാനും മുൻശുണ്ഠിക്കാരനും ആക്കിത്തീർത്തു' എന്നത് പവിത്രന്റെ വൈയക്തികമായ ദുരന്താവസ്ഥയാണ്. മനസ്സിന്റെ അലട്ടലാണ്. അതിജീവനത്തിനുള്ള മോഹമാണ്. കഴിയില്ലല്ലോ എന്ന നിസ്സഹായതയാണ്.

ഒരിയ്ക്കൽ പേരിനൊപ്പം സ്ഥാപിക്കപ്പെട്ട വിശേഷണത്തിൽനിന്ന് കുതറിച്ചാടാൻ പവിത്രൻ ആത്മാർത്ഥമായി ശ്രമിക്കുന്നുണ്ട്. അതിനായി സമീപമുള്ള മാമച്ചന്റെ നെല്ലുകുത്തു മില്ലിൽ ജോലി തേടിയും ചെല്ലുന്നു. പക്ഷേ പവിത്രനെ എല്ലാവരും തെറ്റിദ്ധരിക്കുന്നു. തൊഴിലും കൂലിയും

ലഭിക്കാതെ വന്നതോടെ പവിത്രൻ പഴയ കൊച്ചു മോഷണത്തിലേക്കു തന്നെ തിരയുന്നു. സമൂഹം അവനെ വർഗ്ഗപരമായി അധഃപതിപ്പിക്കുന്നു. എന്നാൽ മോഷണമുതൽ വിൽക്കാൻ ശ്രമിക്കുന്നതിനിടെ യാദൃച്ഛികമായി കണ്ട സ്വർണ്ണപ്രതിമയെ മോഷ്ടിച്ച്, അതേ കടയിൽതന്നെ മറിച്ചുവിറ്റ് പവിത്രൻ ലക്ഷാധിപതിയാകുന്നു.

പവിത്രന് രണ്ടു ഭാര്യമാരും അവരിലായി ആറേഴ് മക്കളുമുണ്ടായിരുന്നു. ആദ്യ ഭാര്യ ജാനകി നിയമപ്രകാരം കൂടെ താമസിക്കുന്നവൾ. രണ്ടാമത്തവൾ ദമയന്തി ചിറ്റവും. പണക്കാരനായതോടെ പവിത്രന്റെ ചിറ്റം നഷ്ടമായ ദമയന്തി അയാളുടെ പണക്കൊഴുപ്പിന്റെ രഹസ്യം തിരയാൻ തുടങ്ങുന്നു. ഇതിനായി അനുജത്തി ഭാമിനിയെ നിയോഗിക്കുന്നു. ഇരുവരുടേയും കുതന്ത്രങ്ങളിൽ വീണ പവിത്രന്റെ രഹസ്യങ്ങൾ പുറംലോകമറിയുന്നു. മൊന്തയും കിണ്ടിയും ചരുവവും മോഷ്ടിച്ച പഴയ കേസിൽ പവിത്രൻ അറസ്റ്റിലാകുന്നു. വീണ്ടും ഗ്രാമത്തിനു മുന്നിൽ അയാൾ, കള്ളൻ പവിത്രനായി പരിഹാസ്യനാകുന്നു. 'ഒരാളുടെ തകർച്ചയ്ക്ക് അയാളിൽത്തന്നെയുള്ള ന്യൂനതകളാണ് കാരണമാവുന്നത്' [1] എന്ന ഹെഗലിന്റെ ദർശനം ഇവിടെ ശ്രദ്ധേയമാണ്. പക്ഷേ ഇവിടെ പവിത്രന്റെ തകർച്ചയിൽ ദുഃഖമോ വേദനയോ അല്ല ഹാസ്യമാണ് നിഷ്പന്നമാകുന്നത് എന്നു മാത്രം.

സ്വന്തം ജൈവ പശ്ചാത്തലം കഥാകാരൻമാരിൽ സൃഷ്ടിക്കുന്ന കഥന വൈഭവത്തിന് വൈയക്തികമായ വൈകാരികതയുണ്ട്. ബാല്യത്തിൽ അറിഞ്ഞതോ അനുഭവിച്ചതോ പരിചയപ്പെട്ടതോ ആയ സംഭവങ്ങളും വ്യക്തികളും സർഗ്ഗപ്രക്രിയയിൽ ഉദ്ദീപനമാകുന്നത് സ്വാഭാവികം. ആ അർത്ഥത്തിൽ സ്വന്തം ഗ്രാമം പത്മരാജന് തുറന്നു നൽകിയത് കഥയുടെ നിധിപേടകമാണ്. കഥനങ്ങളുടെ തിരയിളക്കത്തിൽ ഈ ഗ്രാമ്യത മിക്ക കൃതികളിലും കഥാകാരനെ പ്രചോദിപ്പിക്കുന്നു. 'എന്റെ സൃഷ്ടികൾക്ക് ഗ്രാമ ജീവിതം വറ്റാത്ത ഒരു പ്രചോദനമായിരുന്നു. ഗ്രാമപ്രകൃതിയിൽ രൂപപ്പെടുന്ന കഥാപാത്രങ്ങൾ - കൂടുതൽ ദാർഢ്യവും ശക്തിയുമുൾക്കൊള്ളുന്നവരായിരിക്കുമെന്ന് ഞാൻ കരുതുന്നു.' എന്ന് പത്മരാജൻ തന്നെ ഗ്രാമ്യ സ്വാധീനതയെ സാക്ഷ്യപ്പെടുത്തുന്നുണ്ട്.

ഗ്രാമജീവിതത്തിന്റെ സവിശേഷത, മനുഷ്യബന്ധങ്ങളുടെ സാമൂഹികത, പ്രകൃതിയുമായുള്ള ഇഴചേരൽ, ജീവിതരീതിയുടെ ലാളിത്യം, വൈകാരികമായ സത്യസന്ധത, വിശ്വാസത്തിലെ ദാർഢ്യം,

---

1 Anne and Henry Paoulucci (ed) Hegel on Tragedy, Harper and Row Newyork, 1962, P 73.

ഐതീഹ്യങ്ങളുടെ സ്വാധീനം, ആഘോഷങ്ങളുടെ ജൈവബന്ധം തുടങ്ങിയവയൊക്കെ ഗ്രാമ്യതയുടെ സവിശേഷതകളാണ്. എന്നാൽ യൗവ്വനത്തോടെ നഗരത്തിന്റെ ഭാഗമായ കഥാകാരനെ നഗരസംസ്ക്കാരവും ഗണ്യമായി സ്വാധീനിച്ചു. ഇനിയുള്ള നോവലുകൾ നാഗരിക ജീവിത പരിതോവസ്ഥകളുടെ കാഴ്ചപ്പുറങ്ങളാണ്.

കടപ്പാട്

പത്മരാജൻ. പി, നക്ഷത്രങ്ങളേ കാവൽ, കറന്റ് ബുക്ക്സ്, തൃശ്ശൂർ, 1998

പത്മരാജൻ. പി, വാടകയ്ക്ക് ഒരു ഹൃദയം, കറന്റ് ബുക്ക്സ്, തൃശ്ശൂർ, 2005

പത്മരാജൻ. പി, ഇതാ ഇവിടെ വരെ, കറന്റ് ബുക്ക്സ്, തൃശ്ശൂർ, 2008

പത്മരാജൻ. പി, പെരുവഴിയമ്പലം, ഡി.സി. ബുക്ക്സ്, 2005

പത്മരാജൻ. പി, രതിനിർവ്വേദം, ഡി.സി.ബുക്ക്സ് 2005

പത്മരാജൻ. പി, കള്ളൻ പവിത്രൻ, ഡി.സി.ബുക്ക്സ്, 2004

പ്രക്ഷുബ്ധ ലോകത്തെ കപ്പൽച്ചേതങ്ങൾ

(നഗരപശ്ചാത്തലം)

ഉദകപ്പോള

ജലജ്വാല

നന്മകളുടെ സൂര്യൻ

ഋതുഭേദങ്ങളുടെ പാരിതോഷികം

മഞ്ഞുകാലം നോറ്റ കുതിര

പ്രക്ഷുബ്ധലോകത്തെ കപ്പൽച്ചേതങ്ങൾ

മനുഷ്യബന്ധങ്ങൾക്കും മൂല്യ സങ്കല്പങ്ങൾക്കും നഗരവത്ക്കരണത്തിൽ ഏല്ക്കുന്ന മുറിവുകൾ ആധുനികതയുടെ ഭാഗമാണ്. 'നഗരങ്ങളുടെ കലയാണ് ആധുനികത'[1] എന്ന വിലയിരുത്തൽ പോലുമുണ്ട്. നഗരത്തിന്റെ യാന്ത്രികതയും നിശ്ശബ്ദതയും മനുഷ്യാവസ്ഥയിൽ ചെലുത്തുന്ന അപഭ്രംശങ്ങൾ എഴുത്തുകാരനെ അലട്ടുന്നു. നാഗരികതയുടെ അധിനിവേശത്തിൽ മനുഷ്യബന്ധങ്ങൾക്ക് ഏല്ക്കുന്ന ശൈഥില്യം രചയിതാക്കളെ പ്രകോപിപ്പിക്കുന്നു. അതുകൊണ്ടുതന്നെ നഗര ജീവിതത്തിന്റെ മുഖാവരണങ്ങളെ ചീന്തിക്കാട്ടാനുള്ള ത്വര നഗരസംസ്കാര കഥനങ്ങളിൽ ദൃശ്യമാണ്.

ആധുനിക മനുഷ്യന്റെ പ്രലോഭനമാണ് നഗരം. എന്നാൽ അതിന്റെ ഭാഗമാകുന്നതോടെ വ്യക്തിയിൽ സംഭവിക്കുന്ന പരിവർത്തനങ്ങൾ വിസ്മയകരമാണ്. 'നഗരത്തിന്റെ സ്പർശമേൽക്കുന്ന ഒരാളുടെ ജീവിതം ഒരിക്കലും പഴയതുപോലെ ആയിരിക്കില്ല'. മാനുഷികമായ കൂട്ടായ്മയും അസ്തിത്വവും നഷ്ടപ്പെടുന്ന നാഗരികൻ അശാന്ത വൈകാരികതയിൽ ദിശ തേടുന്നവനാകും. അവരുടെ സംത്രാസം പല സാഹിത്യകൃതികളിലും അവതരിപ്പിച്ചിട്ടുണ്ട്. 'നഗരങ്ങളിൽ ജീവിക്കുകയും നഗരവാസികളുടെ അസ്തിത്വത്തെക്കുറിച്ച് വിവരിക്കുകയും ചെയ്യുന്ന എഴുത്തുകാരന്റെ രചനകൾ നഗരജീവിതത്തെ ഒരു സാമൂഹിക സത്യമെന്ന നിലയിൽ

---

1 Bradburg Malcoln; James Mc Farlane, Modernism, Pelican, London, 1976, P.63.

നമുക്ക് പരിചയപ്പെടുത്തുന്നു'.[2] യൗവനാരംഭത്തിൽ നഗര സംസ്കാരം അതിന്റെ ഭാഗമായ പത്മരാജനിലും സ്വാധീനം ചെലുത്തി. അന്യനും അരക്ഷിതനുമായ നഗര മനുഷ്യന്റെ പക(ർ)പ്പുകളെയാണ് പത്മരാജൻ തന്റെ നഗരപശ്ചാത്തല നോവലുകളിൽ വരച്ചിടുന്നത്.

2 Lewis Mumford. The Culture of Cities, Brace and harcour Company, New York, 1938, P.502.

ഉദകപ്പോള

വ്യത്യസ്ത ജീവിതാവസ്ഥകളിൽ അതിജീവനത്തിന് ശ്രമിക്കുന്ന മനുഷ്യരാണ് 'ഉദകപ്പോള'യിലെ കഥാപാത്രങ്ങൾ. നഗരത്തിന്റെ ഇരുൾ മൂടിയ വഴികളിൽ പ്രകാശിപ്പിക്കുന്ന രചനയുടെ ഞെക്കുവിളക്കിലൂടെ മലിനജീവിതങ്ങളും അവയുടെ വ്യഥകളും വിഹ്വലതകളും കഥാകാരൻ കാട്ടിത്തരുന്നു. 'ഞാൻ' എന്ന വക്താവിന്റെ വ്യത്യസ്ത ജീവിത പശ്ചാത്തലങ്ങളിലൂടെ 'ഉദകപ്പോള'യിൽ രണ്ട് ഇതിവൃത്തങ്ങളും അവയിലെ വ്യതിരിക്തരായ കഥാപാത്രങ്ങളും അവരുടെ ജീവിതങ്ങളും ഇഴപിരിയുന്നു. നഗരത്തിൽ നിന്ന് വേറിട്ട് നിൽക്കുന്ന പഴയ ബംഗ്ലാവും അധിപനായ കരുണാകരമേനോനും അനുബന്ധ കഥാപാത്രങ്ങളും ഒരു ജീവിതക്കാഴ്ചയിലെ കഥാ പാത്രങ്ങളാകുമ്പോൾ ക്ലാരയും ജയകൃഷ്ണനും തങ്ങളും ആന്റപ്പനുമൊക്കെ മറുപുറത്തിന്റെ പ്രാതിനിധ്യമാകുന്നു. യൗവനത്തിലെ ജോലിതേടിയുള്ള യാത്രയ്ക്കിടയിലാണ് 'ഞാൻ' ലൂഷിയെ കണ്ടുമുട്ടുന്നത്. കരുണാകരമേനോന്റെ ബംഗ്ലാവിൽവെച്ച്. ഞാനും ലൂഷിയും കൂടാതെ ശാരദ എന്ന പെണ്ണും അവിടെ ജോലിതേടിയെത്തി. എനിയ്ക്കും ശാരദയ്ക്കും നിയമനം കിട്ടി. ലൂഷിയുടെ പരിചയത്തിലൂടെ നഗരത്തിന്റെ ആഴങ്ങളിലേക്ക് യാത്ര ചെയ്തു. അവിടെ ലഹരിയുടെ വൈവിധ്യമറിഞ്ഞു. പെണ്ണിന്റെ ചൂരറിഞ്ഞു. മനുഷ്യബന്ധങ്ങളുടെ വ്യർത്ഥത കണ്ടു. വേദനിക്കുന്നവന്റെ ദൈന്യവും കപടലോകത്തിന്റെ അരാജക വഴികളും പങ്കിട്ടു.

ഞങ്ങൾക്കിടയിൽ 'തങ്ങളാ'യിരുന്നു വ്യത്യസ്തൻ. നഗരത്തിലെ കൂട്ടിക്കൊടുപ്പുകാരൻ. സ്വന്തം ജീവിതത്തോട് ഇഷ്ടം ഒട്ടുമില്ലാതിരുന്നവൻ. സ്വന്തം തൊഴിലിനെക്കുറിച്ച് അയാൾക്ക് അറപ്പും ഇളപ്പമായിരുന്നു. ഏറ്റവും മലിനമായ ജോലിചെയ്യുമ്പോഴും അലക്കിത്തേച്ച വസ്ത്രം ധരിക്കുന്ന തങ്ങൾ. 'ഞാനേ, ഒരു പൂത്ത അഴുക്ക് 'എന്ന് അയാൾ സ്വയം

സഹതപിച്ചു. പിമ്പിന്റെ ജീവിതം അയാൾ വെറുത്തു. പക്ഷേ അതിജീവനത്തിന് നിർബന്ധിക്കപ്പെടുന്നവന്റെ നിസ്സഹായതയാണ് 'തങ്ങൾ' ഏറ്റുവാങ്ങുന്നത്. അയാൾ സ്വയം വിങ്ങുന്നു, നീറുന്നു; ജന്മത്തെ പഴിക്കുന്നു. 'മാട്ടറവുകാരന് ഒരാശ്വാസമുണ്ട്. ഒരിക്കൽ വിറ്റത് പിന്നൊരിക്കൽ വില്ലുണ്ടല്ലോ!. ഇതതാണോ? പിന്നേം പിന്നേം ഛേ!' എന്ന പ്രതികരണത്തിൽത്തന്നെയുണ്ട് അയാളുടെ ആത്മനിന്ദ.

ഒരു പെൺരൂപത്തെ കണ്ടാൽ വിലയിടുന്ന മനോനില മാട്ടറവുകാരനേക്കാൾ ദയനീയമാണ്. പക്ഷേ, ജീവിക്കാൻവേണ്ടി അഴുക്കുചാലിൽ ഒഴുകാൻ വിധിക്കപ്പെടുകയാണ് തങ്ങൾ. 'ഛെ!' എന്ന പ്രയോഗത്തിലൂടെ അയാളുടെ മാനസികാവസ്ഥയുടെ മ്ലേച്ഛതപകരുന്ന കഥാകാരന്റെ വിരുത് തങ്ങളിന്റെ വ്യക്തിദുരന്തത്തെ സമ്പൂർണ്ണമാക്കുന്നു. അതേസമയം തങ്ങൾ സ്ത്രീകളുടെ അടുത്തു പോവുകയോ അവരുമായി അധികമങ്ങനെ സംസാരിക്കുകയോ ചെയ്തിരുന്നില്ല. ഒരുതരം മരവിച്ച സഹതാപമായിരുന്നു അയാൾക്ക് ഇരകളോട്. വ്യക്തി എന്ന നിലയിൽ തങ്ങളിന്റെ സ്വഭാവത്തെ ഇത് വ്യക്തമാക്കുന്നു. മനുഷ്യ ബന്ധങ്ങൾക്കും വൈകാരികഭാവങ്ങൾക്കും മൂല്യബോധങ്ങൾക്കും ഇടമില്ലാത്ത നഗരസംസ്കാരത്തിന്റെ നിർദ്ദയ നീതിയാണ് തങ്ങളിന്റെ പ്രവർത്തികളിൽ പ്രതിഫലിക്കുന്നത്. പെൺശരീരങ്ങൾ വെറും ഉപഭോഗവസ്തുവാകുന്ന സാമൂഹിക ദുരന്താവസ്ഥ. തങ്ങളിന്റെ മുറിയിലാണ് 'ഞാനും' ഋഷിയും ജയകൃഷ്ണനും സംഗമിക്കുന്നത്. നഗരത്തിന്റെ എല്ലാ ലഹരികളിലും മുങ്ങിപ്പൊങ്ങുന്ന യുവത്വത്തെ ഇവർ പ്രതിനിധീകരിക്കുന്നു. അരക്ഷിതമായ യൗവ്വനം സാമൂഹികാവസ്ഥയുടെ തകർച്ചയെ പ്രതിഫലിപ്പിക്കുന്നു. തങ്ങളിന്റെ മുറിയ്ക്കരികിൽ സിദ്ധാർത്ഥന്റെ ഗർഭഛിദ്രകേന്ദ്രമായിരുന്നു എന്ന കാഴ്ചയിൽ ഈ തകർച്ച സമ്പൂർണ്ണവുമാണ്. ക്ലാര എന്ന നാട്ടുമ്പുറത്തുകാരിപ്പെണ്ണിന്റെ നഗരത്തിലേക്കുള്ള വരവും തുടർ സംഭവങ്ങളും നാഗരികതയുടെ നിർദ്ദയത്വവും കാപട്യവും ചിത്രീകരിക്കുന്നു.

ശരീരം ആയുധമാക്കിയവൾ

ഒരു യാത്രയ്ക്കിടയിലാണ്, ക്ലാര എന്ന കൗമാരക്കാരിയെ 'തങ്ങൾ' കണ്ടുമുട്ടുന്നത്. ആദ്യ കാഴ്ചയിൽത്തന്നെ ഇരുവരും സ്വത്വം തിരിച്ചറിയുന്നു. പ്രായോഗികമതിയായ അവൾ ബാല്യവും കൗമാരവും നൽകിയ പീഡനങ്ങളെ അതിജീവിക്കാൻ ശരീരം ആയുധമാക്കുകയാണ്. 'കർത്താവിന്റെ മണവാട്ടി ആകാൻ വിളിയുണ്ടായി' എന്ന് നാട്ടുകാരെ പറഞ്ഞു കബളിപ്പിച്ച് ക്ലാര 'തങ്ങൾ' എന്ന പിമ്പിനെ തേടിയെത്തുന്നു. എല്ലാ ദാരിദ്ര്യങ്ങളിൽ നിന്നുമുള്ള മോചനങ്ങൾക്കായി അവൾ നഗരത്തെ

അഭയമാക്കുന്നു. അവളുടെ മനസ്സറിയാൻ നിയോഗമുണ്ടായത് 'ഞാൻ' എന്ന വക്താവിനാണ്. ഒരു തടിക്കോൺട്രാക്ടറുടെ മുഖംമൂടിയണിഞ്ഞ് ക്ലാരയോടൊപ്പം അഞ്ചു ദിവസം കഴിഞ്ഞെങ്കിലും അവളുടെ ഉള്ളു കാണാനോ നേരറിയാനോ കഴിയാത്ത പരാജയമാണ് 'എനിക്ക്' നേരിട്ടത്. സങ്കീർണ്ണ മാനസിക ഭാവങ്ങളുള്ള പ്രായോഗികമതിയായ ക്ലാര. അവൾ തങ്ങളിന്റെ പിടിയിൽ നിന്ന് രക്ഷപെട്ട് മാംസവില്പനയുടെ വിശാലലോകങ്ങളിലേക്ക് സഞ്ചരിക്കുന്നു. മണ്ണാറത്തൊടി ജയകൃഷ്ണനൊപ്പമാണ് ആദ്യയാത്രയ്ക്ക് അവൾ കുന്നൂരിലേക്ക് പോവുന്നത്. അതിന് അവളെ സഹായിക്കുന്നത് തങ്ങളുടെ ശിഷ്യനും മറ്റൊരു പിമ്പുമായ ആന്റപ്പൻ. അപ്പോഴും ഗ്രാമീണത പൂർണ്ണമായും കൈമോശം വരാത്ത ക്ലാരയിൽ ഒരു ദൗർബല്യം അവശേഷിച്ചു. 'ആദ്യ ഇടപാടുകാരൻ' എന്ന നിലയിൽ ആത്മാർത്ഥ സ്നേഹവും വാത്സല്യവും സ്വാതന്ത്ര്യവും ക്ലാര 'എനിക്കു' നല്കി.

ക്ലാര അവളുടെ മാംസത്തിന്റെ കരുത്തിൽ വിശാലമായ ലോകങ്ങളിലേക്ക് വളരുകയാണ്. മദ്യത്തിനും ലഹരികൾക്കും അവൾ തടവുകാരിയാവുന്നു. ബലാത്സംഗം ഇഷ്ടപ്പെടുന്ന തരത്തിൽ ലൈംഗിക അരാജകത്വത്തിലേക്ക് കൂപ്പുകുത്തുന്നു. എന്നോടുള്ള പ്രത്യേകസ്നേഹം അപ്പോഴും അവൾ നിലനിർത്തുന്നു. ഓരോ വരവിലും എനിക്കൊപ്പം കുറച്ചുസമയമോ ദിവസമോ അവൾ മാറ്റിവെയ്ക്കുന്നു. ഓരോ ധനികരോടും ഒപ്പം കഴിഞ്ഞ കഥകൾ പറഞ്ഞ് പൊട്ടിച്ചിരിക്കുന്നു. യാതൊരു വ്യഥയും അലട്ടാതെ! ദീർഘനാളത്തെ ഇടവേളയ്ക്കുശേഷം കണ്ടുമുട്ടുമ്പോൾ ജീവിതത്തിന്റെ അർത്ഥമില്ലായ്മയെ ഉൾക്കൊണ്ട മനോനിലയിലായിരുന്നു ക്ലാര. യാത്രകളുടെ അന്ത്യത്തിൽ സ്വയം വേദനകളെ സ്നേഹിക്കുന്നവൾ. എല്ലാവരാലും ഉപേക്ഷിക്കപ്പെട്ട്, ശരീരവും മനസ്സും തകർന്ന്, ദാരിദ്ര്യവും രോഗവും ബാധിച്ച് അനാഥയാകാനാണ് അവൾ മോഹിക്കുന്നത്. കടത്തിണ്ണകൾ അഭയകേന്ദ്രങ്ങളാകുന്ന അരാജകമായ യാത്രയ്ക്ക്. അവിടെ മോഹമില്ല, മോഹഭംഗങ്ങളില്ല. സ്വപ്നങ്ങളോ പ്രതീക്ഷയോ ഇല്ല. ജീവൻ നിലനിർത്തുക എന്ന ഒരേ ഒരു ആഗ്രഹം മാത്രം. സ്വയം വേദനിപ്പിച്ച് ആത്മസുഖം നേടുന്ന മസോക്കിസമാണ് ക്ലാരയെ കീഴടക്കുന്നത്.

സുരക്ഷിതമല്ലാത്ത സാമൂഹികാവസ്ഥയാണ് ക്ലാരയെ ദുരന്തത്തിലേക്ക് തള്ളി വിട്ടത്. ബാല്യത്തിൽത്തന്നെ അമ്മയുടെ മരണം, മുഴക്കുടിയനായ അച്ഛൻ, രണ്ടാനമ്മയുടെ ദ്രോഹം, സാമൂഹികവും വർഗ്ഗപരവുമായ വഷളൻ സമ്മർദ്ദങ്ങൾ. മുന്നോട്ടു ജീവിക്കാൻ പ്രത്യാശയുടെ വഴിയടഞ്ഞതോടെയാണ് ശരീരം വില്ക്കാനുള്ള മനോഭാവത്തിലേക്ക് അവൾ സ്വയം

വളരുന്നത്. സാമൂഹികവും ഗാർഹികവുമായ പീഡാവസ്ഥകളാണ് വർഗ്ഗ പരമായ തകർച്ചയ്ക്ക് അവളിൽ ഹേതുവാകുന്നത്. ആദ്യയാത്രയ്ക്കുശേഷം മടങ്ങിയെത്തിയ ക്ലാര, യാത്രാനുഭവങ്ങൾ വർണ്ണിച്ച് മടങ്ങുമ്പോൾ 'കഴുകന്മാരുടെ കുറുകുന്ന മുരളലും പഴകിയ പച്ചയിറച്ചിയുടെ മണവും' കഥാകാരൻ അനുഭവപ്പെടുത്തുന്നുണ്ട്. പ്രതീകാത്മകമാണ് പ്രയോഗം. ക്ലാരയെ കാത്തിരിക്കുന്ന കഴുകന്മാരും സ്വയം പച്ചയിറച്ചിയായ ക്ലാരയും. പിന്നീടുള്ള യാത്രകളിൽ അവൾ മുറികളെ വെറുക്കുന്നു. 'ഓടുന്ന മുറിയിൽ നിന്ന് ഓടാത്ത മുറിയിലേക്ക് ' എന്ന അവളുടെ ദു:ഖാവസ്ഥ യിൽ മാംസവില്പനക്കാരിയുടെ ദൈന്യമുണ്ട്. എപ്പോഴും അവളെ അതിന് പ്രേരിപ്പിക്കുന്ന സമൂഹത്തിന്റെ കപടസദാചാര മുഖംമൂടിയുണ്ട്.

തങ്ങളിന്റെ ക്ഷണത്തിൽ ഇറങ്ങിവന്ന ക്ലാരയ്ക്ക് അന്ന് ഒപ്പം വരാൻ രണ്ടാനമ്മ ബിയാട്രീസ് ഉണ്ടായിരുന്നു. പിന്നീടവൾ സ്വന്തം കുടുംബത്തെ കണ്ടിട്ടില്ല. പഴയ ക്ലാര ഇല്ലാതായ ശൂന്യത, ഭൂതകാല ങ്ങൾ നഷ്ടമായ വ്യർത്ഥത, ബന്ധങ്ങളും ബന്ധുക്കളുമില്ലാത്ത ദൈന്യത. ഒടുവിൽ ക്ലാരയെ കാണുമ്പോൾ അവൾ വൈകൃതങ്ങളിലേക്ക് ഒലിച്ചു പോകുന്നത് 'ഞാൻ' അറിയുന്നു. ക്ലാര എനിക്ക് വേശ്യയല്ല, അതിനും അപ്പുറത്തെ ഗാഢബന്ധം. ആദ്യാനുഭവത്തിന്റെ ആത്മബന്ധം. അവൾ തകരുന്നു; വികൃതമായി, ദയനീയമായി എന്ന അറിവ് എനിക്കും തീവ്ര ദു:ഖാവസ്ഥയാണ്. ക്ലാര നഷ്ടമായെങ്കിലും തങ്ങളിന്റെ മലിനവൃന്ദവും ആന്റപ്പന്റെ നഗരവേശ്യകളടങ്ങിയ മാംസകേന്ദ്രവും സമാന്തരമായിത്ത ന്നെ പ്രവർത്തിച്ചു. ഇവിടെ നിന്നാണ് നഗരപ്രാന്തത്തിലെ കരുണാക രമേനോന്റെ ബംഗ്ലാവിലേക്ക് കാഴ്ച തിരിയുന്നത്. റിട്ട. ഐ.സി.എസ് ഉദ്യോഗസ്ഥനാണ് മേനോൻ. പതിറ്റാണ്ടുകൾക്കുമുൻപ് നാടിനെ ഉപേക്ഷിച്ച മേനോൻ മടങ്ങിയെത്തിയിട്ട് അധികനാളായില്ല.

കഴുകന്റെ ചിറകടികൾ

നഗരം വിട്ട് കടൽ കടന്നുപോയ മേനോന് മാല എന്ന പഞ്ചാബി പെൺകുട്ടിയാണ് ഭാര്യ ആയത്. വിവാഹം കഴിഞ്ഞ് വൈകാതെ മാലയിൽ ഭ്രാന്തിന്റെ വേരുകൾ മേനോൻ തിരിച്ചറിയുന്നു. മനസ്സിന്റെ സമനില തെറ്റിയ ഒരു ദിവസം, താമസിച്ചിരുന്ന ആറുനില കെട്ടിട ത്തിന്റെ ജനാലയിലൂടെ സ്വന്തം കുട്ടിയെ വലിച്ചെറിഞ്ഞ് മാല താഴേ ക്കുചാടി മരണവിഭ്രാന്തി പൂർണ്ണമാക്കി. മേനോൻ നാടുവിട്ടതോടെ നഗരത്തിലെ ബംഗ്ലാവിൽ അമ്മയും സഹോദരി ദേവിയും മാത്രമായി. പുറം ലോകവുമായി അവർക്കു ബന്ധം നഷ്ടപ്പെട്ടു. ഇതോടെ സമീപമുള്ള മൈതാനം ഇറച്ചി അവശിഷ്ടങ്ങളുടെ തള്ളൽ കേന്ദ്രമായി. കഴുകന്മാർ

അവിടെ ചിറകടിച്ചെത്തി. അവയുടെ ചിറകടി ശബ്ദം ദേവിയെ ഭയപ്പെടുത്തി. അമ്മയുടെ മരണത്തോടെ ഏകയായ ദേവി, വർഷം കഴിയുന്തോറും കൂടുതൽ മ്ലാനയായി, ദുഃഖിതയായി. ഇതോടെ നാട്ടിലെത്തിയ മേനോൻ സഹോദരിയെ വിവാഹം കഴിച്ച് ഒപ്പം കൂട്ടി മടങ്ങുന്നു. സമൂഹം ഇതുകണ്ട് ഞെട്ടിത്തരിക്കുന്നു.

വാർദ്ധക്യമായതോടെ ഇപ്പോൾ നാട്ടിൽ മടങ്ങിയെത്തിയ മേനോന്റെ സെക്രട്ടറിയായി ഞാനും തളർന്നു കിടപ്പിലായ ദേവിയുടെ ശുശ്രൂഷാജോലിക്ക് ശാരദയും നിയമിക്കപ്പെടുന്നു. തുടക്കത്തിൽ മേനോന്റെ വാക്കുകൾ കത്തുകളാക്കി ടൈപ്പ് ചെയ്ത് അയയ്ക്കുന്ന ജോലിയായിരുന്നെങ്കിലും പിന്നീട് കൂടുതൽ അടുപ്പമായി. പന്ത്രണ്ട് വർഷമായി പതിവുകാരനായിരുന്ന ബാർബർ മരിച്ചപ്പോൾ ഷേവിംഗ് ജോലിയും എനിക്കായി. അങ്ങിനെ ആരും വരാത്ത ബംഗ്ലാവിൽ മേനോന് കൂട്ടായി ഞാൻ മാറി. മൈതാനത്ത് കഴുകന്മാർ കൂടി വന്നു. ബംഗ്ലാവിൽനിന്ന് പിടിക്കുന്ന എലികളെ മൈതാനത്തേയ്ക്ക് വലിച്ചെറിയുകയും അവയെ കഴുകന്മാർ വലിച്ചു കീറുകയും ചെയ്തു. ദേവി മരിച്ചതോടെ പാവം ശാരദയുടെ ജോലി നഷ്ടമായി. മേനോൻ കത്തയയ്ക്കുന്നവരുടെ എണ്ണവും കുറഞ്ഞുകുറഞ്ഞുവന്നു. ഓരോരുത്തരുടെയും ചരമക്കാർഡുവരുന്തോറും വിലാസബുക്കിൽ നിന്ന് അവരുടെ പേരുകൾ ചുവന്ന മഷിയിൽ വെട്ടിമാറ്റി. നഗരത്തെ തകർത്ത കൊടുങ്കാറ്റും അവസാനത്തെ സുഹൃത്തിന്റെ ചരമക്കാർഡും ഒരേ ദിവസമാണ് എത്തുന്നത്. കത്തയയ്ക്കാൻ ആരുമില്ലാതായ മേനോനും ഇതോടെ ഒറ്റപ്പെടുന്നു. ഞാൻ തൊഴിൽരഹിതനാകുന്നു. മേനോനെ മൃത്യുഭീതി കീഴടക്കുന്നു.

ദുരന്തവും മരണസംത്രാസങ്ങളും മാനസിക വിഹ്വലതകളും അലട്ടുന്ന പ്രധാന കഥാപാത്രമാണ് കരുണാകരമേനോൻ. അയാളുടെ കത്തെഴുത്തുകാരനായതോടെ മേനോന്റെ സങ്കീർണ്ണ മനോഭാവങ്ങളും തകർച്ചയും എനിക്ക് തിരിച്ചറിയാൻ കഴിയുന്നു. 'കത്തുകളിൽ വാർന്നുവീഴുന്നത് ഒരു ഹൃദയത്തിന്റെ ഭാഷയാണ്. ഭൂതകാലത്തിന്റെ വൈവിധ്യമാർന്ന ചിത്രങ്ങളെ വാക്കുകളിലൂടെ പുനഃസൃഷ്ടിക്കാൻ വെമ്പുന്ന ഒരു പഴയ മനസ്സ്. അതിലെ മൂടാപ്പ് കാലത്തിന്റേതാണെന്ന് അറിഞ്ഞപ്പോൾ എനിക്ക് ആ മനുഷ്യനോട് ആദരവുണ്ടായി'. കഴുകന്മാർക്കുനടുവിലെ ജീവിതത്തിൽ ഭയപ്പെടുന്ന മേനോന് ഭൂതകാലമാണ് സാന്ത്വനമാകുന്നത്. മറ്റു കാലങ്ങളെ അയാൾ ഭയപ്പെടുന്നു. വർത്തമാനമോ ഭാവിയോ ഓർക്കാൻപോലും മേനോൻ ഇഷ്ടപ്പെടുന്നില്ല. ഭൂതകാലത്തിന്റെ ഓർമ്മയിലൂടെ, ഭീതിക്കു മുകളിൽ അതിജീവനത്തിന്റെ സേതു നിർമ്മിക്കുകയാണ് വൃദ്ധൻ. പക്ഷേ നഷ്ടബോധങ്ങൾ മേനോനെ തീവ്രമായി

അലട്ടുന്നു.

ദേവിയുടെ മരണത്തോടെയാണ് മേനോനിൽ മൃത്യുഭീതി കൂടുതൽ തീവ്രമാകുന്നത്. 'ഇഷ്ടവ്യക്തികളുടെ വിയോഗം മരണഭീതി വളർത്തുന്നു' [1]എന്ന സത്യം മേനോന്റെ വിഹ്വലതയിലൂടെ പ്രതിഫലിക്കുന്നു. നോവലിൽ ആദ്യന്ത്യം നിറഞ്ഞു നിൽക്കുന്ന കഴുകന്മാർ മൃതിയുടെ ദൂതന്മാരാണ്. കെണിയിൽ വീഴുന്ന എലികൾ മനുഷ്യജന്മങ്ങളുടേയും. 'ഉറങ്ങുന്ന കഴുകന്മാരെ സ്വപ്നം കാണുന്ന' മേനോനിൽ മരണത്തെ അതിജീവിക്കാനുള്ള വിഫലശ്രമമുണ്ട്. പക്ഷേ 'ഒരുപാടു കഴുകന്മാർ മുരളുന്നുണ്ടെന്ന് മനസ്സിലായി. അവയെല്ലാം ഉണർന്നു കഴിഞ്ഞിരിക്കുന്നു. ഇരുട്ടിൽ അടുത്തെത്തിയ ഇരയെക്കുറിച്ച് അവർ പരസ്പരം തിരക്കുകയാണെന്നും ഏതു നിമിഷത്തിലും പറന്നു പൊതിയുമെന്നും മേനോൻ ഭയപ്പെട്ടു'. അവിടെകേട്ട ഒരുപാടു ശബ്ദങ്ങളിൽനിന്ന് മേനോൻ, മകന്റെ പൊട്ടിച്ചിരിയും മാലയുടെ മുരളലും തിരിച്ചറിയുന്നു. അബോധമായ മൃത്യുവിഭ്രാന്തിയാണിവിടെ. 'മരണഭയം മരണകാരണമാകുന്നില്ല. എന്നാൽ ജീവിതം മരണോന്മുഖമാണെന്നു വരുന്നതോടെ മരണസംഭ്രമം പിടികൂടും. ഇത് മരണത്തിലേയ്ക്ക് വളർത്തും'[2] എന്നത് വ്യക്തം. കഥാകാരന്റെ വിവരണരതിയും ഇതിന് പൂരകമാണ്.

'അവസാന വിലാസക്കാരനും മരിച്ചു. അവശേഷിച്ച ശമ്പളവും ഉപയോഗിച്ച സൈക്കിളും മേനോൻ എനിക്ക് തന്നു. 'അത്യാവശ്യത്തിന് ഫോൺ വിളിക്കാം' എന്ന് അനുവദിച്ചു. പക്ഷേ, 'എനിക്ക് നമ്പരില്ല' ഞാൻ പ്രതിവചിച്ചു. 'ഞാൻ' ഇനി നഗരത്തിലെ ആൾക്കൂട്ടത്തിന്റെ ഭാഗമാവുകയാണ്. നഗരത്തിൽ സർവ്വനാശം വിതച്ച കൊടുങ്കാറ്റിനുശേഷം, വരില്ലെന്ന് കരുതിയ കഴുകന്മാരും മൈതാനത്ത് മടങ്ങിയെത്തിയിരിക്കുന്നു. മരണം അടുത്തുതന്നെ. മേനോന്റെ ജീവിതത്തിൽ ഇനി കൂട്ടില്ല, അർത്ഥമില്ല. ഞാനും മടങ്ങുകയാണ്. ഇനി എനിക്കും അസ്തിത്വമില്ല.

അരക്ഷിത നഗരം

ഗ്രാമനന്മയ്ക്കുമേലുണ്ടായ നഗരവല്ക്കരണമായിരുന്നു ജയകൃഷ്ണനെ തകർത്തത്. ചിട്ടയില്ലാത്ത, ആസൂത്രണങ്ങളില്ലാത്ത ജീവിതം. സമ്പന്ന കുടുംബമായ മണ്ണാറത്തൊടിയിൽ റിട്ട. ജസ്റ്റിസ് തമ്പുരാന്റെ മകനായി ജനനം. പക്ഷെ, ജസ്റ്റീസിനെ അർബുദം വിഴുങ്ങുന്നതോടെ കുടുംബത്തെ

---

1 Martin. J. Lonergan, Gabriel Marcel's Philosaphy of Death by Philosaphy Today Vol XIX, No. 1/4, spring 1975, P22

2 Ignace Lepp, 'Death and Its Mysteries' 1969. P. 32 Burns and oates Ltd., London

ദുരന്തങ്ങൾ ഗ്രസിച്ചു. അച്ഛൻ മയങ്ങിക്കിടക്കുമ്പോൾ തലയണയ്ക്കടിയിൽ നിന്ന് അലമാരയുടെ താക്കോലെടുത്ത് ജയകൃഷ്ണൻ സമ്പന്നനായി. നഗരത്തിൽ സ്വന്തമായൊരു നഗരം തീർത്തു. ജീവിതം ലഹരിയിൽമുക്കി ആഘോഷിച്ചു. അയാളുടെ ഭാര്യ രാധ എല്ലാ വേദനയും സഹിച്ചു. കുത്തഴിഞ്ഞ ജീവിതത്തിനൊടുവിൽ സാമ്പത്തികമായി തകർന്നു. വീട് നിസ്സാര വിലയ്ക്കു വിറ്റുപോയി. മദ്യം വിഴുങ്ങിയ ജയകൃഷ്ണൻ പൂർണ്ണ തകർച്ച ഏറ്റുവാങ്ങുകയാണ്; സമ്പത്തുകാലത്ത് ഒപ്പംകൂടിയവർ ആരും സഹായിക്കാനില്ലാതെ. നഗരത്തിന്റെ പൊയ്മുഖ സംസ്കാരം ജയകൃഷ്ണന്റെ അനുഭവങ്ങളിൽ പ്രതിഫലിക്കുന്നു. ഗൃഹാതുരത്വമിയന്ന നഗരം നന്മയുടെ കണികപോലും വറ്റിയ നിലയിൽ കൈമോശം വരുന്നത് ഞങ്ങൾ തിരിച്ചറിയുന്നു. കാബറേ നൃത്തവും ലൈംഗിക വൈകൃതങ്ങളും മയക്കുമരുന്നുകളുടെ അധിനിവേശവുമൊക്കെ നഗരത്തെ തകർക്കുകയാണ്. നാൾതോറും തകരുന്ന മൂല്യങ്ങൾ, അരാജകമാവുന്ന സംസ്കാരങ്ങൾ, അരക്ഷിതമാകുന്ന ജീവിതങ്ങൾ ഇവയൊക്കെ നാടിന്റെ ദുരന്തമാണ്. അവയെല്ലാം പെരുകുകയാണ്. നഗരം വെറും നഗരമാകുന്ന കാഴ്ച.

ലഹരിയും വ്യഭിചാരവും കൊലപാതകവും വൈകൃതങ്ങളും നഗരസംസ്കാരത്തിന്റെ ഭാഗമായി പത്മരാജൻ വരച്ചിട്ടുന്നുണ്ട്. അതിന്റെ ഭാഗമാണ് ആന്റപ്പൻ. 'തങ്ങളി'നോട് മത്സരിച്ചാണ് ആന്റപ്പൻ നഗരത്തിനു സമീപം വേശ്യാലയം തുടങ്ങുന്നത്. അരാജകമായ ലൈംഗികതയും അക്രമങ്ങളും അയാൾ ജീവിതത്തിന്റെ ഭാഗമാക്കുന്നു. കൊലപാതകങ്ങൾ നടത്തുന്നു. ഒടുവിൽ നിയമത്തിന്റെ പിടിയിലാകുന്നു. വധശിക്ഷ ഏറ്റുവാങ്ങുന്നു. ഋഷി ലൈംഗിക വൈകൃതങ്ങളിലേക്ക് നിലതെറ്റി വീഴുന്നു. 'തങ്ങളാ'കട്ടെ തന്റെ വ്യാപാരം തകർന്ന് നിരാശനായി ഉൾവലിയുന്നു. നഗരപ്രാന്തത്തിലെ ആന്റപ്പന്റെ വേശ്യാലയത്തിലെ ഒറ്റമുലച്ചി അമ്മിണിയും ശ്രദ്ധിക്കപ്പെടുന്ന കഥാപാത്രമാണ്. രതിവൈകൃതത്തിന്റെ പ്രതിനിധിയായി വർണ്ണിക്കപ്പെടുന്നവൾ. ആന്റപ്പൻ കൊല്ലുന്നവരുടെ ശവങ്ങൾ റെയിൽവേ പാളങ്ങളിൽ വിതറാൻ കൊത്തിയരിയുന്നതും അവൾതന്നെ. 'നഗരത്തിൽ വളരെപ്പെട്ടെന്ന് ഒറ്റമുലച്ചി ഒരു ഹരമായി മാറി. മറ്റു പെണ്ണുങ്ങളിൽനിന്നു കിട്ടുന്നതിനു സമാനമായ വരുമാനം അവളിൽ നിന്ന് ആന്റപ്പൻ നേടി. ഒരുപക്ഷേ ഒരല്പം കൂടുതലും'. എന്ന കാഴ്ചയിൽ നഗരത്തിന്റെ വൈകൃത മനസ്സുമാത്രമല്ല, ദല്ലാളിന്റെ കച്ചവടമനസ്സും, ഇടപാടുകാരുടെ വികല രതിയും, സ്ത്രീയുടെ ദൈന്യവും വ്യക്തമാണ്. ആന്റപ്പന്റെയും അമ്മിണിയുടെയും പ്രവർത്തികളിലെ അതിവർണ്ണനയിലൂടെ രചയിതാവിന്റെ അരാജക മനസ്സും പ്രതിഫലിക്കുന്നു.

നഗരത്തിന്റെ സമസ്ത നിഗൂഢതയും 'ഉദകപ്പോള'യിൽ ദൃശ്യമാണ്. നഗര ജീർണ്ണത പോലെ കെട്ടുറപ്പില്ലാത്ത മനുഷ്യ ജീവിതമാണ് ഇതിൽ പറയുന്നതും. എല്ലാ കഥാപാത്രങ്ങളും ഏറ്റുവാങ്ങുന്ന ദുരന്തങ്ങളാകട്ടെ തീവ്രവും. നോവൽ തുടങ്ങുമ്പോൾ കണ്ടുമുട്ടുന്നവർ സ്വന്തമായി വ്യക്തിത്വം പോലും ഇല്ലാത്ത തരത്തിൽ തകർന്നവരാണ്. 'ആരോ ഒരാൾ അത് ഞങ്ങളിലാരുമാകാം' എന്ന മാനസിക നിലയിൽ ലഹരിയുടെ ചിറകിലാണ് സഞ്ചാരം. തകരുന്ന യൗവ്വനമാണ് ദൃശ്യങ്ങളിൽ. ഭ്രാന്തന്റെ വ്രണങ്ങളിലേക്ക് സഞ്ചരിക്കാൻ ആഗ്രഹിക്കുന്നവർ. ഭ്രാന്ത് എന്നതുതന്നെ കടുത്ത ദൈന്യാവസ്ഥ യാണ്. ഒപ്പം വ്രണം ബാധിച്ച് ദുരിതവും ഒറ്റപ്പെടലും പേറുന്ന ഭ്രാന്തനെയാണ് അവർ സ്വപ്നം കാണുന്നത്. 'ചാരവർണ്ണക്കിളിയായ പറന്നുവരുന്ന കഴുകൻ' എന്ന മൃത്യുവിനെ ആരാധിക്കുന്ന യൗവ്വനങ്ങൾ. മരണം അവർക്ക് ലഹരിയാകുന്നു. ജീവനെ റാഞ്ചുന്ന കഴുകന്റെ വിശന്നു ചുവന്ന നഖങ്ങൾ അവർക്ക് ആവേശമാകുന്നു. അരക്ഷിതവും അരാജകവുമാണ് നഗരയുവത്വം. 'ജീവിതത്തിൽ നിന്നുള്ള യാത്ര മരണത്തിൽ എത്തുന്നു. ജീവിതത്തിന്റെ പൊരുൾ ശൂന്യതയാണ്. സത്തില; സർവ്വവും അസത്താണ്. വെളിച്ചമില്ല; ഇരുട്ടാണെല്ലാം. ജയിക്കുന്നത് ജീവിതമല്ല; മരണമാണ്. മനുഷ്യാവസ്ഥ നിരർത്ഥകമായ ഉന്മത്ത പരിഭ്രമണം മാത്രം',[3] എന്ന കാഴ്ചപ്പാടിനോടാണ് ഇവർ താദാത്മ്യം പ്രാപിക്കുന്നത്.

നഗരസംസ്കാരത്തിന്റെ ഭാഗമാണ് ഒറ്റപ്പെടൽ. ഓരോ വ്യക്തിയും പരസ്പരം ചേരാത്ത, അറിയാത്ത സമൂഹമാണ്. അവിടെ ബന്ധങ്ങളോ പരിചയങ്ങളോ സഹതാപങ്ങളോ സഹാനുഭൂതികളോ ഇല്ല. ജനബഹുലതയിൽ വ്യക്തിക്ക് സ്യൂനവല്ക്കരണവും അന്യതാബോധവും സംഭവിക്കുന്നു. ഇതോടെ അന്യവല്ക്കരണവും അപമാനവീകരണവുമാണ് സൃഷ്ടിക്കപ്പെടുന്നത്. അച്ഛനമ്മമാർ മരിച്ച ദേവിയുടെ അവസ്ഥയും അങ്ങിനെതന്നെ ആയിരുന്നു. തനിച്ചുതാമസിച്ച നാളുകളിൽ ഒറ്റപ്പെട്ട ബംഗ്ലാവിലെ ശബ്ദങ്ങൾ അവളെ ഭ്രാന്തുപിടിപ്പിച്ചിരുന്നു. വർഷങ്ങൾക്കശേഷം മടങ്ങിയെത്തിയപ്പോഴും ഈ അവസ്ഥയിൽ മാറ്റമുണ്ടായില്ല. അതിൽ നിന്നുള്ള രക്ഷതേടിയാണ് എലികളെ കെണിയിൽപ്പെടുത്തുന്നതും കഴുകന്മാർക്ക് എറിഞ്ഞുകൊടുക്കുന്നതും. മരണഭീതിയെ അതിജീവിക്കാനുള്ള കേവലശ്രമം മാത്രമാണത്. 'മൃത്യുഭയം മൃത്യുവിനെ എതിരിട്ടേ അകറ്റാനാവൂ' എന്ന ദാർശനികത.

തിന്മകളിലൂടെ പാർശ്വവല്ക്കരിക്കപ്പെട്ട കഥകളും കഥാപാത്രങ്ങളുമാണ്

---

3 തരകൻ.കെ. എം. (പ്രൊഫ:), മലയാളനോവൽ സാഹിത്യ ചരിത്രം, കേരള സാഹിത്യ അക്കാദമി, 1978, പേജ് 239.

'ഉദകപ്പോള'യിൽ കണ്ടുമുട്ടുന്നത്. ധാർമ്മിക സമൂഹം അംഗീകരിക്കാത്ത പാത്രങ്ങളും പ്രവർത്തികളും. അവയിലെ മനുഷ്യാവസ്ഥയുടെ ദയനീയതയാണ് പരിചയപ്പെടുത്തുന്നത്. നഗരത്തിലെ വെളിച്ചംവീണ വഴികളേക്കാൾ ഇരുൾ മൂടിയ അധോലോകങ്ങളാണ് നോവലിൽ അനാവരണം ചെയ്യുന്നത്. പരിഷ്കൃതം എന്ന വിശേഷിപ്പിക്കപ്പെടുന്ന ലോകത്തെയാണ് പരിചയപ്പെടുത്തുന്നത്. കാലത്തിന്റെ അതീത ശക്തിയെക്കുറിച്ച് കഥാകാരൻ വാചാലനാകുന്നു. 'കുറെ കൊല്ലങ്ങളുടെ ചോര നിങ്ങളിൽ എല്ലാവരിലും വീഴ്ത്താൻ ആ കാലത്തിനു കഴിഞ്ഞു'. എന്നു തുടങ്ങുന്ന വർണ്ണനയിൽ ഭൂതകാലം പ്രതിഫലിക്കുന്നു. 'കാലാഹിന പരിഗ്രസ്തമായ' ലോകം. കാലം തളർത്തിയ ജീവിതങ്ങളുടെ നിരർത്ഥകത. അവിടെ അത്യുത്സാഹി ശാപമേറ്റ് ഇല്ലാതായി. നീതി പറഞ്ഞവർ കാഴ്ചയില്ലാത്തവരായി. പ്രായോഗിക തന്ത്രങ്ങളിൽ അഭിരമിച്ചവർ ജീവിതവിജയം നേടി. നീതി, ആദർശം, ധാർമ്മികത ഇവയുടെ വ്യർത്ഥതയും നാഗരിക നീതിസാരവും കഥാകാരൻ വിശദമാക്കുന്നു. ഇവിടെ രചയിതാവിന്റെ ദാർശനികതയും പ്രതിഫലിക്കുന്നു.

ജലജ്വാല

'ഒന്ന്-രണ്ട്-മൂന്ന്' എന്ന പേരിൽ 1969-ൽ പ്രസിദ്ധികരിച്ച മൂന്ന് ചെറുനോവലുകളിൽ ഉൾപ്പെട്ടതാണ് 'ജലജ്വാല'. 'രതിനിർവ്വേദ'വും 'നന്മകളുടെ സൂര്യൻ'മായിരുന്നു മറ്റു രണ്ടെണ്ണം. നോവലിന്റെ പരപ്പില്ലാത്തതിനാൽ ഒരു നീണ്ടകഥയുടെ പട്ടികയിലും ജലജ്വാലയെ ഉൾപ്പെടുത്താം. നഗരത്തിന്റെ പരിച്ഛേദമല്ല, നാഗരികതയുടെ സംസ്കാരമാണ് നോവലിൽ അവതരിപ്പിക്കുന്നത്.

ഭൂതകാലത്തെ മഴക്കാലദിനങ്ങളുടെ ഒരു ഒഴിവുകാലം ഓർമ്മപ്പെടുത്തുന്നതാണ് കഥ. അവ സൃഷ്ടിക്കുന്ന വ്യഥകൾ, സ്വപ്നങ്ങൾ, ദുരന്തം, വിരഹം തുടങ്ങിയവ. അകാലത്തിൽ വിധവയായ നിർമ്മലയുടെ, പുഴയോരത്തെ ബംഗ്ലാവിൽ താമസത്തിന് എത്തുന്ന 'ഞാൻ' ആണ് വ്യഥയുടെ കഥാകാരൻ. 'ഞാൻ' സിനിമാ സംവിധായകനാണ്. എന്നോടൊപ്പം തിരക്കഥയും സംഭാഷണവും എഴുതാൻ വന്ന സാഹിത്യകാരനുമുണ്ട്. ബംഗ്ലാവിൽ നിർമ്മലച്ചേച്ചിയ്ക്കൊപ്പം മകൾ നിമീലിതയും ബന്ധു നന്ദിനിയും പ്രസിദ്ധനായ ഒരു ചിത്രകാരനുമുണ്ട്. പുഴയുടെ വൈവിധ്യം കാൻവാസിൽ പകർത്താനാണ് ചിത്രകാരന്റെ താമസം. എന്നാൽ ചിത്രകാരനും നിർമ്മലയ്ക്കുമിടയിൽ നിലനിൽക്കുന്ന സൗഹൃദം ശ്രദ്ധയാകർഷിക്കുന്നുണ്ട്.

നിർമ്മലയും ഭർത്താവും നിമീലിതയും മലയായിലായിരുന്നു. ഭർത്താവ് മരിച്ചതോടെ അമ്മയും മകളും മടങ്ങി. ഭൂതകാലം പറയുമ്പോൾ ദുഃഖം അവരെ അലട്ടി. 'ആഗ്രഹിക്കുന്നപോലെയൊക്കെ നടന്നാൽ, ജീവിക്കാൻ ഒരു രസവുമുണ്ടാവില്ല' എന്ന ചിത്രകാരന്റെ സാന്ത്വനത്തിൽ വിഷാദവും വിങ്ങലുമുണ്ട്, മനുഷ്യാവസ്ഥയുടെ നിസ്സഹായതയും. കൗമാരത്തിന്റെ കുതൂഹലം നിറയുന്ന നിമീലിതയും പക്വമതിയായ നന്ദിനിയും

ഒരുപോലെ 'എന്നെ' പ്രണയിക്കുന്നു. 'ജൂണിലെ-നക്ഷത്രങ്ങളെപ്പോലെ ആയുസ്സുകുറഞ്ഞ പ്രേമബന്ധങ്ങളാണ്, നിങ്ങൾ പുരുഷന്മാർക്ക് ഇഷ്ടം' എന്ന നിമീലിതയുടെ മറുപടിയിൽ നാഗരികതയിൽ പ്രണയത്തിനും ബന്ധങ്ങൾക്കും ഇടയിൽ നില നിൽക്കുന്ന വ്യർത്ഥത വ്യക്തം. 'ബുദ്ധിപൂർവ്വം ഒരു ആൺകുട്ടി കെണിവെച്ചാൽ ഏതുപെണ്ണും അതിൽ വീഴാതിരിക്കില്ല' എന്ന 'എന്റെ' ഉറപ്പിലാകട്ടെ കെണി വെച്ചു വീഴ്ത്തുന്ന വർഗ്ഗമേധയും സാഡിസവും പ്രതിഫലിക്കുന്നു. നിമീലിതയും ഞാനും. ഞങ്ങൾ അടുത്തു. പരസ്പരം ചുംബിച്ചു. മനസ്സുകൾ പകുത്തെടുത്തു. പ്രണയത്തിന് തീ പിടിച്ചു.

പ്രണയ തീവ്രതയിലും നിഷ്കളങ്കതയിലും പുനരാലോചനയില്ലാത്തവളാണ് നിമീലിത. നാഗരികതയുടെ സംസ്കാരം വളർച്ചയിൽ സ്വാധീനിച്ചെങ്കിലും നാട്ടിൽ വളർന്ന ബാല്യം അവളെ ദുഃഖിപ്പിക്കുന്നുണ്ട്. ബാല്യത്തിന്റെ താഴ്‌വരയിലെ ഓർമ്മകളുടെ നാമ്പുകൾ അവളിൽ ഇപ്പോഴും പച്ചയിട്ടുനിൽക്കുന്നു. ബാല്യം, ഗ്രാമം, ഓണം, ഓർമ്മകൾ, ഭൂതകാലം എല്ലാം അവളെ നൊമ്പരപ്പെടുത്തുന്നു. നന്ദിനിക്ക് അവിടെ എല്ലാ സ്വാതന്ത്ര്യവുമുണ്ടെങ്കിലും അവൾ അനാഥയാണെന്ന് 'ഞാൻ' വൈകിയറിയുന്നു. നിമീലിതയുടെ ഉറ്റ കൂട്ടുകാരിയായി അവിടെ കഴിയുമ്പോഴും തന്റെ നിസ്സഹായത അവളെ നീറ്റുന്നുണ്ട്. 'എന്നോടു' തോന്നിയ പ്രണയംപോലും അവൾ നിമീലിതയ്ക്കുവേണ്ടി ഒഴിവാക്കുന്നു. സ്വപ്നങ്ങളുടെ നഷ്ടത്തിൽ വിങ്ങാത്തതാണ് നന്ദിനിയുടെ മനഃക്കരുത്ത്. പക്ഷേ അവിചാരിതമായ ചില സംഭവങ്ങൾ എല്ലാവരുടെയും ജീവിതത്തെ പാടേ മറിയ്ക്കുകയാണ്.

സ്വപ്നം മാത്രം സ്വന്തമായവർ

അശേഷം ഉറക്കം വരാത്ത രാത്രികളിലൊന്നിൽ, കോണിപ്പടികളുടെ ഇടതുഭാഗത്തെ ഹാളിൽനിന്ന് കേട്ട തേങ്ങലാണ് 'എന്നെ' അവിടേയ്ക്ക് എത്തിച്ചത്. ചിത്രകാരന്റെ മുറിയിൽ നിർമ്മലച്ചേച്ചി. അവരുടെ തേങ്ങലാണ് കേട്ടത്. ചിത്രകാരൻ മടങ്ങാൻ തയ്യാറെടുക്കുകയാണ്. 'നിർമ്മലയോടൊത്ത് ഈ വീട്ടിൽ എനിക്കിനി ജീവിക്കാൻ വയ്യ - അതും അവനെ കൊന്നതിനുശേഷം' എന്ന വാക്കുകൾ ഞെട്ടിച്ചു. തുടർന്നുള്ള കാതോർക്കലിൽ കൂടുതൽ വിവരങ്ങൾ അറിയുന്നു. മലയായിൽ താമസിച്ചിരുന്ന കാലം മുതൽ ചിത്രകാരനോട് നിർമ്മലയ്ക്ക് പ്രണയമുണ്ടായിരുന്നു. മകൻ വിനോദ് ഇതറിഞ്ഞ് എതിർത്തു. അവളുടെ മൗനാനുവാദത്തോടെ അയാൾ വിനോദിനെ കൊന്നു. പ്രണയം മകനേക്കാൾ തീവ്രമായതോടെ രക്തബന്ധങ്ങൾ പോലും

അന്യമാകുന്ന ദുരന്തതീവ്രത. നിമീലതയ്ക്കും നന്ദിനിക്കും ഇക്കാര്യങ്ങൾ അറിയാമെന്ന വിവരം ചിത്രകാരനെ വിഹ്വലനാക്കുന്നു. 'ഞാൻ നിന്നെ എന്റെ സ്വന്തമാക്കാനായിക്കാട്ടിയ സ്വാർത്ഥത - നീ കൂടി അറിഞ്ഞുകൊണ്ടായിരുന്നുവെങ്കിൽക്കൂടി, അവന്റെ മരണത്തോടെ നീ എന്നിൽ നിന്നും കൂടുതൽ അകലുകയാണ്' എന്ന വ്യഥ ചിത്രകാരൻ വെളിപ്പെടുത്തുന്നു. അയാൾ മടങ്ങാൻ തീർച്ചപ്പെടുത്തുന്നു. കൊലപാതകം, ദുരന്തം, വിരഹം, വേർപാട്, കുറ്റപ്പെടുത്തൽ, നീറ്റൽ തുടങ്ങി മനസ്സിന്റെ തീവ്രദുഃഖങ്ങളാണ് പ്രതിഫലിക്കുന്നത്.

ചിത്രകാരനും നിർമ്മലയുമായുള്ള രഹസ്യങ്ങൾ പിറ്റേന്ന് 'ഞാൻ' ചോദിച്ചതോടെ നിമീലിത ഞെട്ടുന്നു. എന്നോട് ഇക്കാര്യങ്ങൾ പറഞ്ഞു തന്നത് നന്ദിനിയാണെന്ന് തെറ്റിദ്ധരിക്കുന്നു. അവളുമായി വഴക്കുണ്ടാക്കുന്നു. നന്ദിനി ബംഗ്ലാവു വിടാൻ തീരുമാനിക്കുന്നു. 'എന്നെ തല്ലിയിറക്കിക്കോട്ടെ, ഞാൻ എവിടെയെങ്കിലും പോയി തുലഞ്ഞോട്ടെ, എനിക്കാരോടും പരിഭവമില്ല, സ്നേഹവുമില്ല' എന്ന് നന്ദിനി എന്നെക്കണ്ടു പറയുന്നു. 'ജീവിതം എനിക്കിന്നുവരെ ഒന്നുംതന്നെ തന്നിട്ടില്ല. എല്ലാം ഞാൻ സൗജന്യത്തിൽ നേടിയതാണെന്ന' അപകർഷത അവളെ അലട്ടുന്നു. നിസ്സഹായ ആകുന്നു. ഒടുവിൽ നേരം പുലരുമ്പോൾ 'എനിക്ക്' ഒരു കത്ത് എഴുതിവെച്ച് നന്ദിനി യാത്രയാകുന്നു. 'ആരോടും പരിഭവിച്ചിട്ടല്ല, ആശ്രയമില്ലാതെ ജീവിക്കാൻ കഴിഞ്ഞെങ്കിൽ എന്ന ആഗ്രഹം മാത്രം' എന്ന കത്തിലെ വരിയിലൂടെ നന്ദിനിയുടെ മനസ്സാണ് പ്രകാശിക്കുന്നത്. ഇതിനായി തേന്മാവിലിരുന്നു കരഞ്ഞ കുയിലിന്റെ കഥയെ കഥാകാരൻ പ്രതീകവല്ക്കരിക്കുന്നു. നന്ദിനിയുടെ മനസ്സിന്റെ ആഴത്തിൽ നീറിപ്പിടിച്ച നിന്ന എന്നോടുള്ള പ്രണയവും അവൾ കത്തിൽ പ്രകടിപ്പിച്ചിരുന്നു. വേർപാട് തീവ്രമാകുന്നു.

ചിത്രകാരൻ ബംഗ്ലാവ് വിടുകയാണ്. റെയിൽവേ സ്റ്റേഷനിലേക്ക് 'ഞാൻ' ഒപ്പം പോയി. അവിടെ ശരീരം തളർന്ന പെൺകുട്ടിയെ താങ്ങിയെടുത്തുകൊണ്ട് ഭിക്ഷ യാചിക്കുന്ന വൃദ്ധനെക്കണ്ടു. അവളുടെ മുഖത്തിന് ശ്രീയുണ്ട്. അരയോളം യൗവ്വനമുണ്ട്. ഭിക്ഷ നൽകിയ ചിത്രകാരൻ പറഞ്ഞു 'ഇൻഡ്യയുടെ ദുഃഖം ഇതാണ്. ദാരിദ്ര്യത്തിന്റെ ദുഃഖം. നിങ്ങൾ എഴുത്തുകാർക്കും സിനിമക്കാർക്കും എല്ലാം പ്രേമമാണ് വലുത്. പ്രേമഭംഗമാണ് ദുഃഖം.' ചിത്രകാരനിലൂടെ കഥാകാരന്റെ സാമൂഹിക പ്രതിബദ്ധതയാണ് പ്രതിഫലിക്കുന്നത്. ആഴത്തിലുള്ള ദർശനമാണ് അവതരിപ്പിക്കുന്നത്. അരയോളം യൗവ്വനമുള്ള പെൺകുട്ടിയിൽ രാജ്യത്തിന്റെ പ്രതീകമുണ്ട്. നഗരങ്ങളിലെ വർണ്ണക്കൊഴുപ്പിൽ പുരോഗമനം കാണുന്ന, തളർവാതം ബാധിച്ച് ദരിദ്രമായ ഗ്രാമങ്ങളെ

ഒളിച്ചു പിടിക്കുന്ന സാമൂഹിക - സാംസ്കാരിക നാവുകളോടുള്ള കലഹമാണത്. യഥാർത്ഥ ദുരന്താവസ്ഥകൾക്കുവേണ്ടി പറയാൻ ആളില്ലാത്തവരുടെ ദൈന്യമാണ് കഥാകാരൻ അവതരിപ്പിക്കുന്നത്. ഇവിടെ തളർവാതം പിടിപെട്ട പെൺകുട്ടി വർഗ്ഗമാതൃകയാണ്.

സിനിമയ്ക്കുവേണ്ടി ബംഗ്ലാവിൽ എത്തിയ 'ഞാനും' സാഹിത്യകാരനും വൈകാതെ മടങ്ങുകയാണ്. പോകുമ്പോൾ നിമീലിതയോടു പറഞ്ഞു. 'നീ വേറെ വിവാഹം വന്നാൽ ആലോചിച്ചോളൂ. എന്നെ കാത്തിരിക്കുകയുമൊന്നും ചെയ്യരുത്. ഞാനൊരു വണ്ടാണ്. ഒരിടത്തും എനിക്ക് നിലയുറയ്ക്കുകയില്ല'. പ്രണയം എന്ന ഉദാത്തതയെ എത്ര നിസ്സാരമായി അവസാനിപ്പിക്കുന്നു!. ആണിന്റെ വർഗ്ഗസ്വഭാവത്തെ സമർത്ഥമായി വ്യാഖ്യാനിക്കുന്നു. അവൾ പൊട്ടിച്ചിരിച്ചു. 'തനിക്ക് നേരത്തെയറിയുമായിരുന്നു. പല കഥകളും ഞാൻ കേട്ടിട്ടുമുണ്ട്". ദുഃഖം ചിരിയിൽ പൊതിഞ്ഞു പിടിച്ച് അവൾ മറുപടി പറഞ്ഞു. ബന്ധങ്ങളുടെ കനമില്ലായ്മ വ്യക്തം. നാളുകൾക്കുശേഷം മഴക്കാലദിനങ്ങളുടെ ഓർമ്മകളെ അലസമായി തിരിച്ചു പിടിക്കുമ്പോൾ 'ഞാൻ' മനസ്സിലാക്കുന്നു. നിമീലിതയുടെ വിവാഹത്തിന് പോകാൻ കഴിയാഞ്ഞത്, കെ.എം.കെ. ഫിലിംസ് പ്രതീക്ഷയോടെ തുടങ്ങിയ സിനിമ ഒരിക്കലും പുറത്തുവരാഞ്ഞത്. മഴച്ചിന്തയുടെ നൂലുകൾക്കുപിന്നിൽ തകർന്നുപോയ സ്വപ്നങ്ങൾ, ജീവിതം, പ്രതീക്ഷ ഇവയെല്ലാം തെളിഞ്ഞുവരുന്നു. ഒടുവിൽ എല്ലാവരും ദുരന്തങ്ങൾ ഏറ്റുവാങ്ങുന്നു.

നന്മകളുടെ സൂര്യൻ

പ്രണയത്തിന്റെ ദുരന്താനുഭവങ്ങളെ പ്രായോഗിക ബുദ്ധിയിൽ മറികടക്കുന്ന മേരിവയോള ഡയാനയുടെ കഥയാണ് 'നന്മകളുടെ സൂര്യൻ'. സഹജമായ വിഷാദം അന്തർധാരയായി ഒഴുകിപ്പരക്കുന്ന നോവൽ. താൻ അറിഞ്ഞ ഒരു യാഥാർത്ഥ്യത്തിന് ഭാവനയുടെ വർണ്ണത്തുവലുകൾ നൽകിയാണ് പത്മരാജൻ കഥ ഒരുക്കിയത്. 'തിരുവനന്തപുരത്ത് പേട്ടയിലെവിടെയോ താമസിച്ചിരുന്ന ഒരു ആംഗ്ലോ ഇന്ത്യൻ പെണ്ണായിരുന്നു ഇതിലെ പ്രധാന കഥാപാത്രം' [1]എന്ന് രാധാലക്ഷ്മി പത്മരാജൻ ഓർമ്മിക്കുന്നു. മെഡിക്കൽ കോളേജ് ആശുപത്രിയിൽ പഠിച്ചുകൊണ്ടിരുന്ന ഷംസ് എൽമഹാലി എന്ന ലെബനീസ് യുവാവുമായും അതേ കോളേജിലെ വിൽഫ്രഡ് സിറാങ്കോ എന്ന നീഗ്രോയുമായും അവൾക്കുണ്ടായ പ്രണയവും അനുബന്ധ സംഭവങ്ങളുമാണ് കഥയിലേക്ക് പകർത്തിയത്.

അനാഥയായ മേരി, ഒരു കോടീശ്വരന്റെ വളർത്തു മകളായിരുന്നു. അനാഥത്വത്തിന്റെ ദു:ഖവും അപകർഷതയും അവളെ വേട്ടയാടി. ദു:ഖാവസ്ഥകളെ പലപ്പോഴും മഴയോട് പ്രതീകവത്ക്കരിച്ച് നോവലിൽ അവതരിപ്പിക്കുന്നുണ്ട്. തുടക്കത്തിൽത്തന്നെ അവൾ കാണുന്ന 'സ്വപ്നത്തിലെ ബന്ധനസ്ഥയാക്കപ്പെട്ട പെൺകുട്ടി'ക്ക് മേരിയുടെ ആത്മഭാവമുണ്ട്. ദു:ഖാവസ്ഥകൾക്കൊപ്പം ഏകാന്തതയും അവളെ അലട്ടി. 'മേഘങ്ങളുടെ കണ്ണീരായ മഴയെ' അവൾ ഏറെ സ്നേഹിച്ചു. അവളുടെ മനസ്സിന്റെ വിഷാദാത്മകതയാണ് മഴയിൽ പ്രതിഫലിക്കുന്നത്. വെറുതെ പുറത്തേയ്ക്കു നോക്കിയിരിക്കുമ്പോൾ 'എന്റെ കണ്ണുകൾ

---

1 രാധാലക്ഷ്മി പത്മരാജൻ, ചെപ്പ് (മേരി വയോള ഡയാന), പത്മരാജൻ മെമ്മോറിയൽ ട്രസ്റ്റ്, 2002, പേജ് 25

നിറഞ്ഞു. ഇതെന്തിനാണെന്നറിയില്ല, അകാരണമായി പലപ്പോഴും ഞാൻ കരയാറുണ്ട്' എന്ന കാഴ്ചയിൽ മേരിയുടെ സ്വഭാവം, മനോനില, ഏകാന്തത, അബോധചിന്തകൾ, അനാഥത്വം, വിഷാദഭാവം തുടങ്ങി നിരവധി വൈയക്തിക സവിശേഷതകളാണ് വ്യക്തമാക്കുന്നത്.

സ്വന്തം മകളേപ്പോലെ വളർത്തുന്ന, സ്നേഹിക്കുന്ന പപ്പയോട് അവൾക്ക് കടപ്പാടുണ്ട്. അവളെ ഇപ്പോഴും കുട്ടിയായിത്തന്നെകണ്ട് ഇഷ്ടപ്പെടുന്ന അയാളുടെ നന്മയോട് അവൾക്ക് ആദരം തോന്നുന്നു. 'ഇല്ല, ഇല്ല പപ്പാ, ഞാനൊരിക്കലും പപ്പായിൽ നിന്ന് അകന്നു പോവില്ല' എന്ന അവളുടെ ആത്മസാക്ഷ്യത്തിൽ സ്നേഹത്തോടുള്ള ആർത്തി, വാത്സല്യം തുടങ്ങിയ ലോലഭാവങ്ങളും ദൃശ്യമാവുന്നു. മഴ തോർന്നപ്പോൾ 'ഞാൻ വെറുതെ തോട്ടത്തിൽ അലഞ്ഞു. ഇതളുകളെല്ലാം കൊഴിഞ്ഞു പോയ ഒരു മഞ്ഞ റോസാപ്പൂവ് എന്നെ ആകർഷിച്ചു. കുനിഞ്ഞിരുന്ന്, ഇതളുകൾ ഒന്നൊന്നായി കൈവെള്ളയിലിട്ടു. ഒരുകൂട്ടം പിഞ്ചുകുഞ്ഞുങ്ങളുടെ ശവശരീരത്തിൽ നോക്കിയിരിക്കുന്നതുപോലെ തോന്നി. നിസ്സഹായരായി, നിശ്ചേഷ്ടരായി, മരിച്ചു കിടക്കുന്ന കൊച്ചുകുഞ്ഞുങ്ങൾ'. മനസ്സിന്റെ വിഷാദമാണ്, വിങ്ങലാണ് പ്രതിഫലിക്കുന്നത്. 'കാല്പനിക മനസ്സിന് മരണവും കാലവും ദുരന്തബോധത്തിന്റെ ദീപ്തശക്തിയാണ്. അത് ദുരന്തരതി നിറയ്ക്കും'[2] എന്ന അഭിപ്രായം ഈ മാനസികഭാവത്തിൽ പ്രകടം.

യാദൃച്ഛികമായാണ് ഷംസ് എന്ന ചെറുപ്പക്കാരനെ മേരി പരിചയപ്പെട്ടത്. അത് തീവ്രപ്രണയമാകുന്നു. അതുവരെ ആൺ സൗഹൃദങ്ങളെ വെറും സൗഹൃദങ്ങളുടെ പരിമിതപരിധിയിൽ അവൾ ഒതുക്കി നിർത്തിയിരുന്നു. എന്നാൽ തന്റെ മനോഭാവത്തോട് താദാത്മ്യം പ്രാപിക്കുന്ന ഷംസിൽ അവൾ സാന്ത്വനവും താങ്ങും കണ്ടെത്തുന്നു. ഇതോടെ പ്രണയം ഭ്രാന്തമായി ഒഴുകുന്നു. അവന്റെ ഓർമ്മകൾ, സാന്നിദ്ധ്യം, മണം, സ്പർശം, ചുംബനം ഒക്കെ അവളെ വിഭ്രാന്തലോകങ്ങളിൽ സഞ്ചരിപ്പിച്ചു. ഉറക്കം നഷ്ടമായി, ചിന്തകൾ വളർന്നു. ഭാവനയിലെ സാത്മ്യബോധങ്ങൾ അവളെ സ്വപ്നാടകയാക്കി. പ്രായോഗികതയിൽ നിന്ന് അവൾ കാല്പനികതയിലേക്ക് പരിവർത്തനം ചെയ്തു. ഇതോടെ പ്രകൃതിയിലെ എല്ലാ സൗന്ദര്യങ്ങളേയും മേരി പ്രണയിച്ചു. പക്ഷേ, ഒരിയ്ക്കൽ കൂട്ടുകാരി അരുണയെ ഷംസിന് പരിചയപ്പെടുത്തി. പിന്നീട് അരുണ ഷംസിന് കാമുകി ആകുന്നതോടെ, അവൾ തകർന്നു.

2 ആന്റണി മുനിയറ, പ്രണയവും മൃത്യുബോധവും മലയാള കവിതയിൽ, രേള സാഹിത്യ അക്കാദമി, 1997, പേജ് 19

മനസ്സിന്റെ കന്യകാത്വം

പ്രണയതകർച്ചയിൽ മനംനൊന്ത മേരിയെ, അവളുടെ ഏകാന്ത കേന്ദ്രമായ തോട്ടത്തിൽ നമുക്ക് കണ്ടുമുട്ടാം. അവിടെ ഏകാകിനിയായി കരയുന്ന ഒരു പക്ഷിയെ മേരി കാണുന്നു. 'മഴക്കാലത്തിന്റെ അന്ത്യമടുത്തിരിക്കുന്നു. തോട്ടത്തിന്റെ അങ്ങേക്കോണിൽ, പരന്നു കിടക്കുന്ന പുൽത്തകിടിയിൽ എന്നേപ്പോലെ ഏകാകിനിയായ ഒരു പക്ഷി ഇരുന്നു കരയുന്നുണ്ടായിരുന്നു... പാവം. അതു തനിച്ചിരുന്ന് എത്രനാളായി കരയുന്നു! പല സായാഹ്നങ്ങളിലും ഞാനത് കേട്ടിട്ടുണ്ട്. ഒരു പക്ഷേ, ഏതെങ്കിലും ഇണയെ ക്ഷണിക്കുകയാവും. അല്ലെങ്കിൽ തനിച്ചുള്ള ജീവിതം മടുത്തിട്ട് സ്വയം ഇരുന്ന് പുലമ്പുകയാവും. ഞാൻ എഴുന്നേറ്റ് അതിനു നേരെ നടന്നു ചെന്നു. ഞാൻ അടുത്തെത്തിയിട്ടും അതനങ്ങിയില്ല. ഏകാന്തമായ ഒരു ഹൃദയം'. കിളിയുടെ ഏകാന്തമായ ഹൃദയം അവളുടെ അബോധ ചേതനയാണ്. 'ദുഃഖമാണോ?' ഞാൻ കിളിയോടു ചോദിച്ചു. 'അതെ' കിളി മറുപടി പറഞ്ഞു. എന്നിട്ട് ചിറകു വിരുത്തി പറന്നു പോവുകയും ചെയ്തു. ഉയരത്തിലുയരത്തിൽ പറന്നുപോവുന്ന ആ പക്ഷിയെ അങ്ങിനെ നോക്കിയിരിക്കുമ്പോൾ എന്റെ ദുഃഖമെല്ലാം ഓടിയൊളിക്കുകയായിരുന്നു' ഇണയെ പിരിയുന്നതിലുള്ള ദു:ഖം ഒരു ദു:ഖമല്ലെന്ന് അവൾ മനസ്സിനെ പഠിപ്പിക്കുന്നു. പ്രത്യേകിച്ച് 'എന്നെ പ്രേമിക്കാത്ത ഒരു പുരുഷനെയാണ് ഞാൻ പ്രേമിച്ചത്' എന്ന വസ്തുതകൂടി പരിഗണിക്കുമ്പോൾ. ഇതോടെ മനസ്സ് പൂർവ്വസ്ഥിതിയിലേക്ക് മടങ്ങുന്നു. അവൾ പ്രണയതകർച്ചയിലെ തീവ്ര ദു:ഖാവസ്ഥ മറികടക്കുന്നു. 'മഴ' എന്ന കഥയിലും അബോധമനസ്സിനെ 'കിളി'യാക്കുന്ന രചനാതന്ത്രം പത്മരാജൻ പ്രകടിപ്പിച്ചിട്ടുണ്ട്.

മേരി വീണ്ടും പഴയ മേരി വയോളയാകുന്നു. അവൾ അരുണയെ ഫോൺ ചെയ്ത് തന്റെ പ്രണയം തട്ടിയെടുത്തതിൽ പരിഭവിക്കുന്നു. എന്നിട്ട് പൊട്ടിച്ചിരിക്കുന്നു. ഷംസിനെ നേരിട്ടുകണ്ട് അയാളുടെ പ്രണയത്തെ പുച്ഛിച്ചു തള്ളുന്നു. പ്രണയകാലത്ത് അയാൾ നൽകിയ 'രക്തത്തുള്ളിപോലെയുള്ള മഞ്ചാടിമണി' അയാളുടെ മുന്നിൽവെച്ചുതന്നെ കായലിലേക്ക് എറിഞ്ഞുകളയുന്നു. അതിലൂടെ പ്രണയത്തിന്റെ വ്യർത്ഥത കാട്ടിത്തരുന്നു. ജീവിതം കൂട്ടിമുട്ടിക്കാൻ കഷ്ടപ്പെടുന്ന എത്രയോപേർ ഈ ലോകത്ത് ദു:ഖിക്കുമ്പോൾ വെറും പ്രണയത്തിന്റെ പേരിൽ വേദനിക്കാൻ താനില്ല എന്ന മനോധൈര്യം അവൾ ആർജ്ജിക്കുന്നു.

ആത്മധൈര്യവും പ്രായോഗികതയും തിരിച്ചുപിടിക്കുമ്പോഴും മേരിയെ വേദനിപ്പിക്കുന്ന ഒന്നുമാത്രം അവശേഷിക്കുന്നു. മനസ്സിന്റെ നഷ്ടമായ

കന്യകാത്വം. യഥാർത്ഥ പ്രണയത്തോട് അവൾക്ക് ആദരവുണ്ട്. അവൾ ഷംസിനെ പ്രണയിച്ചത് അങ്ങനെയായിരുന്നു. അതോടെ സ്വന്തം മനസ്സിനെ ആദ്യമായി ഒരു അന്യപുരുഷന് അവൾ സമർപ്പിക്കുന്നു. എന്നാൽ ആദ്യ പ്രണയം നഷ്ടമായതോടെ അതുവരെ സൂക്ഷിച്ച മനസ്സിന്റെ കന്യകാത്വം നഷ്ടപ്പെടുന്നു. ഇനി ഒരു പ്രണയം കടന്നുവന്നാലും അത് രണ്ടാമത്തേതുമാത്രമാകുന്ന വ്യഥ. അത് അവളുടെ മനസ്സിനെ അലട്ടുന്നു. പക്ഷേ അതിന്റെ പേരിൽ മേരി തളരുന്നില്ല. നോവുന്നു അത്രമാത്രം. നാഗരിക ജീവിതത്തിന്റെ പിടിയിൽപ്പെട്ട നിഷ്കളങ്ക ജീവിതങ്ങളിൽ ഉണ്ടാകുന്ന നൊമ്പരങ്ങളാണ് 'നന്മകളുടെ സൂര്യനി'ൽ പ്രകാശിക്കുന്നത്.

ഋതുഭേദങ്ങളുടെ പാരിതോഷികം

നാഗരികതയുടെ അധിനിവേശത്തിൽ ചിതറപ്പെട്ടുപോകുന്ന കുടുംബബന്ധങ്ങളാണ് 'ഋതുഭേദങ്ങളുടെ പാരിതോഷികം' പറയുന്നത്. ധനിക കുടുംബങ്ങളിലെ ശിഥില ബന്ധങ്ങൾ, ശ്ലഥ ജീവിതങ്ങൾ, തകർന്ന മൂല്യങ്ങൾ. വ്യത്യസ്ത മനുഷ്യരുടെ സങ്കീർണ്ണതകളാണ് കഥാകാരൻ ഇഴചേർക്കുന്നത്. പത്മരാജൻ കൃതികളിൽ പലപ്പോഴും മുഖ്യവികാരമായി പ്രതിഫലിക്കുന്ന സ്നേഹത്തിനായുള്ള തേടൽ ഇതിലും നിർണ്ണായക ഘടകമാണ്. ഭ്രമാത്മകതയിൽ പ്രത്യക്ഷമാകുന്ന കഥാപാത്രവും ഈ നോവലിലെ പ്രതിനായകനിൽ നിന്ന് രചയിതാവിന്റെ അടുത്ത നോവലിലെ (ഇതാ ഇവിടെ വരെ) നായകനായി വളരുന്ന കഥാപാത്രവും ഇതിലെ ആഖ്യാന സവിശേഷതയാണ്.

ധനിക കുടുംബത്തിൽ ജനിച്ച ബാബു സ്നേഹം ലഭിക്കാത്തവനാണ്. യുവതിയായ വെപ്പാട്ടിക്കായി ജീവിച്ച അച്ഛൻ. എല്ലാ ദു:ഖങ്ങളും നിശ്ശബ്ദമായി സഹിക്കുന്ന അമ്മ. ബന്ധങ്ങൾ നഷ്ടമായതോടെ വെറും സ്ഥാപനം മാത്രമായി അധ:പതിക്കുന്ന വീട്. നോവൽ തുടങ്ങുന്നതുതന്നെ ഒരു സായാഹ്നക്കാഴ്ചയിലൂടെയാണ്. 'മരണ മുഹൂർത്തമെത്തിയ മനുഷ്യന്റെ മുഖത്തെ പ്രശാന്തത'യായി സായാഹ്നത്തെ അവതരിപ്പിക്കുന്നു. നോവലിന്റെ പൊതുസ്വഭാവത്തെ, അനിവാര്യമായ ദുരന്തത്തെയൊക്കെ ഇത് പ്രതീകവല്ക്കരിക്കുന്നു. 'എന്നും ശൈശവമായിരുന്നെങ്കിൽ' എന്ന് ആഗ്രഹിക്കുന്ന നായകൻ ബാബു. ഭൂതകാലത്തിലേക്കുള്ള മടക്കം. ബാല്യം നഷ്ടമായ ദു:ഖം. കഥാകരന്റെ മിക്ക കൃതികളിലും പൊതുസ്വഭാവമാണിത്. അവഹേളനങ്ങൾ മാത്രം ഏറ്റുവാങ്ങുന്ന അമ്മയെ 'കണ്ണുകൾ ചിമ്മുന്ന ശവ'മായാണ് ബാബു തിരിച്ചറിയുന്നത്. കുടുംബത്തിലെ മറ്റുള്ളവരിൽ നിന്ന് ദു:ഖം മാത്രം അനുഭവിക്കേണ്ടിവരുന്നവർ.

പ്രതികരണശേഷി നഷ്ടമായ നിസ്സഹായത. പലർക്കും കിടക്കപങ്കിട്ട ധനികപെൺകുട്ടി-പാർവ്വതി-യുടെ ഭർത്താവ് എന്ന ചുമടുതാങ്ങികൂടിയാണ് ഇന്ന് ബാബു. അവന്റെ ദുരന്താവസ്ഥയും വ്യക്തം. ഭാര്യയുടെ വഴിവിട്ട യാത്രകൾ വിവാഹ ശേഷവും ഒടുങ്ങുന്നില്ല. ഒടുവിൽ അവളുടെ അവിഹിതവേഴ്ച കാണേണ്ടിവന്ന നിസ്സഹായനും കൂടിയാകുന്നു അയാൾ. അതും സുഹൃത്ത് വിശ്വനാഥനുമായി. ബാബു അവന്റെ മുറിയിൽത്തന്നെ ജീവിച്ചു. നിറക്കൂട്ടുകളിൽ ജീവിതം ചാലിച്ചു. മറ്റുള്ളവർ, 'അമ്മ താഴെ ഉറങ്ങുകയാവും. പാർവ്വതി എവിടെയായിരിക്കും. സിനിമാഹാളിലെ മങ്ങിയ വെളിച്ചത്തിൽ ആരുടെയെങ്കിലും ദേഹത്തോടൊട്ടിയിരുന്ന് ഉറങ്ങുകയായിരിക്കും. അച്ഛൻ ഏതെങ്കിലും ക്ലബ്ബിൽ കൂട്ടുകാരോടൊത്ത് ഉറങ്ങുന്നുണ്ടാവും. ഉറക്കത്തിൽ മദ്യപിക്കുകയും പൊട്ടിച്ചിരിക്കുകയും ചെയ്യുന്നുണ്ടാകും' എന്ന് ബാബു ഓർക്കുന്നു. തികച്ചും ശിഥിലമായ ഗൃഹാന്തരീക്ഷം.

ബാബുവിനെ മുറിക്കു പുറത്തെത്തിക്കുവാൻ അച്ഛൻ നേരത്തെ ഒരു കൊറിയർ കമ്പനിയിൽ ജോലി തരപ്പെടുത്തുന്നുണ്ട്. ആഫീസിൽ കണ്ടവരെല്ലാം ശവങ്ങളാണെന്ന് ബാബുവിന് തോന്നുന്നു. 'ശവങ്ങളെപ്പോലെ ജീവനില്ലാത്ത മനുഷ്യരെ' ബാബു വെറുക്കുന്നു. മുറിയുടെ ഭിത്തിയോടു ചേർന്ന വലിയ അലമാരകൾ അവന്റെ ദൃഷ്ടിയിൽ ശവപ്പെട്ടികളായി. അതിലൂടെ പഴകി അളിഞ്ഞ ഫയലുകൾ തുറിച്ച ശവങ്ങളെപ്പോലെ കാണാം. മുറിക്ക് നടുവിലിരിക്കുന്ന മനുഷ്യൻ ശവശരീരം തന്നെ. താൻ ഒരു ശവപ്പറമ്പിലാണെന്ന സംഭ്രമമാണ് ബാബുവിൽ. ഏതാനും വരികൾക്കുള്ളിലാണ് ഇത്രയധികം ശവപ്രയോഗങ്ങൾ. മരണം, ശവം എന്നിവയോടുള്ള കഥാകാരന്റെ ആത്മരതി വ്യക്തം.

മടുത്ത ജോലി ഉപേക്ഷിക്കുന്ന ബാബു. അവന് ഭ്രാന്താണെന്ന് മുദ്രകുത്തുന്ന അച്ഛൻ. അതിനുള്ള ചികിത്സയാണ് അവന്റെ വിവാഹം. 'എന്റെ അച്ഛനും നിന്റെ അച്ഛനും ഒരേ കമ്പനിയുടെ ഡയറക്ടർമാരാണ്. അവിടെ എന്റെ അച്ഛനു കമ്പനിയുടെ എം.ഡി.യാവണം. നീ അച്ഛന്റെ മരുമകളാവുന്നതോടെ അച്ഛൻ ഉദ്ദേശിച്ചതു നടക്കും' എന്ന് പാർവ്വതിയോടായി ബാബുവിന്റെ ആത്മഗതം. 'അച്ഛനു ലാഭകരമായ കച്ചവടം. അരക്കിറുക്കനായ മകനെ വിറ്റാൽ ഇതിൽ കൂടുതൽ ഒന്നും കിട്ടില്ല. നിന്റെ അച്ഛനും നഷ്ടമില്ല. പല കിടക്കകൾ പങ്കിട്ട മകൾക്ക് പ്രസിദ്ധനായ ഒരു മനുഷ്യന്റെ മകനെ ഭർത്താവായി കിട്ടി'. സാമൂഹികമായ പൊയ്മുഖങ്ങൾ, സദാചാരം, വിവാഹത്തിന്റെ നിരർത്ഥകത, വെറും കച്ചവടമാകുന്ന ബന്ധങ്ങൾ തുടങ്ങിയവയാണ് ഇവിടെ വ്യക്തമാക്കുന്നത്. മനുഷ്യബന്ധങ്ങൾ പൊള്ളത്തരമാകുന്ന സാമൂഹിക ദുരന്താവസ്ഥ.

വിവാഹവും ബാബുവിനെ വ്യത്യസ്തനാക്കിയില്ല. അല്ലെങ്കിൽ അവന്റെ മനസ്സിനെ കൃത്രിമമാക്കാൻ അവന് കഴിഞ്ഞില്ല. തന്റെ മുറിയിലെ ഏകാന്തനേരങ്ങളിൽ അങ്ങിനെയാണ് നിർമ്മല എന്ന പ്രേതാത്മാവിനെ അവൻ ഭ്രമാത്മകതയിൽ കണ്ടുമുട്ടുന്നത്. നിർമ്മലയും ദുരന്തം പേറുന്നപെൺ ജീവിതമാണ്. ഈ വീട് ബാബുവിന്റെ അച്ഛൻ വിലയ്ക്കുവാങ്ങും മുൻപ് അത് നിർമ്മലയുടെ വീടായിരുന്നു. ഒരിക്കൽ അവളുടെ അച്ഛനമ്മമാർ ഇല്ലാതിരുന്ന ദിവസം വേലക്കാരന്റെ ക്രൂരമായ ലൈംഗികാക്രമണത്തിൽ അവൾ കൊല്ലപ്പെട്ടു. വേലക്കാരനൊപ്പം മുക്കിലുള്ള വർക്ക്ഷോപ്പിലെ രണ്ടു വിടന്മാരും കൂട്ടുചേർന്നു. മൂന്നാം ദിവസമാണ് ജനമറിഞ്ഞത്. അളിഞ്ഞ ശവം. ദുരന്തം പേറുന്ന ഇരു ജന്മങ്ങൾ - ബാബുവും നിർമ്മലയും - ദു:ഖങ്ങളുടെ പാരസ്പര്യമറിഞ്ഞു. വിഭ്രാന്തിയിൽ സഞ്ചരിച്ചു.

ചുറ്റും കാണുന്ന കാപട്യങ്ങളോട് ബാബു പുറംതിരിയുകയാണ്. പാർവ്വതിയോടുപോലും അകലുന്നു. അവളെ അയാൾ ഇപ്പോൾ പരിഗ ണിക്കുന്നുകൂടിയില്ല. 'എല്ലാവരും എല്ലാവരോടും അവരവരാൽ കഴിയുന്ന തുപോലെ ക്രൂരത കാണിക്കുന്നുണ്ട് ഈ വീട്ടിൽ' എന്ന അവന്റെ ആത്മ ഗതത്തിൽ സാമാന്യേനയുള്ള കുടുംബാന്തരീക്ഷത്തിന്റെ പരിച്ഛേദമുണ്ട്. 'മറ്റൊരു സ്ത്രീയുമായി ബന്ധം പുലർത്തിക്കൊണ്ട് അച്ഛൻ അമ്മയോടു ക്രൂരത കാട്ടുന്നു. ആ സ്നേഹം വിലക്കിക്കൊണ്ട്, അച്ഛന്റെ മന:ശാന്തി നശിപ്പിച്ചുകൊണ്ട്, അമ്മ അതിനു പകരം വീട്ടുന്നു. എന്റെ മനസ്സിനെ നോവിച്ച് നീ സുഖം കണ്ടെത്തുന്നു. സ്വന്തമായി ആഹ്ലാദിക്കാൻ അനു വദിക്കാതെ, ഞാൻ നിന്നെ നോവിക്കുന്നു. ഇവിടെ മറ്റൊരാളോട് മാപ്പു ചോദിക്കുന്നതിൽ എന്താണർത്ഥം?' എന്ന പാർവ്വതിയോടുള്ള ബാബുവിന്റെ വാക്കുകളിലൂടെ പല കുടുംബങ്ങളിലേയും ഉൾപ്പൊരുളും വൈകാരികതയും പുറത്തു കൊണ്ടുവരികയാണ്. നാഗരിക മനുഷ്യബ ന്ധങ്ങളിലെ ശൈഥില്യവും വ്യർത്ഥമായ ബന്ധാഭിനയവും പുറംപൂച്ചാ വുന്ന സ്നേഹവുമൊക്കെ ഇവിടെ പ്രതിഫലിക്കുന്നു.

അരാജകവഴിയിലെ ഏകാകി

ചിത്രകാരനായ ബാബുവിന്റെ ചിത്രങ്ങൾ കാണാനെന്ന വ്യാജേ നയാണ് വിശ്വനാഥൻ ആ വീട്ടിൽ എത്തുന്നത്. അവൻ പാർവ്വതിയു മായി അടുക്കുന്നതോടെ അവിടെ പതിവുകാരനാവുന്നു. ബാല്യത്തിൽ അച്ഛനമ്മമാർ വെട്ടേറ്റുമരിക്കുന്നതിന് ദൃക്സാക്ഷിയാണ് വിശ്വനാഥൻ. കാഴ്ചയുടെ ദുരന്തം ഏല്പിച്ച ആഘാതം അവന്റെ ജീവിതത്തെ അരാജ കമാക്കി. മദ്യവും പെണ്ണുമായി ലഹരികൾ. ലക്ഷ്യമില്ലാത്ത യാത്രകൾ.

അച്ഛനമ്മമാരെ വെട്ടിക്കൊന്ന താറാവുകാരൻ പൈലിയെ തേടി നടക്കുന്ന പകയുള്ള കൊലയാളി. അനാഥമായ ജീവിതത്തിൽ വിശ്വത്തിന് ഇപ്പോൾ മടുപ്പാണ്. സ്വയം ചിത്രകാരനാണെങ്കിലും 'ഒരു കൊലപാതകി ആയിത്തീരണമെന്നു കൊതിക്കുന്ന മനോനില'. ജയിൽ പുള്ളിയാകാനുള്ള ആവേശം. 'ഇതാ ഇവിടെ വരെ' എന്ന നോവലിലെ കൊലപാതകങ്ങളാണ് ഈ നോവലിൽ വർണ്ണിക്കുന്നത്. സ്വന്തം ഗ്രാമത്തിൽ മടങ്ങിയെത്തുന്ന വിശ്വനാഥനെ പിന്നീട് ആ നോവലിലെ നായകനാക്കി പത്മരാജൻ അവതരിപ്പിച്ചു.

ബാബുവിനെ കാണാനെത്തുന്ന വിശ്വനാഥന് ജന്മദിനങ്ങൾ നഷ്ടമായിരിക്കുന്നു. വളർച്ച നഷ്ടമായ ജീവിതം. ദുരന്തം ഏറ്റുവാങ്ങിയ ഏഴുവയസ്സിനുശേഷം തനിക്ക് ജന്മദിനങ്ങളില്ലെന്ന നിലപാടാണ് അയാൾക്ക്. 'ജന്മദിനങ്ങളുടെ ചവിട്ടുകല്ലുകൾ ജീവിതത്തിന്റെ ചെളി വെള്ളത്തിൽ തലപൊന്തിച്ചു നില്ക്കുകയാണ്. അതിലൂടെ ശ്രദ്ധാപൂർവ്വം നടന്നുപോകുന്നവൻ അറിയാതെ ചെന്നുകയറുക മരണത്തിന്റെ ഇരുണ്ട കുടീരത്തിലാണ്". എന്ന മരണദാർശനികത കഥാകാരൻ അവതരിപ്പിക്കുന്നു. വിശ്വനാഥനൊത്തുള്ള യാത്രയ്ക്കിടെ അവിചാരിതമായി ബാബു, അച്ഛന്റെ വെപ്പാട്ടി ഷെറിനെ കാണുന്നു. പിന്തുടർന്ന് അവളുടെ വീട്ടിലെത്തുന്നു. അച്ഛനുമായുള്ള ബന്ധം അവസാനിപ്പിക്കണമെന്ന് ആവശ്യപ്പെടുന്നു. തർക്കം മൂർച്ഛിക്കുന്നു. ഒടുവിൽ 'സ്വന്തം ഭാര്യയെ ആദ്യം നേരെയാക്കു എന്നിട്ട് മറ്റ് സ്ത്രീകളെ ഉപദേശിക്കാൻ നടന്നാൽ മതി, ഭ്രാന്തൻ' എന്ന അവളുടെ അവഹേളനം ഏറ്റുവാങ്ങുന്നു. ഷെറിന്റെ വീട്ടിലെ സംഭവങ്ങൾ അച്ഛനെ കുപിതനാക്കുന്നു. അയാൾ ബാബുവിന് ഭ്രാന്താണെന്ന് മുദ്രകുത്തി ഭ്രാന്താശുപത്രിയിൽ അടയ്ക്കുന്നു. ഒപ്പം വന്ന അമ്മയും അവിടെത്തന്നെ തങ്ങുന്നു. അവനെ ശുശ്രൂഷിക്കുന്നതിനേക്കാൾ ആ വീട്ടിൽ നിന്നും ഭർത്താവിൽ നിന്നുമുള്ള അകൽച്ചയാണ് അവർ ആഗ്രഹിച്ചത്. 'തടവിൽ നിന്നു മോചനം ലഭിച്ചതോടെ അവരിൽ ജീവന്റെ പൊടിപ്പുകൾ ഉണർന്നിട്ടുണ്ടാകാം' എന്ന് മകൻ തിരിച്ചറിയുന്നു. ഇവിടെ ഭാര്യാഭർതൃബന്ധം, അച്ഛനും മകനുമായുള്ള ബന്ധം, രക്തബന്ധം എല്ലാം വ്യർത്ഥം. പരസ്പരം രക്ഷപെടാൻ ആഗ്രഹിക്കുന്ന ദുരന്താവസ്ഥ. സാമൂഹികവും വൈയക്തികവുമായ തകർച്ച വ്യക്തം.

ഭ്രാന്താശുപത്രിയിലെ കാഴ്ചകൾ ബാബുവിനെ ദുഃഖിപ്പിക്കുന്നു. ആരുമില്ലാത്ത വെളുമ്പൻ എന്ന വൃദ്ധന്റെ ജീവിതം അലട്ടുന്നു. ഡോക്ടർ അടക്കമുള്ളവരുടെ സ്നേഹം സാന്ത്വനമാകുന്നു. ഡോക്ടറുടെ മകൾ നിർമ്മല മോളുമായി ബാബു അടുക്കുന്നു.ബാല്യത്തിന്റെ നിഷ്ക്കളങ്ക സ്നേഹം ബാബുവിന് താങ്ങാവുന്നു. കുട്ടിയോടൊപ്പമുള്ള നേരങ്ങളിൽ അവനും

കുട്ടിയാവുന്നു. സ്നേഹപ്രവാഹത്തിൽ അവനും ബാല്യത്തിലേക്ക് മടങ്ങുന്നു. കപടലോകത്തിന്റെ വ്യഥകളിൽ നിന്ന് രക്ഷനേടാൻ ശ്രമിക്കുന്നു. എന്നാൽ ഭ്രാന്തിന്റെ നടുവിലെ ഏകാന്തതയിൽ വെളുമ്പന്റെ കൂട്ടും നിർമ്മലമോളാണ്. ബാബുവുമായുള്ള ചങ്ങാത്തം അവളെ വെളുമ്പന് നഷ്ടപ്പെടുത്തി. സ്നേഹം നഷ്ടമായതോടെ അയാൾ തീവ്രദു:ഖത്തിലാഴുന്നു. അയാൾക്ക് ജീവിതം വ്യർത്ഥമാകുന്നു. മരണം ആഗ്രഹമാകുന്നു.

മൂന്നുമാസത്തെ താമസത്തിനുശേഷം ഭ്രാന്താശുപത്രിയിൽ നിന്നും മടങ്ങുന്ന ബാബു. നിർമ്മലമോൾക്ക് അവളുടെ കളിക്കൂട്ടുകാരനെ നഷ്ടമാകുന്നു. ഗ്രാമത്തിൽ കളിച്ചു വളർന്ന ബാല്യം ബാബുവിനെ വേട്ടയാടുന്നു. നാട്ടിൻപുറത്തെ കുളങ്ങളും കൈത്തോടുകളും അവന്റെ ഓർമ്മകളിൽ നനവു പടർത്തുന്നു. നഗരത്തിലേയ്ക്ക് പറിച്ചുനട്ടതോടെ വിങ്ങുന്ന മനസ്സ്. നഗരത്തിന്റെ വികൃതമുഖം. കൃത്രിമ സൗഹൃദങ്ങളും വ്യർത്ഥജീവിതങ്ങളും തിരിച്ചറിയുന്ന തുടർജീവിതം. ഇവിടെയെല്ലാം ഗ്രാമത്തോടുള്ള കഥാകാരന്റെ അബോധമായ അടുപ്പം വ്യക്തമാകുന്നു. ഗ്രാമജീവിതത്തിന്റെ നന്മയും നഗരത്തിന്റെ നാട്യങ്ങളും പ്രതിഫലിക്കുന്നു.

ഭ്രാന്താശുപത്രിയിൽ നിന്നും മടങ്ങുന്ന ബാബുവിനോട് നിർമ്മലമോളുടെ നിഷ്കളങ്കമായ പിണക്കം. ഭ്രാന്താശുപത്രിയിലെ എല്ലാവർക്കും ദു;ഖം. അന്തേവാസി മൗലവി തന്റെ വിങ്ങൽ മറികടക്കാൻ, 'നിങ്ങൾ ആരാണെ'ന്ന് ചോദ്യമുന്നയിച്ച് സ്വയം അന്യവല്കൃതനായി ദു:ഖത്തിൽ നിന്ന് മോചനം നേടാൻ ശ്രമിക്കുന്നു. 'ഒറ്റ യാത്ര ചോദിക്കലേ ഉള്ളൂ. അത് എന്നത്തേയ്ക്കുമായുള്ള യാത്രയായിരിക്കും. അപ്പോൾ ആർക്കും സഹിക്കില്ല. ഒരുത്തൻ രക്ഷപെടുന്നതുകണ്ട് അസൂയ സഹിക്കാൻ കഴിയാതെ, ബന്ധുക്കൾ സങ്കടപ്പെട്ടുകരഞ്ഞുപോവുന്നു' എന്ന മരണദർശനവും വ്യത്യസ്തമാണ്. ഇഹലോകത്തെ വ്യഥകളിൽ നിന്നുള്ള രക്ഷപെടലായി മരണത്തെ ചിത്രീകരിക്കുന്നു. ആശുപത്രിയിൽ നിന്ന് മടക്കയാത്രയ്ക്കുമുമ്പുള്ള കൂടിക്കാഴ്ചയിൽ ബാബുവിന് ഒരു അച്ഛനാവാൻ കഴിയുമോ? എന്ന സന്ദേഹം ഡോക്ടർ രഹസ്യമായി അമ്മയെ അറിയിക്കുന്നുണ്ട്. ഇത് ബാബുവും കേൾക്കുന്നു. അവന്റെ ദു:ഖം തീവ്രമാകുന്നു. തലമുറകൾ നഷ്ടമാകുന്ന ദുരന്തം. 'സൃഷ്ടിയുടെ നീണ്ടുനീണ്ടു പോകുന്ന ചെയിന്റെ ഒരു കണ്ണി, തന്നിൽ ഉടഞ്ഞുവീണുകിടക്കുന്നു' എന്ന ചിന്തയിൽ തീവ്രവേദനയുടെ പ്രതിഫലനമുണ്ട്. ജീവിത വ്യർത്ഥതയുടെ തപ്തദൈന്യമുണ്ട്.

ഭ്രാന്താശുപത്രിയിൽ നിന്നും മടങ്ങിയതോടെ, താൻ മനസ്സിൽ ഏറ്റവും ആഗ്രഹിച്ച ചിത്രം പൂർത്തിയാക്കുവാനാണ് ഇപ്പോൾ ബാബുവിന്റെ ശ്രമം. പക്ഷേ, എന്നു പൂർത്തിയാക്കും എന്നത് ജ്ഞാതമല്ല. അതിന്റെ

പൂർത്തീകരണത്തോടെ തന്റെ നിയോഗം അവസാനിക്കുന്നത് അയാൾ തിരിച്ചറിയുന്നു. അതോടെ തന്റെ മരണം അയാൾ പ്രതീക്ഷിക്കുന്നു. പൂർത്തിയാകുന്ന കലാരൂപം, പൂർത്തിയാകുന്ന ജീവിതത്തോട് പൂരകമാവുകയാണ്. ഇവിടെ ബാബുവിന് നേരിടുന്ന ദുരന്തത്തിൽ പ്രതീകാത്മകതയുണ്ട്. ഒപ്പം കഥാകാരന്റെ വ്യക്തി ജീവിതത്തിന്റെ പൂർണ്ണതയെക്കുറിച്ചുള്ള പ്രവചനസ്വഭാവവും വിവരണത്തിൽ പ്രതിഫലിക്കുന്നു.

പാർവ്വതിയും വിശ്വനാഥനുമായുള്ള അവിഹിത ബന്ധങ്ങൾ ഇപ്പോഴും തുടരുന്നുണ്ട്. വിശ്വനാഥന്റെ വഴികൾ കൊടിയ അരാജകത്വം നിറഞ്ഞവയാണ്. എന്നാൽ നഗരജീവിതം മടുത്ത വിശ്വനാഥൻ അവിടം വിടാൻ തീരുമാനിച്ചു. റെയിൽവേസ്റ്റേഷനിൽ അവനെ യാത്രയാക്കാൻ ബാബുവും പോയി. 'എന്നാണ് ഇതിനൊരു അന്ത്യം?' ബാബു ചോദിച്ചു. 'ഏതിന്? ജീവിതത്തിനോ?' വിശ്വനാഥന്റെ മറുചോദ്യം. 'ആർക്കറിയും? മരണല്ല എന്നുമാത്രം എനിക്കറിയാം. മറ്റൊന്നും പിടിയില്ല.' ജീവിതത്തിന്റെ അന്ത്യം മരണമല്ല എന്ന ദർശനം പത്മരാജൻ പലയിടത്തും അവതരിപ്പിച്ചിട്ടുണ്ട്. മരണത്തെക്കുറിച്ച് ഗൗരവമായി ചിന്തിച്ച എഴുത്തുകാരെല്ലാം ഈ ദർശനത്തിൽ അഭയവും ആശ്വാസവും കണ്ടെത്തിയവരാണ്. 'മരണം ജീവിതത്തിന്റെ ഫുൾസ്റ്റോപ്പല്ല' എന്ന് 'പാർവ്വതിക്കുട്ടി' എന്ന കഥയിലും കഥാകാരൻ തന്റെ നിലപാട് നേരത്തെ പ്രഖ്യാപിച്ചിരുന്നു. മരണത്തിൽ അവസാനിക്കുന്നതല്ല അസ്തിത്വം. 'മരണം കേവലം ഒരു മാറ്റമെന്നേ കരുതേണ്ടതുള്ളൂ. മരണത്തോടുകൂടി ജീവിതം അവസാനിക്കുന്നില്ല.'[3] എന്ന് ആശാൻ കൃതികൾ നിരൂപകർ വിലയിരുത്തിയിട്ടുണ്ട്. സമാന ദർശനം തന്നെയാണ് പത്മരാജനും അവതരിപ്പിക്കുന്നത്. 'ജീവിക്കാനുള്ള ആഗ്രഹവും മൃത്യുബോധവും പരസ്പരവിരുദ്ധമായി ഒരാളിൽതന്നെ പ്രവർത്തിക്കുന്നു[4] എന്ന കാഴ്ചപ്പാടിനോടാണ് ദുരന്താഭിമുഖ്യം പുലർത്തുന്ന രചയിതാക്കൾ സാത്മ്യം പ്രകടിപ്പിക്കുന്നത്.

റെയിൽവേ സ്റ്റേഷനിൽ എത്തിയ ബാബുവിനെക്കണ്ട് വിശ്വനാഥൻ അസ്വസ്ഥനാകുന്നു. 'ഇന്നോളം എന്നെ യാത്രയാക്കാൻ ഒരു റയിൽ വേസ്റ്റേഷനിലും ആരും എത്തിയിട്ടില്ല'. എന്ന വിശ്വനാഥന്റെ വാക്കുകളിൽ വൈയക്തികമായ ഒറ്റപ്പെടലും ബന്ധങ്ങളുടെ വ്യർത്ഥതയും ഒരുപോലെ തിരിച്ചറിയാം. മുന്നിലെ റെയിൽവേ പാളങ്ങൾ ഇവിടെ ജീവിതത്തിന്റെ പ്രതീകമാണ് 'ഈ റെയിവേ പാളങ്ങൾ എവിടെച്ചെന്ന്

---

3 കൃഷ്ണപിള്ള. എൻ, തിരഞ്ഞെടുത്ത പ്രബന്ധങ്ങൾ, എസ്.പി.സി.എസ്, 1973, പേജ് 95

4 Freud Sigmund, collected papers, Vol. V, The Hogarth Press and the Institute of Psyco-Analysis, London, 1956, P. 282.

അവസാനിക്കും'. വിശ്വനാഥൻ ചോദിച്ചു.'നിന്റെ ഭാഗ്യത്തിൽ അല്ലെങ്കിൽ നിന്റെ അന്ത്യത്തിൽ' ബാബു- 'ഭാഗ്യത്തിൽ നിന്നാണ് തുടക്കം. അന്ത്യം അന്വേഷിച്ചാണ് യാത്ര' വിശ്വനാഥന്റെ മറുപടിയിൽ ജീവിതത്തെ സംബന്ധിച്ച കാഴ്ചപ്പാട് പ്രതിഫലിക്കുന്നു. പാളങ്ങൾ പോലെ തന്നെ പരസ്പരം ചേരാത്ത ജീവിതങ്ങൾ. ഭാഗ്യവും ജീവിതവും പലപ്പോഴും സമാന്തരങ്ങളാകുന്നു. ഭാഗ്യംതേടി ആരംഭിക്കുന്ന ജീവിതയാത്രകൾ നിരർത്ഥകമായി മരണത്തിൽ ചെന്ന് ഒടുങ്ങുന്നു. വിശ്വനാഥന് ബാല്യത്തിൽ ഭാഗ്യത്തിന്റെ തണലിൽ കിട്ടിയ ജീവിതത്തിന്റെ നീട്ടലും സൂചിപ്പിക്കുന്നു. പൈലിയുടെ വെട്ടിൽ നിന്ന് അവനെ രക്ഷിക്കാൻ അമ്മ കമലാക്ഷി സ്വന്തം ജീവൻ നൽകുകയായിരുന്നു. ദാർശനികതയുടെ ഗരിമയ്ക്കൊപ്പം വസ്തുകഥനത്തിന്റെ സത്യവും ഇവിടെ കൂട്ടിയിണക്കുന്നു.

തീവണ്ടി നീങ്ങിത്തുടങ്ങുമ്പോൾ അടുത്തെത്തിയ വിശ്വനാഥൻ ഉറക്കെ പറഞ്ഞു 'ഇത്ര കാലവും നിങ്ങളുടെ ഭാര്യ, എന്റെയുംകൂടി ഭാര്യയായിരുന്നു. നിങ്ങൾക്കറിയാമായിരുന്നോ, എന്തോ?' അയാൾ ചാടിക്കയറിപ്പോയി. പതറിപ്പോകുന്ന ബാബു. ദുരന്താവസ്ഥയാണിത്. സ്വന്തം ദുർബലത, അല്ലെങ്കിൽ ചൂഷണം ചെയ്യപ്പെട്ട അവസ്ഥ. നേടിയവൻ മുഖത്തുനോക്കി പരിഹസിക്കുമ്പോൾ ചങ്കിൽത്തറയ്ക്കുന്ന ആഘാതം. മറുപടിപറയാനുള്ള അവസരംപോലും നഷ്ടപ്പെട്ടവന്റെ ദൈന്യം. തകർക്കപ്പെട്ടവന്റെ വേദന. 'നിലനില്പിന്റെ ഒരു പ്രത്യേക മുഹൂർത്തത്തിൽ, മുഖത്തേയ്ക്കു നോക്കി നീ നിലനിൽക്കുന്നില്ല എന്ന് വേറൊരു ജീവി പ്രഖ്യാപിക്കുമ്പോൾ, അതിനെതിരായി വാദങ്ങൾ നിരത്താൻ കഴിയാതെ വരുമ്പോൾ അവന്റെ നാശം സംഭവിച്ചുകഴിയുന്നു.' വിശ്വനാഥന്റെ മനസ്സിന്റെ കാഠിന്യവും വ്യക്തം. നഗരത്തിന്റെ സാഡിസ്റ്റുമനോഭാവം. ബാബു കൂടുതൽ കൂടുതൽ ഒറ്റപ്പെടുകയാണ്. പാർവ്വതിയുടെ നിർബന്ധത്തിനു വഴങ്ങി ഒരു ദിവസം അയാൾ അവൾക്കൊപ്പം ബീച്ചിലെത്തുന്നു. തിരമാലകൾ നോക്കിയിരിക്കുമ്പോൾ അവൾ പറഞ്ഞു. 'ബാബു...പിന്നെ... പിന്നെ... ഒരച്ഛനാകാൻ പോകുന്നു.' ഒരിയ്ക്കലും അച്ഛനാകാൻ കഴിയില്ലെന്ന ഡോക്ടറുടെ വിശദീകരണം അയാൾ ഓർക്കുന്നുണ്ട്. അന്യന്റെ കുട്ടിയെ, പ്രത്യേകിച്ച് വിശ്വനാഥന്റെ ബീജം ഉദരത്തിൽ വഹിക്കുന്ന ഭാര്യയുടെ കാപട്യം കൂടി വ്യക്തമാകുമ്പോൾ അയാൾ ആകെ തകർന്നു പോകുന്നു.

ജീവിതങ്ങൾ അതിന്റെ അവസാന ലാപ്പിലേക്ക് ഓടിക്കയറുകയാണ്. വെപ്പാട്ടിയെ വീട്ടിൽ താമസിപ്പിക്കാൻ അച്ഛൻ കൂട്ടിക്കൊണ്ടുവരുന്നു. അതിനെ എതിർത്ത് അടികൊണ്ടു വീഴുന്ന അമ്മ. ഷെറിനായി അച്ഛൻ തുറന്നുകൊടുക്കുന്നത് ബാബുവിന്റെ മുറി. അവന്റെ

ചിത്രരചനാസാമഗ്രികളെല്ലാം കോണിപ്പടിക്കു ചുവട്ടിലേക്ക് വലിച്ചെറിയപ്പെട്ടിരിക്കുന്നു. ബാബു ഞെട്ടലോടെ അന്വേഷിക്കുന്നു. 'ആരാണ് മുകളിൽ, എന്റെ മുറിയിൽ... എന്റെ മുറി... നിനക്ക് മുറിയില്ല'. സ്വന്തം ഇടം ബാബുവിന് നഷ്ടമായിരിക്കുന്നു. അവന്റെ നിലനില്പ്, അസ്തിത്വം, വ്യക്തിത്വം എല്ലാം നഷ്ടമായിരിക്കുന്നു. അവൻ കുടിയിറക്കപ്പെട്ടവനായിരിക്കുന്നു. പ്രപഞ്ചവുമായി ഇപ്പോൾ ബന്ധിപ്പിച്ചുനിർത്തുന്ന ഏക കണ്ണി അമ്മ മാത്രമാണ്. അവരാകട്ടെ അടികൊണ്ട് രക്തം ഒഴുകി നിസ്സഹായാവസ്ഥയിൽ. അവശേഷിക്കുന്നതെല്ലാം ശവങ്ങൾ. പടിയിറക്കപ്പെട്ടതോടെ നിലനില്പ് പ്രഹേളികയാവുന്നു. മരണം മാത്രമാണ് മുന്നിൽ.

അവസാന അതിജീവനമായി ബാബു തിരിച്ചറിയുന്നത് നിർമ്മലമോളുടെ സ്നേഹമാണ്. വെളുമ്പന്റെ വാത്സല്യമാണ്. അവൻ അവസാനത്തെ ചിത്രവുമായി ഭ്രാന്താശുപത്രിയിലേക്കു മടങ്ങിയെത്തുന്നു. പക്ഷേ അവിടെയും അവനും അവന്റെ സ്നേഹവും തിരസ്കരിക്കപ്പെടുകയാണ്. വെളുമ്പൻ മരിച്ചു. നിർമ്മലമോളെ കാണാൻ ഡോക്ടർ സമ്മതിച്ചില്ല. ബാബു ഇടയ്ക്ക് അയച്ചുകൊണ്ടിരുന്ന കത്തുകൾപോലും മോൾക്ക് നൽകാതെ ഡോക്ടർ അവനെ മറവിയിലേക്ക് തള്ളിയിരുന്നു. എല്ലാ സാന്ത്വനങ്ങളും നഷ്ടമായതോടെ, അതിജീവനത്തിന്റെ വഴിയടഞ്ഞതോടെ, അസ്തിത്വത്തിനു തന്നെ നീതികരണമില്ലാത്ത സാഹചര്യത്തിൽ ബാബു എങ്ങോട്ടെന്നില്ലാതെ ഇറങ്ങി നടക്കുന്നു. മുഖമില്ലാത്ത സമൂഹത്തിൽ, അനന്തതയിൽ ലയിക്കുന്നു. ആരും വഴികാട്ടാനില്ലാത്ത ഒറ്റപ്പെട്ട മനുഷ്യന്റെ തകർച്ച, ദുരന്തം മാത്രമാണ് അവസാനം. അതുതന്നെയാണ് സത്യവും. 'ഒറ്റപ്പെടുന്ന മനുഷ്യന്റെ വ്യഥകൾ ആധുനികതയുടെ മുഖ്യ വൈകാരിക വിക്ഷുബ്ധതയാണ്. മനുഷ്യനേയും അവന്റെ തടവുമുറികളേയും സംബന്ധിക്കുന്ന ദർശന ദുഃഖത്തിന്റെ ആധി പിടിപെട്ട പ്രവാചകനാണ് പുതിയ എഴുത്തുകാരൻ'[5] എന്ന നിരീക്ഷണത്തെ പ്രസക്തമാക്കുകയാണ് ഈ രചനയും രചയിതാവും. നഗരസംസ്കാരത്തിന്റെ നിർദ്ദയത്വം കൂടുതൽ വിപുലമായ വർത്തമാന കാലത്ത് പ്രസക്തി ഇരട്ടിക്കുന്ന നോവലാണ് 'ലുത്തുഭേദങ്ങളുടെ പാരിതോഷികം.'

---

5 അപ്പൻ. കെ.പി, ക്ഷോഭിക്കുന്നവരുടെ സുവിശേഷം, എസ്.പി.സി.എസ്, 1977, പേജ് 137

മഞ്ഞുകാലം നോറ്റ കുതിര

ബന്ധങ്ങളേക്കാൾ മനസ്സിന്റെ ചേർച്ചയ്ക്ക് പ്രാധാന്യം നൽകിയ എഴുത്തുകാരനായിരുന്നു പത്മരാജൻ. പരസ്പരം മനസ്സിലാക്കാതെ ജീവിതം തുലച്ചുകളയുന്ന മനുഷ്യരുടെ കഥയാണ് 'മഞ്ഞുകാലം നോറ്റ കുതിര'. തീരുമാനങ്ങളുടെ സ്വാതന്ത്ര്യങ്ങൾ വ്യക്തിബന്ധങ്ങളെ നിഷ്പ്രഭമാക്കുകയും അവ ഏല്പിക്കുന്ന വൈയക്തിക ആഘാതങ്ങൾ അവഗണിക്കുകയും ചെയ്യുന്നതാണ് ദുരന്തഹേതു. നഗര സംസ്കാരത്തിന്റെ അധിനിവേശത്തേക്കാൾ അവ വ്യക്തിത്വ രൂപവത്കരണത്തിലും മനോഭാവങ്ങളിലും ചെലുത്തിയ സ്വാധീനങ്ങളാണ് നോവലിന്റെ വഴിത്തിരിവ്. നോവലിസ്റ്റ് എന്ന നിലയിൽ ദീർഘകാലത്തെ മൗനം മുറിച്ച് പത്മരാജന്റെ മടങ്ങിവരവുകൂടിയായിരുന്നു ഈ നോവൽ.

മൈസൂറിന്റെ പ്രാന്തത്തിലുള്ള എസ്റ്റേറ്റിനു നടുവിലെ കൂറ്റൻ ബംഗ്ലാവിൽ - 'വാലീസ്' - കഴിയുന്ന ഡോ. ഷാനവാസ്ഖാന്റെ ജീവിതമാണ് നോവലിന്റെ ഇതിവൃത്തം. ഖാന് പാരമ്പര്യമായി കിട്ടിയതാണ് വീട്. അതിന്റെ നവീകരണത്തിനായി ബോംബെയിൽ നിന്ന് എത്തുന്ന യുവ ആർക്കിടെക്ട് പ്രശാന്തിന്റെ കാഴ്ചകളിലൂടെയാണ് കഥ നീങ്ങുന്നത്. നിഗൂഢവും സങ്കീർണ്ണവുമായ മാനസിക - വൈയക്തിക ഭാവങ്ങൾ പുലർത്തുന്ന ഖാൻ, പ്രശാന്തിനെ അത്ഭുതപ്പെടുത്തുന്നു. ബന്ധുക്കളോ ബന്ധങ്ങളോ ഇല്ലാതെ കഴിയുന്ന, കാലിൽ പ്ലാസ്റ്ററിട്ട് നടക്കാൻ പരസഹായം വേണ്ട ഖാൻ, സംഗീതത്തെ ജീവനുതുല്യം സ്നേഹിക്കുന്ന കലാസ്വാദകനാണ്. സുഹൃത്തുക്കളാണ് മറ്റൊരു ദൗർബല്യം. പക്ഷേ, അയാളുടെ വ്യക്തിജീവിതം തുടക്കത്തിൽ ദുരൂഹമാണ്. ബംഗ്ലാവിലേക്കുള്ള വരവിൽ പ്രശാന്തു കാണുന്ന പുറംകാഴ്ചയിലൂടെ ഖാന്റെ ജീവിതത്തിന്റെ പ്രതീകാത്മക ചിത്രം കഥാകാരൻ അവതരിപ്പിക്കുന്നു.

'താഴ്‌വര'(വാലീസ്) യിലേക്കുള്ള വഴിയുടെ ഇരുഭാഗത്തുമായി, ഏതോ കാലത്തു പൂത്തുമദിച്ചു നിന്ന ഒരു പൂന്തോട്ടം ചത്തു കിടന്നു'. ഒരു കാലത്തു പൂത്തു മദിച്ചു നിന്ന ഖാന്റെ ജീവിതം ഇപ്പോൾ ബംഗ്ലാവിന്റെ ചുമരുകൾക്കുള്ളിലെ മരിച്ച മണിക്കൂറുകളായി മാറിയിരിക്കുന്നു.

സുഹൃത്തുക്കളും സംഗീതവും തീർക്കുന്ന ആഹ്ലാദ നിമിഷങ്ങളിൽ ഖാൻ എല്ലാം മറക്കുന്നു. ഇരുക്കൂട്ടരോടുമുള്ള സ്നേഹമാകട്ടെ ആത്മാർത്ഥവും. എല്ലാ വരവുകളിലും ചെടിച്ചട്ടികൾ തകർക്കുന്ന സുഹൃത്ത് ജബ്ബോയോടുപോലും അയാൾ കലഹിക്കുന്നില്ല. തന്റെ ആരോഗ്യ ഉപദേശകൻ ഡോ. പിള്ളയ്ക്ക്, ഖാൻ അനുസരണയുള്ള രോഗിയാണ്. മറ്റു ഗായകരോടും വീട്ടുജോലിക്കാരോടുമൊക്കെ സ്നേഹവും സൗഹൃദവും പുലർത്തുന്നു. അയൽക്കാരിയും പണിക്കാരിയുമായ സാറയോട് അല്പം സ്വാതന്ത്ര്യം കൂടും. അവൾക്ക് തിരിച്ചും. എന്നാൽ അവർക്കിടയിലെ ബന്ധത്തിൽ ശരീരത്തിന്റെ പങ്ക് കഥാകാരൻ വ്യക്തമാക്കുന്നില്ല. നാഗരികമായ പശ്ചാത്തലങ്ങളിൽ ജീവിച്ച ഖാന്റെ പ്രവർത്തികളിലെല്ലാം ഗ്രാമ്യതയുടെ നന്മയാണ് പ്രതിഫലിക്കുന്നത്.

വീടിന്റെ നവീകരണത്തിനു മുൻപായി വീടിനോടു ചേർന്ന കുതിരാലയം നവീകരിക്കാനാണ് ഖാൻ, പ്രശാന്തിനോട് ആവശ്യപ്പെടുന്നത്. അത് പൂർത്തിയായതോടെ ഊട്ടിയിൽ നിന്ന് പുതിയ പെൺകുതിര - ജൂലിയ - എത്തുന്നു. ആഹ്ലാദഭരിതനായി കാണുന്നുവെങ്കിലും ഖാന്റെ മുറിയിൽ നിന്ന് ഇടയ്ക്കിടെ സിത്താറിന്റെ തേങ്ങൽ കടന്നുവരുന്നതിലൂടെ ഖാനെ സ്വകാര്യദു:ഖങ്ങൾ അലട്ടുന്നുണ്ടെന്ന് പ്രശാന്ത് തിരിച്ചറിയുന്നു. കുതിരയോടുള്ള സ്വന്തം ഭ്രമത്തിനേക്കാൾ മറ്റാർക്കോ വേണ്ടിയാണ് ലായ നവീകരണവും ലക്ഷങ്ങൾ മുടക്കി പെൺകുതിരയെ വാങ്ങിയതുമെന്ന സത്യവും പ്രശാന്ത് മനസ്സിലാക്കുന്നു. ഖാന്റെ ഭൂതകാലങ്ങൾ ഇതോടെ കൂടുതൽ വ്യക്തമാകുന്നു.

ഹിന്ദുസ്ഥാനി സംഗീതജ്ഞ ഊർമ്മിളയാണ് ഖാന്റെ ഭാര്യ. ദമ്പതികൾക്കിടയിലെ ഭിന്നതകൾ ഇരുവരേയും അകറ്റി. ഊർമ്മിള വിദൂരത്ത് എവിടെയോ ആണ് താമസം. അവരുടെ ഏക മകൾ ദുർഗ ബോംബെയിൽ പഠിക്കുന്നു. ഖാന്റെ ഒറ്റപ്പെടലുകൾക്ക് അതാണു കാരണം. ഊർമ്മിളയെ വിദേശത്തു നടന്ന ഒരു സംഗീതനിശയിൽ വെച്ചാണ് ചെറുപ്പത്തിൽ ഖാൻ പരിചയപ്പെടുന്നത്. ലോകപ്രശസ്തനായ ഗുരു ശ്രീജോഗിനൊപ്പം വിസ്മയിപ്പിക്കുന്ന ആലാപനമികവോടെ അന്ന് അവർ ശ്രദ്ധാകേന്ദ്രമായി. പരിചയം പ്രണയമായി. ഖാനെ വിവാഹം കഴിച്ചെങ്കിലും ഊർമ്മിളയ്ക്ക് ഗുരുവായിരുന്നു എല്ലാം. പിന്നെ ചീട്ടുകളി,

കുതിരപ്പന്തയം എന്നീ ഭ്രാന്തുകൾ. പാടിക്കിട്ടുന്ന ഭീമമായ തുക അവർ ഈ രണ്ടു വിനോദങ്ങൾക്കുമായി മാറ്റിവച്ചു. ലോകത്തിന്റെ വിവിധ ഭാഗങ്ങളിൽ നടക്കുന്ന കുതിരപ്പന്തയങ്ങളിൽ വൻതുകയ്ക്കുള്ള ബെറ്റുകൾ മുറുകുമ്പോൾ ഡോ. ഖാന്റെ വ്യവസായ സാമ്രാജ്യത്തിൽ ഓട്ടവീഴുകയാ യിരുന്നു. ഇതിനിടെയാണ് മകളുടെ പിറവി. ഊർമ്മിളയുടെ ഭ്രാന്തുകൾ തുടർന്നു. ഇടയ്ക്ക് സമ്മാനമായി ഊർമ്മിളയ്ക്ക് ഒരു പെൺകുതിരയെ കിട്ടി. പക്ഷേ, പണം ചോരുന്നതോടെ ഖാന്റെ നിയന്ത്രണം നഷ്ടപ്പെ ടുകയായിരുന്നു. മദ്യവും വാക്കേറ്റവും മൂത്ത ഒരു രാത്രിയിൽ അയാൾ ഊർമ്മിളയെ തല്ലി. അതോടെ അവൾ ഗുരു ശ്രീജോഗിന്റെ പാഠശാല യിലേയ്ക്ക് ഇറങ്ങിപ്പോയി. പിന്നെ മടങ്ങിവരവുണ്ടായില്ല.

ബിസിനസ്സും ജീവിതവും തകർന്ന് ബംഗ്ലാവിൽ ചേക്കേറിയ ഖാൻ ഒറ്റപ്പെട്ടു. സംഗീതം അയാളെ സാന്ത്വനിപ്പിച്ചുകൊണ്ടിരുന്നു. വർഷങ്ങൾ ക്കുശേഷം ഊർമ്മിള ഇപ്പോൾ മടങ്ങിവരികയാണ്. മകൾ ദുർഗയുടെ വാശിയാണ് ഇരുവരേയും ഒരുമിപ്പിക്കുന്നത്. ദുർഗയ്ക്ക് വിവാഹാലോച നകൾ വന്നിരിക്കുന്നു. അച്ഛനും അമ്മയും ഒന്നാകുമ്പോൾ മാത്രമേ താൻ വിവാഹത്തിനു സമ്മതിക്കൂ എന്ന മകളുടെ വാശിയാണ് ഇന്ന് ഖാനെ ജീവിതത്തിലേയ്ക്ക് മടക്കിക്കൊണ്ടുവരുന്നത്. ഊർമ്മിളയോട് ഇന്നും നിലനിൽക്കുന്ന തീവ്രസ്നേഹത്തിന്റെ സമ്മാനമായാണ് ഖാൻ ലായം പുതുക്കിയതും പെൺകുതിരയെ വാങ്ങിയതും. ദുർഗയാകട്ടെ മാതാപിതാ ക്കളുടെ പുനഃസമാഗമത്തിനായി തനിക്ക് നിലവിലുള്ള പ്രണയംപോലും ഉപേക്ഷിക്കാൻ തയ്യാറായി. പക്ഷേ ബംഗ്ലാവിലെത്തിയ ഊർമ്മിളയെ ഒന്നും ആകർഷിക്കുന്നില്ല. ആരോടും സൗഹൃദമില്ലാതെ, ഖാനെ ഒരി ക്കൽപോലും കാണാതെ അവർ മറ്റൊരു മുറിയിൽ താമസമാക്കി.

പുലരികളിൽ ഊർമ്മിള ഒറ്റയ്ക്ക് നടക്കാൻ പോയി. സങ്കീർണ്ണ മാനസിക ഭാവങ്ങളുള്ള സംഗീതജ്ഞയെ പരിചയപ്പെടാൻ ശ്രമിച്ച് പ്രശാന്ത് പരാജയപ്പെട്ടു. ഭർത്താവ് എന്ന ബന്ധത്തെ അധികാരമായി അംഗീകരിക്കാത്ത ഊർമ്മിളയിൽ വലിയ മാറ്റം ഇപ്പോഴും ഉണ്ടായി ട്ടില്ലെന്ന് അവൻ തിരിച്ചറിയുന്നു. മകളുടെ വാശി മാത്രമാണ് അവരെ കീഴടക്കിയത്. കുടുംബത്തിലെ മറ്റുള്ള സമാധാന ചർച്ചകളൊന്നും അവർ വകവെച്ചിരുന്നില്ലെന്നും വ്യക്തമാകുന്നു. അച്ഛനെ അംഗീകരി ക്കാനും അച്ഛന്റെ സമ്മാനം ഏറ്റുവാങ്ങാനുമുള്ള ദുർഗയുടെ നിർബന്ധം ഊർമ്മിള നിരസിക്കുന്നു. 'തർക്കം വഴക്കായി. വിട്ടുവീഴ്ചയില്ലായ്മയുടെയും വാശിയുടെയും കാര്യത്തിൽ അമ്മയേക്കാൾ ഒട്ടും പിന്നിലായിരുന്നില്ല ദുർഗ'. തോട്ടത്തിലെ മരങ്ങളുടെ മറവിലും പ്രഭാത സവാരിയ്ക്കിടയിലും ഖാന്റെ മുറിയിലും ഒക്കെയായി അതിനു രൂക്ഷത വർദ്ധിച്ചു. 'പാറി വീഴുന്ന

സംസാരച്ചീളുകൾ, ചിലപ്പോഴൊരു കലങ്ങിയ നോട്ടം, ഭീഷണമായ നീക്കങ്ങൾ, പിണക്കത്തിന്റെ മണം നിറയുന്ന മുറികൾ', പക്ഷേ ഊർമ്മിള തന്റെ നിലപാടിൽ നിന്ന് അണുവിട വ്യതിചലിക്കാൻ തയ്യാറായില്ല. മാതാപിതാക്കളെ ഒരുമിപ്പിക്കാനുള്ള ത്യാഗമായി സ്വന്തം വിവാഹത്തെക്കണ്ട ദുർഗ ഇതോടെ പുനരാലോചന തുടങ്ങി. തന്നേയും അച്ഛനേയും തകർത്ത് അമ്മ രക്ഷപെടാൻ ശ്രമിക്കുകയാണെന്ന് അവൾ സംശയിക്കുന്നു.

തകർച്ചയുടെ താരസ്ഥായി

എല്ലാ പ്രതിസന്ധികളിലും തകർന്നത് ഡോ. ഖാൻ ആയിരുന്നു. മകൾക്കുവേണ്ടി സ്വത്വ ത്യാഗം ചെയ്യുന്ന ആ മനുഷ്യനിൽ അപമാനം ഏല്പിക്കുന്ന നീറിപ്പിടിക്കലുകൾ പൊള്ളിക്കുന്നത് പ്രശാന്ത് തിരിച്ചറിയുന്നു. ഇതിനിടെ വിവാഹാലോചന മുറുകി. ദുർഗയെ കാണാൻ പ്രതിശ്രുത വരൻ ഫൈസൽ എത്തി. അപ്പോഴും ഊർമ്മിള ഒരു വിട്ടുവീഴ്ചയ്ക്കും ഒരുക്കമായിരുന്നില്ല. ഇതോടെ ബോംബെയിൽ നിന്ന് തന്റെ കാമുകൻ പിന്റോയെ ദുർഗ വിളിച്ചുവരുത്തുന്നു. അയാൾ ദുർഗയുടെ സുഹൃത്തു മാത്രമാണെന്ന് ഖാൻ കരുതി. അതുകൊണ്ടുതന്നെ ദുർഗയും ഫൈസലുമായുള്ള വിവാഹക്ഷണത്തുകൾ എല്ലാവർക്കും ഖാൻ വിതരണം ചെയ്യുന്നു. പക്ഷേ കൂടുതൽ തകർച്ചകളാണ് ഖാനെ കാത്തിരുന്നത്. അമ്മയുടെ കടുംപിടുത്തം തന്റെ ജീവിതംകൂടി തകർക്കുമെന്ന് തിരിച്ചറിഞ്ഞ ദുർഗ പിന്റോയുമൊത്ത് ഒരു പുലർച്ചെ ഓടിപ്പോകുന്നു. വിവാഹം മുടങ്ങുന്നു. ഖാൻ തകരുന്നു. ദുഃഖം മറക്കാൻ അന്നു രാത്രി അയാൾ വീണ്ടും മദ്യചഷകമെടുക്കുന്നു. സിത്താറിൽ വിരൽ മീട്ടുന്നു. എല്ലാം മറന്നു പാടുന്നു. സുഹൃത്തുക്കളുടെ നടുവിൽ, ദുഃഖ സംഗീതത്തിന്റെ തോരാമഴയ്ക്കൊടുവിൽ ഊർമ്മിള മുറിയിലേക്ക് കടന്നുവന്നു. 'വന്നപാടേ അവർ ഖാൻ സാഹബ്ബിന്റെ മുന്നിൽ മുട്ടുകുത്തിയിരുന്ന് കാല്ക്കൽ നമസ്കരിച്ചു'. എഴുന്നേറ്റു പുറത്തേയ്ക്കു നടന്നു. രാത്രി വൈകിയുള്ള തീവണ്ടിയിൽ അവർ മടങ്ങിപ്പോയി. ഖാൻ സാഹബ്ബ് കാത്തുസൂക്ഷിച്ച സമ്മാനം, ജൂലിയ എന്ന പെൺകുതിരയെ - ഒന്നു കാണുകപോലും ചെയ്യാതെ.

ഇതോടെ ഖാൻ ആകെ തകർന്നു. ഊർമ്മിളയുടേത് അവസാനത്തെ യാത്രചോദിക്കലാണെന്ന് അയാൾ മനസ്സിലാക്കുന്നു. ആകെ അസ്വസ്ഥനാകുന്നു. രാത്രി വൈകിയിട്ടും ഖാന്റെ മുറിയിൽ വിളക്കണഞ്ഞിരുന്നില്ല. പുലർച്ചെ പാലസിന്റെ ഭിത്തികളേയും താഴ്‌വരകളേയും വിറപ്പിച്ചുകൊണ്ട് വെടിയൊച്ച കേട്ടു. 'ജൂലിയാ ഹൗസിന്റെ മുറ്റത്ത് മങ്ങിയ വെട്ടത്തിൽ ആരൊക്കെയോ. സെർവന്റ്സ് ക്വാർട്ടേഴ്സിന്റെ

ഭാഗത്തു നിന്നും ഓടിവരുന്ന ടോർച്ചും വെട്ടവും. മങ്ങിയ നിലാവിൽ ഖാൻ സാഹബ്ബിനെ തിരിച്ചറിയാൻ പ്രയാസമില്ലായിരുന്നു. അയാളുടെ കൈയിൽ അപ്പോഴും പുകയടങ്ങിയിട്ടില്ലാത്ത റിവോൾവർ കണ്ടു'. തകർച്ചയുടെ, ദുഃഖത്തിന്റെ, നഷ്ടങ്ങളുടെ, ജീവിത സ്വപ്നങ്ങളുടെ എല്ലാ ദുരന്തങ്ങൾക്കും നടുവിൽ 'തൊണ്ടക്കുഴിയിൽ വല്ലാത്ത ഒരു തേങ്ങലുമായി നില്ക്കുന്ന ആ മനുഷ്യൻ'. വ്യഥകൾ തകർത്ത ജീവിതം. ഖാന്റെ പക വല്ലാതെ ക്രൂരമായിപ്പോയി. 'ലായത്തിന്റെ മുറ്റത്ത്, പൈപ്പിട്ടു തിരിച്ച അതിരിനോടു ചേർന്ന് ജൂലിയയുടെ ശരീരം കിടപ്പുണ്ടായിരുന്നു. നെറ്റി പിളർന്നുപോയ ഒരുണ്ടയിൽ അവളുടെ തല ചിതറിപ്പോയിരുന്നു. കഴുത്തിന്റെ ഭാഗത്തുള്ള തുളയിൽ നിന്ന് അദൃശ്യമായ ഒരു പമ്പയത്തിലെന്നപോലെ അവളുടെ ചോര പുറത്തേയ്ക്ക് ചീറ്റിച്ചാടിക്കൊണ്ടിരുന്നു'. ദാരുണമായ ദൃശ്യം. ഖാന്റെ സ്നേഹത്തിന്റെയും ആഹ്ലാദത്തിന്റെയും ജീവിതത്തിന്റെയും പ്രതീകമായിരുന്ന ജൂലിയ. ഒരു ദശാബ്ദം മുമ്പ് വേറിട്ടുപോയ ഭാര്യയുടെ മടങ്ങിവരവിൽ നൽകാൻ കാത്തുവെച്ച ഇഷ്ട സമ്മാനം.

മകളുടെ വിവാഹത്തോടെ പഴയ ജീവിതം മടങ്ങിവരുമെന്ന പ്രത്യാശയിലായിരുന്നു ഖാൻ. പക്ഷേ ഒന്നും സത്യമായില്ല. ഉറപ്പിച്ച കല്യാണത്തിന് ദിവസങ്ങൾക്കുമുൻപ് മകൾ കാമുകനൊപ്പം പോയി. ആ തകർച്ചയിൽ സാന്ത്വനമാകുമെന്നു കരുതിയ ഭാര്യ അയാളെ ഉപേക്ഷിച്ച് തൊട്ടുപിന്നാലെ യാത്രയായി. ജീവിതത്തിന്റെ വർണ്ണങ്ങൾ ഇനി തിരിച്ചു വരില്ലെന്ന യാഥാർത്ഥ്യം അയാൾ ഉൾക്കൊള്ളുന്നു. അതോടെ നിരാശ പകയായി മാറുന്നു. തന്റെ ജീവിതം തകർത്തുകളഞ്ഞ ഭാര്യയോടാണ് പക. അവൾക്കു നൽകേണ്ട പ്രിയ സമ്മാനത്തെതന്നെ അയാൾ ക്രൂരമായി കൊന്നുകളയുകയാണ്. കുതിരയോടു മാത്രമല്ല സ്വന്തം ജീവിതത്തോട്, ഭാര്യയോട്, സ്നേഹം തന്ന് തകർത്ത മകളോട്, ഈശ്വരനോട്, വിധിയോട് എല്ലാറ്റിനോടും ഖാൻ പ്രതികാരം വീട്ടുകയാണ്, ദുരന്തം ഏറ്റുവാങ്ങുകയാണ്. നഗരത്തിന്റെ സ്വാതന്ത്ര്യമല്ല, വ്യക്തികളുടെ 'അഹം'ബോധത്തിലാണ് ഖാൻ കുടുംബം തകരുന്നത്. ഭാര്യയും ഭർത്താവും പരസ്പരം അറിഞ്ഞില്ല, അംഗീകരിച്ചില്ല. ഊർമ്മിളയാകട്ടെ മകളോടുപോലും അനുരഞ്ജനത്തിന് തയ്യാറാകുന്നില്ല. സാന്ത്വനപ്രതീക്ഷയ്ക്ക് ഒടുവിൽ മകളും സ്വന്തം ഇഷ്ടം നിറവേറ്റുന്നതോടെ ഖാൻ വീണ്ടും തകരുകയാണ്. അയാളുടെ വ്യക്തിത്വം തന്നെ പ്രതിസന്ധിയിലാവുന്നു.

ഖാൻ കുടുംബത്തിന്റെ തീവ്രദുരന്തത്തോടൊപ്പം വ്യത്യസ്തമായ ചില മനുഷ്യജീവിതങ്ങളെയും കഥാകാരൻ നോവലിൽ സന്നിവേശിപ്പിച്ചിട്ടുണ്ട്. പ്രശാന്തിന്റെ സഹപ്രവർത്തക സുകന്യാ ഡാനിയലാണ് ഇതിൽ

പ്രധാനി. പ്രശാന്തിന്റെ അതേ തസ്തികയിൽത്തന്നെ ജോലി ചെയ്യുന്ന സുകന്യയ്ക്ക് അയാൾ സമശീർഷനാണ്. അവർ തമ്മിലുള്ള ശാരീരിക ബന്ധത്തിൽപ്പോലും നാഗരികതയുടെ സ്വാതന്ത്ര്യം മാത്രമാണ്. എല്ലാ കാര്യത്തിലും തുല്യതയാണ് സുകന്യ കാണുന്നത്. ആരും ആർക്കും വിധേയമല്ല. പെണ്ണിന് നഗരസംസ്കാരത്തിന്റെ അധിനിവേശത്തിൽ അന്യമായിപ്പോയ നാണത്തിന്റെ പ്രതിനിധി. സുകന്യ മദ്യപിക്കുന്നവളാണ്. സഹജീവനക്കാരനെ ഫോണിലൂടെ രതിവർത്തമാനം പറഞ്ഞിളക്കുന്നവളാണ്. മുഴുത്ത തെറി പറയുന്നതിൽ സങ്കോചമില്ലാത്തവളാണ്. ബോംബെയിലെ മാർക്കറ്റിൽ കണ്ടുമുട്ടിയ മസിൽക്കരുത്തുള്ള പയ്യനെ കിടക്കറയിലേക്ക് ക്ഷണിക്കുന്നവളാണ്. യാഥാസ്ഥിതികമായ എല്ലാ പെൺസങ്കല്പങ്ങളോടും കലഹിക്കുന്നവളാണ്. നഗരസംസ്കാരത്തിന്റെ യഥാർത്ഥ മാതൃകയാണ് സുകന്യ.

എന്നാൽ നാഗരികയാണെങ്കിലും ഊർമ്മിളയും ഗുരു ശ്രീജോഗും തമ്മിലുള്ള ബന്ധത്തിൽ വൈകാരിക തീവ്രതയുടെ ദാർഢ്യമുണ്ട്. ഉദാത്തരായ കലാകാരന്മാരാണ് ഇരുവരും. അതുകൊണ്ടുതന്നെ അവർ തമ്മിലുള്ള ആത്മാവുകളുടെ ചേർച്ചയെ പണത്തിന്റെയോ അധികാരത്തിന്റെയോ സമ്മാനത്തിന്റെയോ ബലത്തിൽ പിരിക്കാനാവില്ല. മാത്രമല്ല, വിവാഹശേഷം ഊർമ്മിളയിൽ കാണുന്ന ദൗർബല്യങ്ങൾ എല്ലാം ഡോ. ഖാൻ വളർത്തിയെടുത്തതാണെന്നുകൂടിവരുമ്പോൾ പ്രത്യേകിച്ചും. ദുർഗയും പിന്റോയുമായുള്ള ബന്ധവും ആഴമേറിയതാണ്. അച്ഛനമ്മമാരുടെ തകർന്ന ദാമ്പത്യത്തിനായി സ്വന്തം പ്രണയം ഹോമിക്കാൻപോലും ദുർഗ തയ്യാറാകുന്നുണ്ട്. പക്ഷേ ഖാൻ പണ്ട് ഏല്പിച്ച മർദ്ദനത്തിന്റെ മുറിവാകാം ഊർമ്മിളയെ അയാൾക്കെതിരെ ചിന്തിപ്പിക്കുന്നത്. മനസ്സുകളുടെ ചേർച്ചയാണ് സംഗീതത്തിന്റെ സിംഫണി എന്ന് ദുർഗ തിരിച്ചറിയുന്നതോടെയാണ് പിന്റോയ്ക്കൊപ്പം യാത്രയാകാൻ അവൾ തീരുമാനിക്കുന്നത്. സ്വന്തം ജീവിതം സ്വയം തിരഞ്ഞെടുക്കുന്നത്.

കല്യാണം ഉറപ്പിച്ച സ്വന്തം കാമുകിക്കുവേണ്ടി ഓടിയെത്തുന്ന പിന്റോയ്ക്കും മിഴിവേറും. പ്രണയതീവ്രത അവിടെ ദൃശ്യമാണ്. അപരിചിതനുമായുള്ള വിവാഹം ജീവിതകാല ബന്ധനമാകുമെന്ന വസ്തുത ദുർഗ ഉൾക്കൊള്ളുന്നുമുണ്ട്. നാഗരിക സംസ്കാരത്തിന്റെ ശക്തരായ വക്താക്കളാണെങ്കിലും യഥാർത്ഥ (ശാശ്വത) പ്രണയത്തിനുവേണ്ടി അവർ ഒന്നിക്കുകയാണ്. ഇവിടെ നഗരസംസ്കാരത്തെ അടച്ചാക്ഷേപിക്കുന്നവർക്കുള്ള മറുപടിയും വ്യക്തമാണ്. തീവ്ര വേദനകൾക്കും ഒറ്റപ്പെടലുകൾക്കും ശേഷം നല്ലകാലം സ്വപ്നം കണ്ട ഡോ.ഖാന്റെ മനസ്സിന്റെ പ്രതീകമാണ് കുതിര. ആഹ്ലാദത്തിന്റെ ഭൂതകാലവാഹക.

ഉഷ്ണകാലം മാറി, സന്തോഷത്തിന്റെ മഞ്ഞുകാലം കൊണ്ടുവരുന്നതിന് നിമിത്തമാകേണ്ടിയിരുന്നതും കുതിരതന്നെ. വീടിന്റെ നവീകരണത്തിനു മുമ്പുതന്നെ, ലായവും അനുബന്ധ സൗകര്യങ്ങളും ഒരുക്കി ഭാര്യയ്ക്കായി കാത്തുവെച്ച ഖാന്റെ സമ്മാനം. സന്തോഷം നോറ്റ കുതിര. പക്ഷേ, എല്ലാ ആഹ്ലാദങ്ങളും ഊർമ്മിള നിരാകരിക്കുന്നതോടെ കുതിര, ഖാന്റെ ദുരന്തത്തിന്റെ പ്രതീകവും ദുരന്തവസ്തുവുമാകുന്നു.

സ്വപ്നാടകന്റെ വിഭ്രമക്കാഴ്ചകൾ

(ഭ്രമാത്മകം)

ശവവാഹനങ്ങളും തേടി

പ്രതിമയും രാജകുമാരിയും

സ്വപ്നാടകന്റെ വിഭ്രമക്കാഴ്ചകൾ

ഗ്രാമങ്ങൾക്കും നഗരങ്ങൾക്കുമപ്പുറം ഭാവനയുടെ അതിരുകൾക്കുള്ളിൽ പിറവികൊള്ളുന്ന ഭ്രമാത്മക ലോകങ്ങൾ ആധുനികതയുടെ സവിശേഷതയാണ്. യുക്ത്യാതീത സ്വപ്നലോകങ്ങൾ അവയിൽ കഥന പശ്ചാത്തലമാകുന്നു. 'ജീവിതയാഥാർത്ഥ്യങ്ങളുടെ തീപ്പൊരിയിൽ നിന്ന് എഴുത്തുകാരനിൽ ആളിപ്പടരുന്ന സ്വപ്നലോകമാണെന്നും'[1] 'എഴുത്തുകാരന്റെ സത്യങ്ങളെ അയുക്ത ചിന്തകളുടെ ബലത്തിൽ പകർത്തിവെയ്ക്കുമ്പോഴാണ് ഭ്രമാത്മകത ദൃശ്യമാകുന്നതെന്നും'[2] 'എൻസൈക്ലോപീഡിയ അമേരിക്കാന' നിർവ്വചിക്കുന്നു. പലപ്പോഴും തീക്ഷ്ണമായ സൗന്ദര്യാനുഭവങ്ങളാണ് ഭ്രമാത്മകതയിൽ സൃഷ്ടമാകുന്നത്. വെറും കല്പനകൾ മാത്രമല്ല ഫാന്റസി. ആഴമുള്ള ജീവിത സത്യങ്ങളും ദാർശനികതയും അവിടെ പ്രതിഫലിക്കുന്നു. നീർക്കുമിളയിൽ പ്രതിബിംബിക്കുന്ന മഴവിൽചാരുത പോലെ കഥനത്തെ അവ വർണ്ണാഭമാക്കാറുണ്ട്. എഴുത്തുകാരന്റെ മനോവ്യാപാരങ്ങൾക്കാണ് ആത്യന്തികമായി മുൻതൂക്കം ലഭിക്കുന്നത്. 'കലാകാരന് സഹജവാസനകളുടെ ആഴമേറും. അയാൾ പ്രണയവും അംഗീകാരവും ആഗ്രഹിക്കും. അവ നിഷേധിക്കപ്പെടുമ്പോൾ ഭാവനാലോകങ്ങൾ നിർമ്മിച്ച് സ്വന്തം സാർത്ഥകത അന്വേഷിക്കും' [3]എന്ന് സിഗ്മൺ ഫ്രോയിഡ് വിശദീകരിക്കുന്നു.

---

1 Encyclopedia Americana Vol 2, American Corporation Newyork, 1976. P. 16.

2 Ibid, P 14
"Fantasy is a form of imaginative thinking, that is controlled more by the thinkers wishes, motives and feelings than by conditions in the objective world."

3 Freud Sigmund, introductory Lectures on psychaanalysis, Hogarth Press, London,1965 P. 314-315.

'ജഗദ് മിഥ്യ', 'സർവ്വം മായ' തുടങ്ങിയ പൗരാണിക പൗരസ്ത്യ ദർശനങ്ങളും സങ്കല്പലോകത്തിന്റെ സാദ്ധ്യതകളോട് സാത്മ്യപ്പെടുന്നതാണ്. 'ഫാന്റസി യഥാർത്ഥ്യത്തെ ലംഘിക്കുന്നു. അതിനെ നിഷേധിക്കുന്നു. അതിനെ നിരാകരിക്കുന്നു. ഉടനീളം ആ നിഷേധത്തിന് പ്രേരിപ്പിക്കുന്നു' എന്ന കണ്ടെത്തൽ ഇതിനോട് പൂരകമാണ്. 'ഉണർന്നിരിക്കുന്ന എഴുത്തുകാരന്റെ സ്വപ്നദർശനമാണ് നോവൽ'[4]. അവിടെ സ്വപ്നവും യാഥാർത്ഥ്യവും ഇഴപിരിയുന്നത് സ്വാഭാവികംമാത്രം. വാക്കുകളുടെ വിഭ്രാന്ത താളത്തിലൂടെ അയാൾ വായനക്കാരന്റെ മനസ്സ് റാഞ്ചുന്നു. 'കലയിൽ ഫാന്റസിയുടെ സാദ്ധ്യതയെപ്പറ്റി തികഞ്ഞ ബോദ്ധ്യമുണ്ടായിരുന്ന എഴുത്തുകാരനായ പത്മരാജന്' അത് അനായാസമായി നിർവ്വഹിക്കാൻ കഴിഞ്ഞു എന്നതിനുള്ള മികച്ച തെളിവുകളാണ്'ശവവാഹനങ്ങളും തേടി', 'പ്രതിമയും രാജകുമാരിയും' എന്നീ നോവലുകൾ.

'The Artist is one who is urged on by instinctive needs which are too clarorous; he longs to attain to honour, Power, riches, tame and love of woman, but he lacks the means of achieving these grafications. So like anyother, with an unsatisfied longing, he turns away from reality and transfers all his interests and all his libido too on to the creation of his wishes in the life of phantasy'

4 വത്സലൻ വാതുശ്ശേരി, കഥയും ഫാന്റസിയും, കറന്റ് ബുക്ക്സ്, 2004, പേജ് 16

ശവവാഹനങ്ങളും തേടി

ഭാവനാലോകത്തെ മനുഷ്യരുടെ പ്രശ്നങ്ങളെ വാസ്തവിക ലോകവുമായി കൊരുത്തെടുത്തപ്പോൾ ഭ്രമാത്മകതയ്ക്കപ്പുറം അവ ഭൂമിയിൽ നിലം തൊട്ടുനിന്നു. പൊതു സാമൂഹികതയുടെ അലട്ടലുകളായ പട്ടിണി, ദുര, മരണം, കാമം, ജീവിത നിരർത്ഥകത, നിസ്സഹായത, അധിനിവേശദുരന്തങ്ങൾ തുടങ്ങിയവ കൃതിയുടെ വികാരമായി. വെറും കാഴ്ചക്കപ്പുറം ചിന്തകളുടെ ഉൾക്കനം ആത്മഗൗരവം നൽകി. വലിപ്പംകൊണ്ട് ലഘുത്വമാർന്ന കൃതിയായി പരിഗണിക്കുന്ന 'ശവവാഹനങ്ങളും തേടി' ദാർശനികഗരിമയും ഇതിവൃത്ത ഗൗരവവും ആഖ്യാനവൈചിത്ര്യവും കൊണ്ട് ഗുരുത്വം പേറുന്നു.

സദാ മഞ്ഞുപെയ്യുകയും കാറ്റു വീശുകയും ചെയ്യുന്ന ഒരു പ്രദേശം. അവിടെ മൂന്നു കുടുംബങ്ങൾ മാത്രം. സുബ്രനും രാമനും ഔസേഫും ഗൃഹനാഥന്മാർ. കടലിനും കാടിനും ഇടയിലുള്ള ഈ ഭൂമിയിൽ കൊടിയ വറുതിയുടെ വിളയാട്ടമായിരുന്നു. 'പവിത്ര സമൂഹം' എന്ന് അറിയപ്പെട്ട ആ പ്രദേശത്ത് നാലാമതൊരു വീടുണ്ടായിരുന്നില്ല. മഞ്ഞും മഴയും തുടർച്ചയായ ദിവസങ്ങളിൽ 'മൂന്നു വീടുകളും ഒരുപോലെ മഞ്ഞിൽ പുതഞ്ഞു മരിച്ചു കിടന്നു. പുകയില്ല, ചൂടില്ല, ആളനക്കമില്ല'. കാറ്റും മഞ്ഞും നിശ്ചലമാകുന്ന അപൂർവ്വം ദിവസങ്ങളിൽ വീട്ടുകാർ തീറ്റതേടിയിറങ്ങി. ചിലർ കാട്ടിലേക്കും ചിലർ കടലിലേക്കും. കൂട്ടത്തിൽ സുബ്രന്റെ വീട്ടുകാരായിരുന്നു മാന്യതയിലും ബുദ്ധിസാമർത്ഥ്യത്തിലും മുന്നിൽ. പണ്ട് ആ വീടിന് 'ശേഷന്റെ വീട്' എന്നായിരുന്നു പേര്. സുബ്രന്റെ അച്ഛനായിരുന്നു ശേഷൻ. വറുതിയുടെ കെട്ടതിയിൽ ശേഷൻ അവരോട് വരാൻ പോകുന്ന വണ്ടിയെക്കുറിച്ചു പറഞ്ഞു. ദരിദ്രരായ ആ സമൂഹത്തിന് സമ്പത്തുമായി വരുന്ന വണ്ടിയെക്കുറിച്ച്. മൂന്നു വീട്ടിലുമുള്ള അസംഖ്യം നാട്ടുകാർ വാഹനം കാത്തിരുന്നു.

വറുതി തീവ്രമായ ദിനങ്ങളായിരുന്നു വന്നത്. 'മൂന്നു വീടുകളിലും പട്ടിണിയുടെ മണം തങ്ങി നിന്നു. മൂന്നു വീടുകളിലും അസംഖ്യം വയറുകളിൽ വിശപ്പു നിന്നെരിഞ്ഞു'. രൂക്ഷമായ പട്ടിണിയിലും പ്രത്യാശയുടെ വണ്ടിയെക്കുറിച്ച് പ്രതീക്ഷകൾ നല്കിയ ശേഷൻ, സമൂഹത്തെ കൊതിപ്പിച്ചു നിർത്തി. പക്ഷേ വിശപ്പ് കത്തിക്കാളിക്കൊണ്ടിരുന്നു. 'കാട്ടിലെ ഇടവഴികളിൽ നിന്ന് കുട്ടികൾ മലയണ്ണാനേയും മുയലുകളേയും കെണിവെച്ചു പിടിച്ചു. അവരുടെ കവിണിയുടെ തുമ്പത്തു കാട്ടുകിളികളുടെ ജീവൻ കിടന്നുപിടഞ്ഞു. കുട്ടികൾ മുതിർന്നവരുടെ കണ്ണുവെട്ടിച്ച് ശലഭങ്ങളെ വലവച്ച് പിടിക്കുകയും അവയുടെ ചിറകുകൾ നുള്ളിക്കളഞ്ഞ് ഇളംചൂടിൽ വേവിച്ചുതിന്നുകയും ചെയ്തു'. ക്രൂരമായ സാമൂഹികാവസ്ഥയാണ് ഇവിടെ അവതരിപ്പിക്കുന്നത്. നിഷ്ക്കളങ്ക സൗന്ദര്യത്തിന്റെ പ്രതീകങ്ങളായ ശലഭങ്ങളെപ്പോലും കുട്ടികൾ കൊന്നുതിന്നുന്ന ദുരന്താവസ്ഥ. ശലഭങ്ങളെപ്പോലെ നിഷ്കളങ്കരായ കുഞ്ഞുങ്ങളിലെ ദയവറ്റിയ പ്രകൃതവും ശ്രദ്ധേയം. പുതിയ തലമുറയുടെ മാറിയ മനോഭാവവും പ്രതിഫലിക്കുന്നു.

സമൂഹത്തിന്റെ കാത്തിരിപ്പിനൊടുവിൽ വണ്ടി എത്തി. വിസ്മയിപ്പിക്കുന്ന വണ്ടിയുടെ വരവിനെ സംഭ്രമിപ്പിക്കുന്ന വാക്കുകളിലാണ് അവതരിപ്പിക്കുന്നത്. 'വനങ്ങൾക്കക്കരെ നിന്ന്, മലകൾക്കപ്പുറത്തു നിന്ന് പ്രഭാതത്തോടൊപ്പം ഒരു മണിമുഴക്കം കേൾക്കാറായി. പ്രഭാതം കാറും കോളുംകൊണ്ടു മൂടി. കാടുകളേക്കാൾ വലിപ്പമുള്ള മേഘങ്ങൾ കാടുകൾക്കുമേൽ തലയെടുത്തുപിടിച്ചു നിന്നു. കടലിനക്കരെ നിന്ന് ഇടിമുഴക്കങ്ങൾ, മലകൾക്കു പിന്നിൽ നിന്ന് തുടർച്ചയായി തെറിച്ചു വീണ പുലരിയിലെ മിന്നൽപ്പിണരുകൾ...' ഭ്രമാത്മകതയുടെ ആഖ്യാന ചാതുരി നീളുന്നു. ഒടുവിൽ 'കാട്ടിലെ ഒറ്റയടിപ്പാതയ്ക്കു നടുവിലൂടെ രണ്ടു കറുത്ത കുതിരകൾ വലിച്ചുകൊണ്ടുവരുന്ന ഒരു കറുത്ത വണ്ടി' എത്തി. നിയന്ത്രിക്കാൻ വണ്ടിക്കുള്ളിൽ ആരുംതന്നെ ഉണ്ടായിരുന്നില്ല. ഇവിടെ മരണത്തെയാണ് പ്രതീകവല്ക്കരിക്കുന്നത്. സൂചനകളിലൂടെ കഥാന്ത്യത്തെ മുൻകൂട്ടി അവതരിപ്പിക്കുകയുമാണ്.

പാഞ്ഞടുത്തജനക്കൂട്ടം കാഴ്ചകണ്ട് ഞെട്ടി. വണ്ടിക്കുള്ളിൽ മനുഷ്യശവങ്ങളുടെ കുമ്പാരം. ഒരു ശവവും പൂർണ്ണമായിരുന്നില്ല. ഏതെങ്കിലും ഒരു അവയവം നഷ്ടപ്പെട്ട രീതിയിലായിരുന്നു എല്ലാം. ജുഗുപ്സാവഹമായ കാഴ്ചകളും അനുഭവങ്ങളും അവതരിപ്പിച്ച് വായനക്കാരനിൽ വികാരവിമലീകരണം നിർവ്വഹിക്കുകയാണ്. 'വണ്ടി വരുന്നു' എന്നത് ഒരു പ്രത്യാശയാണ്. അധികാരവർഗ്ഗം എന്നും സമൂഹത്തെ അടക്കി നിർത്തുവാൻ പ്രയോഗിക്കുന്ന തന്ത്രം. വികസനത്തിന്റെ വണ്ടികൾ ചർച്ച ചെയ്യപ്പെടുന്ന വർത്തമാനകാല പരിതോവസ്ഥയിൽ കഥാകാരന്റെ ദീർഘദർശനം

കൂടുതൽ സാർത്ഥകമാകുന്നു. വണ്ടിക്കുള്ളിലെ കാഴ്ചയിൽ ജനക്കൂട്ടം പ്രകോപിതരാകുന്നു. ശേഷനു നേരെ തിരിഞ്ഞ അവർ അയാളെ വഞ്ചകനായി മുദ്ര കുത്തുകയാണ്. എന്നാൽ അളിഞ്ഞ ശവശരീരങ്ങൾക്കുള്ളിൽ നിന്ന് രത്നങ്ങളും സ്വർണ്ണക്കട്ടികളും ചിതറിവീണതോടെ അവർ അത്ഭുതപരതന്ത്രരായി. വികൃത ശവങ്ങളെ മറന്ന് അതിനുള്ളിലെ സ്വർണ്ണത്തിന് ആർത്തിപിടിക്കുന്ന സമൂഹം. പണത്തിനു മുൻപിൽ എന്ത് വൈകൃതവും മാലിന്യവും വിഫലം. ഇവിടെയും സമകാലിക മനുഷ്യാവസ്ഥകൾ സാത്മ്യപ്പെടുന്നത് ശ്രദ്ധേയം.

നിയന്ത്രിക്കാൻ ആളില്ലാത്ത ശവവണ്ടി ജനക്കൂട്ടം പിടിച്ചു നിർത്തുകയായിരുന്നു. കെടുതിയുടെ അഗാധതയിൽ നിന്ന് അതിജീവനം ലക്ഷ്യമാക്കുമ്പോൾ മറ്റെല്ലാം അപ്രസക്തമാകുന്നു എന്ന യാഥാർത്ഥ്യവും ഈ കാഴ്ചയിലുണ്ട്. ശവങ്ങൾകണ്ട് ഞെട്ടിയ ജനക്കൂട്ടത്തിന്റെ വൈകാരികാവസ്ഥയിലൂടെ മനുഷ്യജന്മത്തിന്റെ നിരർത്ഥകത കഥാകാരൻ ചേർത്തടുക്കുന്നു. ഇന്നലെവരെ സ്നേഹിക്കപ്പെട്ടവരും പ്രണയികളും ആയിരുന്നു ശവങ്ങളിൽ മിക്കവയും. വാത്സല്യം നേടിയവരും ആദരിക്കപ്പെട്ടവരുമുണ്ട്. പക്ഷേ ശവമായതോടെ എല്ലാവർക്കും ലഭിക്കുന്നത് വെറുപ്പുമാത്രം. ആത്യന്തികമായ മനുഷ്യാവസ്ഥയുടെ വ്യർത്ഥത ശ്രദ്ധേയം. ശവങ്ങൾക്കുള്ളിലെ സമ്പത്തിനായി ജനക്കൂട്ടം ആർത്തികാട്ടുന്നു. ഇവിടെയും ചില പ്രതീകങ്ങളിലൂടെ ആഴമുള്ള ദാർശനിക വ്യഥകൾ ചർച്ച ചെയ്യുന്നുണ്ട്. 'കാലം കൂടുമ്പോൾ മാത്രം ഉണ്ടാകുന്ന കാട്ടുതീ, കുറെ മനുഷ്യരെ ചുട്ടുകരിക്കുന്നു. അവശേഷിക്കുന്ന നമ്മളെപ്പോലുള്ളവർക്കായി അത് സമ്പത്തും സൗഭാഗ്യങ്ങളും വാരി വിതറുന്നു' എന്ന പ്രസ്താവത്തിൽ കാലത്തെ അതിജീവിക്കാനാവാത്ത മനുഷ്യാവസ്ഥയുടെ നിസ്സഹായത വ്യക്തം. ഒരു സമൂഹത്തെ കൊന്നൊടുക്കിത്തഴയ്ക്കുന്ന മറ്റൊരു ജനതതി. വർത്തമാനകാല അധിനിവേശങ്ങളിലും മറ്റും ഇത് ദൃശ്യമാണ്. എന്നാൽ 'മനുഷ്യൻ സ്വന്തം ശവം ചവിട്ടിക്കയറുന്ന ഉയർച്ചകൾക്ക് ആത്യന്തികമായി നിലനില്പുണ്ടോ'? എന്ന ചോദ്യവും വണ്ടിയും ശവങ്ങളും ഓർമ്മപ്പെടുത്തുന്നു.

ആദ്യം വന്ന വണ്ടിയിൽ നിന്നും ലഭിച്ച സമ്പന്നതയിൽ കുറേനാൾ ജീവിച്ച പവിത്രസമൂഹം ക്രമേണ വീണ്ടും ദരിദ്രരായി. സമ്പന്നതയുടെ നടുവിൽ ജനിച്ച പുതിയ തലമുറയ്ക്ക് വിശപ്പിന്റെ ചെറുവിളി പോലും ദുസ്സഹമായി. അതോടെ അവർ ക്ഷുഭിതയൗവനങ്ങളായി. അടുത്ത വണ്ടിയുടെ വരവിന് കാത്തിരിപ്പു തുടങ്ങി. ശേഷനോട് അന്വേഷണം തുടങ്ങി. ഇവിടെ ഉപഭോഗാധിഷ്ഠിതമായ സാമൂഹിക ചിത്രം കഥാകാരൻ അവതരിപ്പിക്കുന്നു. സമ്പന്നതയിൽ മുഴുകിക്കഴിയുമ്പോൾ തുടർന്നുള്ള

ഉപജീവനത്തിനായി ഒന്നും ചെയ്യാത്തവരാണ് പവിത്രസമൂഹക്കാർ. 'വണ്ടി വരുന്നത്' മാത്രം കാത്തിരിക്കുന്ന മടിയന്മാരാണ്. പ്രവർത്തി ചെയ്യാത്ത യുവതലമുറ ഒരു സമൂഹത്തിന്റെ ദുരന്താവസ്ഥയാണ്. 'പവിത്രസമൂഹം' എന്ന പേരിൽപ്പോലും പരിഹാസമുണരുന്നു. 'പവിത്രം' നിർമ്മലമാണ്. ഇവിടുത്തെ സമൂഹമാകട്ടെ എല്ലാ തിന്മകളുടെയും പ്രതീകവും. ഒടുവിൽ രണ്ടാമത്തെ വണ്ടി വന്നു. സമ്പത്തിനൊപ്പം ടെലിവിഷനും റേഡിയോയും പോലുള്ള ഇലക്ട്രോണിക് ഉപകരണങ്ങളും ഉണ്ടായിരുന്നു എല്ലാം ശേഷൻ വീതിച്ചു നൽകി. എന്നാൽ വണ്ടിയിൽ ഉണ്ടായിരുന്ന മനോഹരിയായ പെണ്ണിന്റെ ശവം ചുമലിലേറ്റി അയാൾ കാട്ടിലേക്കു പോയി. മകൻ സുബ്രനും ഏതാനും പേരും ശേഷനെ തേടിപ്പോയി. അവിടെ ശവഭോഗം നടത്തുന്ന ശേഷനെക്കണ്ടെത്തുന്നു. തികച്ചും അരാജകമായ മാനസികാവസ്ഥ. ജീവിതത്തിൽ മാത്രമല്ല രതിക്രീഡയിൽപ്പോലും സാമൂഹിക-മാനസിക തകർച്ച ദൃശ്യം. മൂന്നാം ദിനം മടങ്ങിവന്ന ശേഷനെ സമൂഹം ആട്ടിയോടിക്കുന്നു. ഒരുനാടിനും ജനങ്ങൾക്കും സമ്പത്തും ജീവിതവും നൽകിയ നേതാവ് എന്ന അസ്തിത്വം ശേഷന് നഷ്ടമാകുന്നു. ഭ്രാന്തമായ ഒരു പ്രവർത്തിയിലൂടെ, വ്യക്തി എന്ന നിലയിൽപ്പോലുമുള്ള അയാളുടെ പദവി നഷ്ടമാകുന്നു. ശേഷന്റെ വീട് മകൻ സുബ്രന്റെ പേരിൽ അറിയപ്പെട്ടുതുടങ്ങുന്നു. സാമൂഹികമായി ഒറ്റപ്പെട്ട ശേഷൻ ദുരന്തവിധി ഏറ്റുവാങ്ങുന്നു.

മായയിൽപ്പെട്ട പുരുഷൻ

കടലിൽ ചൂണ്ടയിട്ടു മടങ്ങുന്ന പുരുഷൻ, ഔസേപ്പിന്റെ മകനാണ്. പോകുന്ന വഴി കടൽത്തീരത്തെ ക്ഷേത്രവളപ്പിലേക്ക് വിളിക്കപ്പെട്ട പുരുഷന് അവിടെ രാമന്റെ മകൻ ജനകനേയും കുറേ ആൾക്കാരേയും കാണാൻ കഴിഞ്ഞു. പുരുഷനെ കണ്ട ഉടൻ ജനകൻ അടുത്തേയ്ക്ക് വിളിക്കുകയും സ്വന്തം മകൾ മായയെ വിവാഹം കഴിച്ച് കൊടുക്കുകയും ചെയ്യുന്നു. ഭ്രമാത്മകമായ കഥാപശ്ചാത്തലത്തിനുള്ളിൽ വീണ്ടും ഒരു ഭ്രമാത്മകക്കാഴ്ച ഇവിടെ കഥാകാരൻ സന്നിവേശിപ്പിക്കുന്നു. മകളുടെ വിവാഹം ജനകന് ഒരു ഭാരമിറക്കലായി അവതരിപ്പിക്കുന്നിടത്ത് സമകാലിക പെണ്ണവസ്ഥകളുടെ പരിച്ഛേദമുണ്ട്. 'ബോധം തിരിച്ചുകിട്ടിയപ്പോൾ ക്ഷേത്രം കുറേശ്ശെയായി ശൂന്യമായിക്കൊണ്ടിരുന്നു. തുടർന്ന് എല്ലാവരും ധൃതിവെച്ച് മറഞ്ഞു' എന്ന കാഴ്ചയിലാകട്ടെ ഒറ്റപ്പെട്ട നവവരന്റെ ദൈന്യവും ജീവിതം വഴിമുട്ടിയ നിസ്സഹായന്റെ സന്ദിഗ്ധതയും വ്യക്തം. മാത്രമല്ല 'മായ' എന്ന പെണ്ണിന് പേരു നൽകി ജീവിത നിരർത്ഥകതയും പെൺ മനസ്സും പ്രതീകവൽക്കരിക്കുന്നു.

എവിടെ പോകണമെന്നറിയാത്ത വധൂവരന്മാർ. മുന്നിൽ ശൂന്യത. ജീവിക്കാൻ ഉപാധികളില്ലാത്ത നിസ്സഹായത. ഇവയൊക്കെ ഇപ്പോഴും മനുഷ്യാവസ്ഥയിൽ പ്രതിഫലിക്കുന്ന ദൈന്യ കാഴ്ചകളാണ്. ഒടുവിൽ പുരുഷനും മായയും കാടുകയറുന്നു. പുഴവക്കത്ത്, ഓളങ്ങളുടെ നേർത്ത സംഗീതവും ശ്രവിച്ച് അവർ കിടന്നു. ഒന്നായലിഞ്ഞു. മയക്കംവിട്ട പുരുഷന്റെ മുന്നിൽ എവിടെ നിന്നോ ഒരു കിളി പറന്നുവന്നു. പൂക്കൾ നിറഞ്ഞ ചില്ലയിലൊന്നിൽ പറ്റിച്ചേർന്നു. ആഹ്ലാദഭരിതമായ ശബ്ദ ത്തിൽ എന്തോ സന്ദേശം വിളിച്ചു പറഞ്ഞു. അത് തന്റെ പൂർവ്വകരുടെ ഭാഷയാണെന്ന് പുരുഷൻ തിരിച്ചറിഞ്ഞു. അത് പഠിക്കാൻ അയാൾ തീരുമാനിച്ചു. ഇവിടെ അപരിഷ്കൃതമായ സമൂഹത്തിൽ നിന്ന് സ്വന്തം സംസ്കൃതിയും സാധ്യതയും കണ്ടെത്തി പരിഷ്കൃതനാകുന്ന മനുഷ്യന്റെ പ്രതിനിധിയാകുന്നു പുരുഷൻ. കഥയിലെ കിളിയാകട്ടെ അയാളുടെ അബോധ മനസ്സിന്റെ പ്രതിച്ഛായയും.

ഉറക്കം വിട്ട മായ പുതിയ ലോകം കണ്ട് അമ്പരക്കുന്നു. നിലാവിലാണ് ഇരുവരും കാട്ടിനുള്ളിൽ എത്തിയത്. പകൽ വെളിച്ചത്തിന്റെ യാഥാർ ത്ഥ്യം മായയെ ചിന്താകുലയാക്കുന്നു. 'സ്വപ്നത്തിലൂടെ സഞ്ചരിച്ച് യാഥാർത്ഥ്യത്തിന്റെ നടുവിൽ ചാടേണ്ടിവരുന്ന മനുഷ്യന്റെ വിഡ്ഢിത്ത ത്തെക്കുറിച്ചോർത്തു പുരുഷൻ ഉറക്കെ പൊട്ടിച്ചിരിച്ചു'. ഇവിടെ മാറുന്ന ജീവിത സാഹചര്യങ്ങളോട് സമരസപ്പെടാനാകാത്ത വ്യക്തിസത്ത യുടെ ചിത്രണമുണ്ട്. മാറാത്ത വ്യക്തികൾക്ക് ദിശതെറ്റുന്നു. എവിടേയ്ക്ക് പോകണമെന്നറിയാതെ ഉഴലുന്നു. അതിജീവനത്തിന് വഴിതേടുന്നു. 'ഇവിടെ നമുക്കൊരു പുതിയ ജീവിതം തുടങ്ങാം. അതുവരെയുള്ള ബുദ്ധി മുട്ടുകൾ സഹിക്കാൻ തയ്യാറാകണം' എന്നു പുരുഷൻ പറയുന്നതിൽ വൈയക്തികത മാത്രമല്ല സാമൂഹികാവസ്ഥയുണ്ട്. ജീവിതത്തിന്റെ, യൗവ്വനത്തിന്റെ തുടക്കത്തിൽ ഗൃഹസ്ഥാശ്രമം പൂകിയതോടെ പുതിയ 'ഭാഷ' (ജീവിതക്രമങ്ങൾ) പഠിക്കേണ്ടിവരുന്ന പുരുഷദമ്പതികൾ.

കാട്ടിലെ ജീവിതത്തിന്റെ തുടക്കകാലങ്ങൾ പുരുഷനും മായയ്ക്കും ക്ലേശമായിരുന്നു. ചെറുപ്രാണികളുടെ ശബ്ദം മുതൽ കുറുക്കന്റെ ഓരിയി ടലുകളും നിഗൂഢമായ ചിറകടിയൊച്ചകളും വരെ അവരെ ഭയപ്പെടുത്തി. വർത്തമാനകാല ജീവിതാവസ്ഥകളിൽ എത്തിപ്പെടുന്ന നവദമ്പതി കളുടെ സംത്രാസങ്ങളെയാണ് പ്രതീകവല്ക്കരിക്കുന്നത്. എന്നാൽ കാടിന്റെ ഭാഷയോട് സാത്മ്യപ്പെടാൻ അവർക്ക് ഒരിക്കലുമായില്ല. 'ഇനിയിങ്ങനെ കഴിയുന്നതിന്റെ അർത്ഥമെന്താണ്? എനിക്കിതേ വരെ കാടിന്റെ ഭാഷ പഠിക്കാൻ കഴിഞ്ഞില്ല. ഞാനെന്തിന് ഇങ്ങനെ ജീവിക്കണം?' എന്ന് ചിന്തിക്കത്തക്കതരത്തിൽ പുരുഷൻ തകരുന്നു.

അവിടെ നിന്ന് രക്ഷപെടാൻ കൊതിക്കുന്നു. മനുഷ്യാവസ്ഥയുടെ നിരർത്ഥകതയും നിസ്സഹായതയും അയാളെ അലട്ടുന്നു. ജീവിതം എന്ന പ്രവാഹത്തിൽ നീന്തിക്കയറാനാകാത്ത തകർച്ച പുരുഷനെ നിരാശനാക്കുന്നു.

ഒടുവിൽ പുരുഷൻ മടങ്ങാൻ തീരുമാനിക്കുകയാണ്. എന്നാൽ മായ അതിന് തയ്യാറാകുന്നില്ല. ഭർത്താവിന് മതിഭ്രമം ബാധിച്ചുവെന്നുപോലും അവൾ വിശ്വസിക്കുന്നു. 'പുരുഷൻ' പ്രതിസന്ധികളിൽ തളർന്ന് മോചനത്തിന് വ്യഗ്രതപ്പെട്ടുമ്പോൾ സ്ത്രീ പ്രതിസന്ധികളിൽ പതറാതെ സ്ഥൈര്യം കാട്ടുന്നു. സാഹചര്യങ്ങളോട് ഇണങ്ങാൻ സന്നദ്ധമാകുന്നു. മോചനം തേടുന്ന പുരുഷന് ആകസ്മികമായാണ് വഴി തുറന്നുകിട്ടുന്നത്. കാട്ടിനുള്ളിൽ യാദൃച്ഛികമായി അവർ ശേഷനെ കണ്ടുമുട്ടുന്നു. ഉൾക്കാട്ടിലെ പുഴവക്കിൽ ഒരു മനുഷ്യശബ്ദം കേട്ടാണ് അവർ തേടിയെത്തുന്നത്. അവിടെ വെള്ളപ്പാറയ്ക്കുമേൽ നഗ്നനായ ഒരു മനുഷ്യൻ ഒരു അസ്ഥിപഞ്ജരവും കെട്ടിപ്പിടിച്ചുകിടന്നു തേങ്ങിക്കരയുന്നത് കാണുന്നു. പൂർവ്വസംസ്കൃതികൾ അന്യമായിപ്പോകാതെ സ്വരുക്കൂട്ടി സംരക്ഷിക്കാൻ വൃഥാപരിശ്രമിക്കുന്ന വ്യർത്ഥ മനുഷ്യരുടെ പ്രതീകം പോലെ ശേഷൻ! ശേഷനെക്കണ്ടതോടെ, അയാളുടെ കരച്ചിലിന്റെ ഭാഷ സ്വന്തം ഭാഷയാണെന്ന് തിരിച്ചറിഞ്ഞതോടെ പുരുഷന് രക്ഷപെടാൻ വഴിതെളിയുന്നു. പക്ഷേ മായ ഉൾക്കാട്ടിനുള്ളിലേക്ക് ഓടിപ്പോകുന്നു. പൂർവ്വസംസ്കൃതിയിൽ നിന്ന് മോചനം നേടാത്ത പുരുഷന്റെ മനോഭാവവും പുത്തൻ സംവേദങ്ങളുടെ ശീതളിമയിൽ ഉൾച്ചേരുന്ന മായയുടെ സമീപനവും പുതിയ കാലത്തെ മനുഷ്യാഭിരുചികളുടെ ഉദാഹരണങ്ങളായാണ് വിലയിരുത്തേണ്ടത്. ശേഷനെ ആദ്യം തിരിച്ചറിയാൻ പുരുഷനും മായയ്ക്കും കഴിയുന്നില്ല. കാണപ്പെടാതെ വന്നതോടെ മുഖം മറന്നുപോകുന്ന മനുഷ്യന്റെ സഹജാവസ്ഥ. ഒരുകാലത്ത് പവിത്രസമൂഹത്തെ നിലനിർത്തിയതുതന്നെ ശേഷന്റെ ഔദാര്യങ്ങളായിരുന്നു. ഇന്ന് അതിലെ പ്രജകൾ തിരിച്ചറിയാത്ത തരത്തിൽ അപരിചിതനായ വ്യക്തിയായി ശേഷൻ അധഃപതിച്ചിരിക്കുന്നു.

കാട്ടിൽനിന്ന് നാട്ടിലേക്ക് വഴിയറിയാവുന്ന ഏക വ്യക്തിയായി നോവലിൽ അവതരിപ്പിക്കുന്നതും ശേഷനെയാണ്. രണ്ടു സംസ്കൃതികളുടെ ഇണക്കുകണ്ണി. കാടിന്റെ നടുവിലൂടെ പെരുമ്പാമ്പിനെപ്പോലെ സഞ്ചരിക്കുന്ന പുഴ കാലത്തിന്റെ പ്രതീകമാണ്. 'ആദിയും അന്തവുമില്ലാത്ത ഒരു കടങ്കഥപോലെയാണ് ഒഴുക്ക്. ഓരോ തവണയും അതേവരെ കണ്ടിട്ടില്ലാത്ത ഒരു ഒടിവായോ വളവായോ ആണ് പുഴ കൺമുന്നിൽ വന്നുപെടുക. ഓരോ പ്രാവശ്യവും ചെന്നുമുട്ടുന്നതും

പുഴയുടെ അതേവരെകണ്ടിട്ടില്ലാത്ത ഒരു പുതിയ മുഖത്തായിരിക്കും' എന്ന് പുഴയെ ദർശനവല്ക്കരിക്കുന്നുമുണ്ട്. 'ആർക്കും വെല്ലുവിളിക്കാനാവാത്ത മഹാനായ സംഹാരകൻ'[1] എന്ന് ജെ.ബി. പ്രീസ്റ്റ്ലി കാലത്തെ അവതരിപ്പിച്ചിട്ടുണ്ട്. പൗരസ്ത്യദർശനമാകട്ടെ പരിവർത്തനത്തിന്റെയും മരണത്തിന്റെയും വെളിപ്പെടലായി കാലത്തെ പരിഗണിക്കുന്നു. 'മനുഷ്യന്റെമേൽ ചാടിവീഴാൻ വഴിവക്കിൽ ഒളിച്ചിരിക്കുന്ന കടുവ' [2]യാണ് ബുദ്ധദർശനത്തിൽ കാലം. പുരുഷനെവിട്ട് ഉൾക്കാട്ടിലേക്ക് ഓടിക്കയറിമറഞ്ഞ മായ. അവൾ മരങ്ങൾക്കപ്പുറത്ത് മറഞ്ഞു കഴിഞ്ഞതോടെ 'അവിടെ നിന്ന് കടുവകളുടെ മുരളൽ കേട്ടു. മനുഷ്യാസ്ഥികൾ പൊട്ടുന്നതിന്റെ ശബ്ദങ്ങൾ കേട്ടു'. ഇവിടെ ഹിംസ്ര ജന്തുക്കളുടെ കൈയിൽപ്പെട്ടു പോകുന്ന പെൺജീവിതങ്ങളുടെ പ്രതിനിധിയാകുന്നു മായ. ആവർത്തിക്കപ്പെടുന്ന ഇരയുടെ ദുരന്തം. സന്ധ്യകഴിഞ്ഞതോടെ ഗ്രാമത്തിലേയ്ക്ക് മടങ്ങുന്ന ശേഷനെ പുരുഷൻ പിന്തുടരുന്നു. നഗ്നമായ ചുറ്റുപാടിൽ രാക്ഷസനായി തോന്നിയ ശേഷന്റെ തലയ്ക്കുമുകളിൽ കൂറ്റൻ കടവാവലുകൾ ചിറകടിച്ചുപറന്നു. വന്യമൃഗത്തെപ്പോലെ അയാൾ അലറി. കുറുനരികളുടെ ഓരിയിടൽ കേട്ട് അയാൾ പൊട്ടിച്ചിരിച്ചു. ചകിതനല്ല, ഭയരഹിതനായ ആദിമനുഷ്യൻ!

കാടിന്റെ അതിർത്തിയിലെത്തി, വൃക്ഷച്ചുവട്ടിൽ നിന്ന് വസ്ത്രങ്ങൾ എടുത്തണിഞ്ഞ ശേഷന്റെ ഭീകരത സാരമായി കുറഞ്ഞത് പുരുഷൻ തിരിച്ചറിഞ്ഞു. പരിഷ്കൃതമല്ലാത്ത വന്യമായ മനുഷ്യാവസ്ഥയും ഊർജ്ജവും ശേഷന്റെ നഗ്നമായ അവസ്ഥയിൽ പ്രതിഫലിക്കുന്നു. എന്നാൽ ആധുനിക ലോകം കൃത്രിമമായി സൃഷ്ടിക്കുന്ന നിയന്ത്രണങ്ങൾ ചോർത്തിക്കളയുന്ന സഹജഭാവം വസ്ത്രങ്ങൾ അണിഞ്ഞശേഷമുള്ള ശേഷന്റെ രൂപത്തിൽ ദൃശ്യമാണ്. മനുഷ്യൻ അവന്റെ വെച്ചുകെട്ടുകളോടെ വെറും മനുഷ്യനായി മാറുന്നു. അത് അവന്റെ ജൈവശുദ്ധത നഷ്ടപ്പെടുത്തി കൃത്രിമജീവിയായി അധഃപതിപ്പിക്കുന്നു. നഗ്നതയിൽ നിന്ന് ഉടുപ്പണിയുമ്പോൾ തന്റെ പ്രാകൃതത്വത്തിൻമേൽ ഒരു ആവരണം ചാർത്തുകയാണ് ശേഷൻ. പരിഷ്കൃതിയിലൂടെ ആത്മനിയന്ത്രണത്തിന്റെ തലം ആർജ്ജിക്കുകയാണ്. ശേഷന്റെ രാക്ഷസീയത നഷ്ടമായതോടെ പുരുഷൻ അയാൾക്കുമുന്നിലേക്ക് ഇറങ്ങിച്ചെന്നു. ശേഷൻ പുരുഷനെ തിരിച്ചറിഞ്ഞു. ശവഭോഗമടക്കം ശേഷന്റെ പ്രവർത്തികൾക്ക് താൻ

---

1 Preistly. J.B, Man and Time, Dell Publishing Co. Newyork, 1968, P. 323 'Time the great annihilater must not be challenged'.

2 Koller. M. John, Philosophy of East and West (on Budhist view of Devouring Time) Vol 24 Kegan Paul and Ltd, 1952, P. 201-208

സാക്ഷിയാണെന്ന് പുരുഷൻ അറിയിക്കുന്നു. അപ്പോൾ മൂന്നാമത്തെ വണ്ടി ഉടൻ എത്തും എന്ന ഞെട്ടിപ്പിക്കുന്ന വിവരമാണ് ശേഷൻ നല്കുന്നത്.

ഒരു സമൂഹത്തിന്റെ മുഴുവൻ നിലനില്പിന് ആധാരമായിരുന്നു ശേഷൻ. പക്ഷേ സമ്പത്തുവന്നതോടെ കൃത്രിമ സ്വഭാവങ്ങളിലൂടെ പരിഷ്കൃതമെന്നു നടിക്കുന്ന സമൂഹം. ശേഷന്റെ അസ്വാഭാവികതയെ അവർ ഉൾക്കൊള്ളുന്നില്ല. അതുകൊണ്ടാണ് അയാളുടെ സേവനങ്ങളെ ഞൊടിയിൽ മറന്ന് അവർ ഭ്രഷ്ട് കല്പിക്കുന്നു. കാട് എന്ന സഹജ ജൈവാവസ്ഥയിലേക്ക് കൂടുമാറുന്ന ശേഷൻ. അവിടെ അയാൾ മനുഷ്യൻ എന്ന ജീവിയുടെ തികച്ചും സഹജമായ അവസ്ഥകളിൽ കഴിയുന്നു. പവിത്രസമൂഹത്തിലേക്ക് കടക്കുമ്പോൾ വേഷങ്ങൾ അണിഞ്ഞ് അതിൽ നിന്ന് അനുരഞ്ജനത്തിന് തയ്യാറാകുന്നു. കാടിന്റെ ഭാഷ മനസ്സിലാകാത്ത പുരുഷന് ശേഷന്റെ പരിഷ്കൃതഭാഷ മനസ്സിലാകുന്നു. പാരമ്പര്യ സംസ്കൃതിയിൽ വിശ്വസിച്ചിരുന്ന പുരുഷൻ നേരത്തെ പവിത്രസമൂഹത്തിന്റെ ഭാഗമായിരുന്നു. ആദിമനുഷ്യരുടെ ജൈവഭൂമിയായ വനത്തിൽ അയാൾക്ക് പ്രാചീനഭാഷ മനസ്സിലാക്കാൻ കഴിയാത്ത നിസ്സഹായത ഉണ്ടായിരുന്നു. എന്നാൽ ഉടുപ്പണിഞ്ഞ ശേഷന്റെ മുന്നിൽ, വീണ്ടും പുതുമയിലേക്ക് മടങ്ങുമ്പോൾ, പുരുഷൻ പുതുമയുടെ ഭാഷതിരിച്ചറിയുന്നു. ഇവിടെ പവിത്രസമൂഹത്തിന്റെ വർത്തമാനകാല അവസ്ഥകൂടി പ്രതീകവല്ക്കരിക്കുന്നു.

'മൂന്നാമത്തെ വണ്ടി' വരുമ്പോൾ ഞാൻ നിങ്ങളുടെ രാജാവാകുമെന്ന് പ്രഖ്യാപിച്ച് ശേഷൻ വീണ്ടും 'അവളുടെ അസ്ഥിപഞ്ജരം' തേടി കാട്ടിലേക്ക് ഓടിമറയുന്നു. നാട്ടിൽ മടങ്ങിയെത്തിയ പുരുഷനോട്, അവന്റെ സൗഖ്യത്തെക്കുറിച്ചല്ല, വണ്ടിയെക്കുറിച്ചും കാട്ടുതീയെക്കുറിച്ചുമാണ് സമൂഹം അന്വേഷിക്കുന്നത്. വീട്ടുകാരും അങ്ങിനെതന്നെ. സമ്പത്തിനായുള്ള ത്വര ഇതിൽ ദൃശ്യമാണ്. ഒടുവിൽ ഒരു പാതിരാത്രിയിൽ വീണ്ടും വണ്ടിവരുന്ന ശബ്ദം മുഴങ്ങി. ആർത്തിമൂത്ത മനുഷ്യർ വണ്ടിക്കുവേണ്ടി ആവേശം കൊള്ളുമ്പോൾ പവിത്രസമൂഹത്തിലെ ഓരോ വീടുകളെയും അഗ്നിവിഴുങ്ങി. അവിടെ നിന്ന് പെൺകുട്ടികളുടെ നിലവിളി മുഴങ്ങി. പ്രതിരോധിക്കാൻ ശ്രമിച്ച വൃദ്ധരെ അടിച്ചുവീഴ്ത്തി. പൊട്ടിച്ചിരികൾ പ്രകമ്പനം കൊണ്ടു. പുരുഷൻ ആ പൊട്ടിച്ചിരി തിരിച്ചറിഞ്ഞു. അത് ശേഷന്റേതായിരുന്നു.

മരണവും വിനാശവും വിതക്കുന്ന വണ്ടി. മരണവണ്ടി. അതായിരുന്നു മൂന്നാമത് എത്തിയത്. സമൂഹത്തെ കടന്നാക്രമിച്ച് അത്

അരാജകമാക്കുന്നു. സ്ത്രീകളെ ഇരകളാക്കി ആക്രമിക്കുന്നു. നന്മവറ്റാത്ത വൃദ്ധരെ അടിച്ചുവീഴ്ത്തുന്നു. അധിനിവേശങ്ങൾ പവിത്രമായ സമൂഹങ്ങളെ ചാമ്പലാക്കുകയാണ്. പുരോഗതിയായി ചിത്രീകരിക്കപ്പെടുന്ന കണ്ടെത്തലുകൾ മനുഷ്യരാശിയെ അഗ്നിയിൽ മുക്കുകയാണ്. മനുഷ്യാവസ്ഥ നിരർത്ഥകവും നിസ്സഹായതയും നിറഞ്ഞതാവുകയാണ്. വ്യർത്ഥമായ ജീവിതങ്ങളെ രാക്ഷസീയത കീഴടക്കുകയാണ്. തികച്ചും സാങ്കല്പികമായ ഒരു ലോകം നിർമ്മിച്ച് കഥാകാരൻ ആധുനിക മനുഷ്യന്റെ വെല്ലുവിളികളെ രചനയിൽ ഭ്രമാത്മകമായി അവതരിപ്പിക്കുകയാണ്. 'യാഥാർത്ഥ്യത്തിൽ സംഭവിക്കാത്തത്, അല്ലെങ്കിൽ ഒരിക്കലും സംഭവിച്ചിട്ടില്ലാത്തത് ഉദാത്തമായ കാവ്യമാകാം'[3] എന്ന അരിസ്റ്റോട്ടിലിന്റെ വിലയിരുത്തലിനോട് പൂരകമാണ്. 'ശവവാഹനങ്ങളും തേടി'. വർത്തമാനകാല മനുഷ്യാവസ്ഥയുടെ ദുരന്തദൈന്യങ്ങൾക്കു നടുവിലൂടെ കഥാകാരൻ യുക്തിബോധത്തിന് അതീതമായി സഞ്ചരിക്കുന്നു. ഒരു സ്വപ്നാടകനായി സാന്നിദ്ധ്യമറിയിക്കുന്നു.2

3 അരിസ്റ്റോട്ടിൽ (ഉദ്ധരണി), അച്യുതൻ. എം, പാശ്ചാത്യസാഹിത്യ ദർശനം, കറന്റ്ബുക്സ്, തൃശ്ശൂർ, 1997, പേജ് 162

പ്രതിമയും രാജകുമാരിയും

മാനസിക അപഗ്രഥനങ്ങളും സ്വപ്നവ്യാഖ്യാനങ്ങളും നൽകുന്ന ഉൾക്കാഴ്ചകളിലൂടെ ആന്തരികവും ദാർശനികവുമായ ആഴങ്ങൾ അനുഭവിപ്പിക്കുന്ന നോവലാണ് 'പ്രതിമയും രാജകുമാരിയും'. മാനവികതയുടെ സമസ്ത ഘടകങ്ങളേയും ഇതിൽ ഗൗരവപൂർവ്വം സമീപിക്കുകയും വിജയകരമായി അവതരിപ്പിക്കുകയും ചെയ്യുന്നു. അക്ഷരങ്ങളുടെ വിസ്മയധ്വനിയിലൂടെ ഭൂതകാലം സൃഷ്ടിക്കുന്ന കഥാകാരൻ, അവിടെ വർത്തമാനകാലമനുഷ്യാവസ്ഥയെ ചേർത്തുടുക്കുന്നു. ഭ്രമകല്പനകളുടെ ലോകത്തിലൂടെ സഞ്ചരിക്കുന്ന വായനക്കാരൻ ഇതിനിടയിൽ സമകാലിക പ്രതിസന്ധികളെ തിരിച്ചറിയുന്നു.

സാമ്പ്രദായിക രചനാ രീതിയെ ബോധപൂർവ്വം പരിഷ്കരിക്കുന്ന ആഖ്യാന ചാരുതയാണ് ഈ നോവലിനുള്ളത്. ഫാന്റസികളുടെ വ്യത്യസ്ത നിർവ്വചനങ്ങൾക്കുമപ്പുറം മാജിക്കൽ റിയലിസത്തിന്റെ സാധ്യതകളോട് ഇതിനെ ചേർത്തുകാണുന്നവരുമുണ്ട്. 'രചനയുടെയും ഭാഷാക്രമത്തിന്റേയും തലത്തിൽ ഫാന്റസിക്ക് പ്രാധാന്യം കൈവരുന്ന ആവിഷ്കാര രീതിയാണ് മാജിക്കൽ റിയലിസം'.മിഥ്യാസ്വഭാവത്തെയും റിയലിസമായി കാണുന്ന രചനാരീതി. യാഥാർത്ഥ്യവും സങ്കല്പവും തമ്മിലുള്ള വ്യത്യാസം നേർത്തുനേർത്ത് ഇല്ലാതെയാവുന്നു. അവാസ്തവികതയെ കൃത്രിമമെന്ന് വായനക്കാരൻ അറിയുന്നില്ല. അസംഭവ്യതയെ ആസ്വാദകൻ യാഥാർത്ഥ്യമായി ഉൾക്കൊള്ളുകയും ചെയ്യുന്നു. ഇത്തരം നിരവധി സന്ദർഭങ്ങളിലൂടെയാണ് 'പ്രതിമയും രാജകുമാരിയും' നീങ്ങുന്നത്. അതുകൊണ്ടുതന്നെ മലയാള സാഹിത്യത്തിൽ നാഴികക്കല്ലാകുന്ന ഒരു കൃതിയായി ഇത് പരിവർത്തനം ചെയ്തിരിക്കുന്നു.

കടൽത്തിരകൾ അതിരിടുന്ന വിശാലമായ മരുഭൂമിയിൽ നിർമ്മിച്ച 'തമാശക്കോട്ട' (ഫൺസിറ്റി)യാണ് നോവലിന്റെ കഥന പശ്ചാത്തലം. വിസ്മയിപ്പിക്കുന്ന കാഴ്ചകളാണ് കോട്ടയുടെ ആകർഷണം. മരുഭൂമിക്കു നടുവിലെ ഹരിതാഭതന്നെയാണ് ആദ്യകൗതുകം. പലജാതി കുരങ്ങുകളും വിവിധവർണ്ണങ്ങളിലെ ഓന്തുകളും മരങ്ങളിൽ ചാടി നടക്കുന്നു. അണ്ണാന്മാരും തത്തകളും അടങ്ങിയ വിവിധ ജന്തുജാലങ്ങൾ മരങ്ങളിലെ സ്ഥിരതാമസക്കാരാണ്. അത്ഭുതങ്ങൾ കാട്ടുന്ന പ്രതിമകൾ, കുട്ടികളെ പുറത്തുകയറ്റി ഇഴയുന്ന കൂറ്റൻ ആമകൾ, ഇലക്ട്രോണിക് ഫൗണ്ടനുകൾ, പോത്തു മുതൽ ആന വരെ വലിക്കുന്ന വണ്ടികൾ, നീന്തൽക്കുളങ്ങൾ, സ്വർഗ്ഗതുല്യമായ കോട്ടേജുകൾ, കളിക്കളങ്ങൾ, ഡോൾഫിനുകൾ തുടങ്ങി അത്ഭുത പരതന്ത്രക്കാഴ്ചകൾ കോട്ടയെ സഞ്ചാരികളുടെ പറുദീസയാക്കി. കോട്ടയെക്കുറിച്ച് ദീർഘമായ വർണ്ണന നോവലിൽ ഉൾപ്പെടുത്തിയിട്ടുണ്ട്. ഇത് വായനക്കാരെ ഒരു സങ്കല്പലോകത്തേയ്ക്ക് ഉയർത്തുന്നു. അതിവിദഗ്ധമായ പശ്ചാത്തല നിർമ്മാണം. ഇതുമാത്രമല്ല കോട്ടയുടെ പ്രത്യേകത. കോട്ടയ്ക്കുള്ളിൽ പടിഞ്ഞാറുഭാഗത്ത് ഒരു ഹെലിപാഡുണ്ട്. കൂടുതൽ പണം നൽകിയാൽ ഹെലികോപ്റ്ററിൽ കയറി കടലിനുള്ളിലെ 'പാരഡൈസ് ഓൺ ഐലൻഡി'ൽ ഇറങ്ങാം. ദ്വീപിലെ സ്വർഗ്ഗമായ ഇവിടെ പൂർണ്ണ നഗ്നരായി നടക്കുന്ന ആണും പെണ്ണും. ലൈവ്ഷോകൾ തിമിർക്കുന്ന നിശാക്ലബ്ബുകൾ. ഇന്ന് മുളച്ചുപൊന്തുന്ന വിനോദപാർക്കുകളുടെ സാദ്ധ്യതകൾ വർഷങ്ങൾക്കു മുൻപുതന്നെ കഥാകാരൻ പ്രവചിച്ചു എന്നത് വിസ്മയിപ്പിക്കുന്ന മാത്രമല്ല ആധുനിക കാലത്തെ വിനോദ സാഹചര്യം എന്നത് ഇത്തരം കൂറ്റൻ കൃത്രിമ പാർക്കുകളായി മാറിയിരിക്കുന്നതും കഥാകാരന്റെ ഉൾക്കാഴ്ചയുടെ തെളിവാകുന്നു.

മാർവാടി കുടുംബമായ ധീരുലാൽ അസോസിയേറ്റ്സിന്റെ ഉടമസ്ഥതയിലുള്ളതാണ് കോട്ട. പണം വെള്ളംപോലെ ചെലവാക്കുന്ന കോടീശ്വരന്മാർക്കുപോലും തമാശക്കോട്ടയിലേക്കു കടക്കുവാൻ അഞ്ചുരൂപയുടെ പ്രവേശനടിക്കറ്റ് എടുക്കണം. മാർവാടികളുടെ കച്ചവടതന്ത്രമാണ് ഇതിൽ ദൃശ്യമാകുന്നത്. പ്രവേശന ടിക്കറ്റ് നൽകുന്ന കവാടത്തിൽ അതുകൊണ്ടുതന്നെ ഒരത്ഭുതം ഒരുക്കി വെച്ചിരിക്കുന്നു. അതാണ് നോവലിൽ നായകനാകുന്ന അത്ഭുത പ്രതിമ. 'അസാമാന്യ ശരീരവടിവുള്ള ഒരു ദ്വാരപാലകൻ'. കൺപീലിപോലും ഇളക്കാതെ ചലനമറ്റു നിൽക്കുന്ന പ്രതിമ, ശരിക്കും പ്രതിമയല്ലെന്നും അതൊരു മനുഷ്യനാണെന്നും അറിയുമ്പോഴാണ് സഞ്ചാരികൾ കൂടുതൽ വിസ്മയിക്കുന്നത്. മാത്രമല്ല നിശ്ചലനായ പ്രതിമയിൽ നേരിയ ചലനമെങ്കിലും

സൃഷ്ടിക്കുന്നവർക്കായി മത്സരവും സമ്മാനങ്ങളും പ്രഖ്യാപിച്ചിരിക്കുന്നു. അതിനാൽ ആൾത്തിരക്ക് ഏറി വന്നു. മനുഷ്യനെ പ്രദർശന-വില്പന വസ്തുവാക്കുന്ന സമകാലിക സാമൂഹികാവസ്ഥ. ജീവിക്കുനായി പ്രതിമയാകാൻപോലും തയ്യാറാകുന്ന മനുഷ്യാവസ്ഥ, വികാരരഹിതനായി നിൽക്കേണ്ടിവരുന്ന ഒരു മനുഷ്യനെ ചലിപ്പിച്ച് ഫൺദ്വീപിൽ പോകാൻ തിരക്കു കാട്ടുന്ന മനുഷ്യന്റെ ഉപഭോഗത്വര തുടങ്ങി വിവിധ അവസ്ഥാന്തരങ്ങളെ ഇവിടെ അനാവരണം ചെയ്യുന്നു. പ്രതിമയായി നിൽക്കുന്ന ചുപ്പനുപോലും ഫൺദ്വീപിൽ പോവുകയാണ് ജന്മാഭിലാഷം എന്നത് കറുത്ത പരിഹാസമാകുന്നു.

അരുന്ധതി അഥവാ വെപ്പാട്ടി

പ്രതിമയെ ചലിപ്പിക്കുന്ന മത്സരത്തിൽ ഓരോ ദിവസവും നിരവധി പേർ പങ്കെടുത്തു. എല്ലാവരും പരാജയപ്പെട്ടു. ഒടുവിൽ, കോടീശ്വരനായ മഹാരാജാവിന്റെ സുന്ദരിയായ വെപ്പാട്ടി, 'രാജകുമാരി' എന്ന് എല്ലാവരും വിളിച്ചിരുന്ന അരുന്ധതി മത്സരത്തിൽ പങ്കെടുക്കുന്നു. ഇവിടെയും പേരിലൂടെ പരിഹാസമുതിർക്കുന്ന രചനാസവിശേഷത കാണാം. പാതിവ്രത്യത്തിന്റെ പ്രതീകമാണ് അരുന്ധതി. ഇവിടെ വെപ്പാട്ടിക്കാണ് ആ പേരു നൽകിയിരിക്കുന്നത്. മത്സരത്തിന് മുൻപായി പ്രതിമയായി നിൽക്കുന്ന ചുപ്പന് ധീരുലാൽ കൊതിപ്പിക്കുന്ന വാഗ്ദാനങ്ങൾ നൽകി. പല പ്രലോഭനങ്ങളും രാജകുമാരി നടത്തിയെങ്കിലും പ്രതിമയെ ചലിപ്പിക്കാൻ ആയില്ല. ഇതോടെ വാതുവെയ്പിലെ അളവറ്റ ധനം ധീരുലാലിന് സ്വന്തമായി. മത്സരം വിജയിച്ചെങ്കിലും പ്രതിമയ്ക്കു നൽകിയ വാഗ്ദാനം പാലിക്കാൻ ധീരുലാൽ തയ്യാറായില്ല. വാഗ്ദാന സഫലീകരണത്തിന് വാശിപ്രകടിപ്പിച്ച ചുപ്പന് കോട്ട ഉടമയിൽ നിന്ന് ചാട്ടവാറടി ഏല്ക്കുകയും ചെയ്യുന്നു. ഇതോടെ അവൻ ജോലി വിടാൻ തീരുമാനിക്കുന്നു. നേരത്തെതന്നെ കോട്ടയിലെ പണി നഷ്ടപ്പെട്ട വൈരം എന്ന തൊഴിലാളി(അഭ്യാസി)യ്ക്കൊപ്പം ചുപ്പൻ നഗരത്തിലേക്ക് യാത്രയാവുന്നു. പക്ഷേ അപ്പോഴൊക്കെ അരുന്ധതിയുടെ വിലോഭനീയരൂപം ചുപ്പന്റെ മനസ്സിനെ വേട്ടയാടിക്കൊണ്ടിരുന്നു.

നഗരത്തിലെത്തിയ ചുപ്പനും വൈരവും സ്വന്തം അഭ്യാസങ്ങൾ കാട്ടിത്തുടങ്ങുന്നു. ചുപ്പനെ തിരിച്ചറിയാതിരിക്കാൻ ആകാരത്തിൽ മാറ്റവും ഗോവിന്ദ് നാരായണൻ എന്ന് പുനർനാമകരണവും ചെയ്യുന്നു. ഇരുവരുടെയും അഭ്യാസങ്ങൾ ജനകീയമാകുന്നു. തിരക്ക് വർദ്ധിക്കുന്നു. പ്രത്യേക അഭ്യാസ സംഘവും ടെന്റും ടിക്കറ്റും ഏർപ്പെടുത്തുന്നു. വൈരം മുതലാളിയായി വളരുന്നു. വൈരത്തിന്റെ അഭ്യാസപ്രകടനങ്ങൾക്ക്

പരിമിതികളുണ്ടായിരുന്നു. പക്ഷേ അതിമാനുഷനായ ചുപ്പന്റെ അവിശ്വസനീയ പ്രകടനങ്ങൾ കാണികളെ അത്ഭുതപ്പെടുത്തി. പ്രദർശനങ്ങൾക്കു തിരക്കേറി. പണം കുമിഞ്ഞുകൂടി. നഗരങ്ങളിൽ നിന്ന് നഗരങ്ങളിലേക്ക് യാത്ര തുടർന്നു. അഭ്യാസങ്ങൾ പുരോഗമിക്കുകയും തിരക്ക് അനിയന്ത്രിതമാവുകയും ചെയ്യുമ്പോഴും ചുപ്പൻ തേടിയത് രാജകുമാരിയെയാണ്. അവളാകട്ടെ പ്രതിമയെ തേടിയുള്ള യാത്രയിലും. ഒടുവിൽ ചെറിയ ഒരു നഗരത്തിൽ പ്രദർശനം എത്തി. അഭ്യാസങ്ങളിലെ അവസാന ഇനം ഉയരങ്ങളിൽ നിന്നുള്ള ചുപ്പന്റെ ചാട്ടമായിരുന്നു. രണ്ടുതെങ്ങിന്റെ ഉയരമുള്ള ഇരുമ്പുതൂണിന് മുകളിൽ നിന്ന് ചുപ്പൻ വായുവിലേക്ക് കൈകൾ പരത്തി കുതിച്ചുചാടി. 'ആകാശത്തു നിന്നും പറന്നിറങ്ങുന്ന ഒരു വലിയ കിളിയെപ്പോലെ വായുവിൽ മലക്കം മറിയുകയും തെന്നി നീങ്ങുകയും ചെയ്യുന്നത്' പ്രദർശനം കാണാൻ എത്തിയ രാജകുമാരി ഹൃദയമിടിപ്പോടെ നോക്കിയിരുന്നു. പറന്ന് താഴെ എത്താറായപ്പോൾ പ്രതിമയും രാജകുമാരിയെ കണ്ടു. വീണ്ടും അവർ തമ്മിൽ ഒന്നിച്ചു. അവിടെ നിന്നും ഒളിച്ചോടുന്നു.

കടലിനു നടുവിലെ ദ്വീപിലുള്ള സ്വർഗ്ഗത്തേയ്ക്ക് പോകാൻ ചുപ്പന്റെ മനസ്സു തുടിക്കുന്നത് അരുന്ധതി തിരിച്ചറിയുന്നു. ഇരുവരും വേഷംമാറി ധീരുലാലിന്റെ കോട്ടയിലെത്തുന്നു. അവിടെനിന്ന് ഹെലികോപ്റ്ററിൽ ദ്വീപിലേക്ക്. 'പാരഡൈസ് ഐലന്റി'ലെ മനോഹാരിത ചുപ്പനെ ലഹരി പിടിപ്പിക്കുന്നു. 'പായകെട്ടിയ വഞ്ചിയിൽ അവളെയിരുത്തി അവൻ കടലിലേക്ക് തുഴഞ്ഞുപോയി. പുറംകടലിലെ ഉൾവലിവും ചുഴിക്കുത്തുകളുമൊക്കെ അമാനുഷനായ അവന് വെറും കുട്ടിക്കളികൾ മാത്രം. ദ്വീപിന്റെ തെക്കേയറ്റത്ത് പവിഴപ്പുറ്റുകളുടെ ലോകം. വെയിലേല്ക്കുമ്പോൾ അസംഖ്യം നിറങ്ങൾ തിളങ്ങാൻ തുടങ്ങുന്നു. കടലിലേക്ക് മുങ്ങിമറയുന്ന അവൻ ദ്വീപിൽ നിന്ന് മുനമ്പിലേക്ക് തള്ളി നിൽക്കുന്ന ഭാഗത്ത് കണ്ടുമുട്ടിയ ജലകന്യകമാരെക്കുറിച്ച് വാചാലനായി.' കടൽ ചുപ്പന് ഹരമായി.

തന്റെ ഏറ്റവും വലിയ വരുമാനമാർഗ്ഗമായിരുന്ന പ്രതിമയുടെ നഷ്ടപ്പെടൽ ധീരുലാലിന് കനത്ത ആഘാതമായിരുന്നു. അയാൾ അന്നുമുതൽ ചുപ്പനെ തേടിനടന്നു. ഇപ്പോൾ ദ്വീപിലെ സ്വർഗത്തുള്ളവർ പ്രച്ഛന്നവേഷധാരികളായ പ്രതിമയും രാജകുമാരിയുമാണെന്ന് അയാൾ തിരിച്ചറിയുന്നു. രാജകുമാരിയുമായി ചില കരാറുകൾ സമ്മതിച്ച് ചുപ്പനെ വീണ്ടും ഏറ്റെടുക്കാൻ ധീരുലാൽ തയ്യാറാകുന്നു. സ്വതന്ത്രനായ തന്നെ വീണ്ടും വില്പന വസ്തുവാക്കിയ ധീരുലാലിനോട് ചുപ്പൻ പ്രതിഷേധിക്കുന്നു. എതിർപ്പ് രൗദ്രമാകുന്നു. ഒടുവിൽ ധീരുലാലിനെ ചുപ്പൻ നിലത്ത് അടിച്ചുകൊല്ലുന്നു. രാജകുമാരിയോടും അവൻ പ്രതിഷേധിക്കുന്നുണ്ട്. പക്ഷേ

അവളോട് കടുത്ത സ്നേഹം നിലനിൽക്കുന്നതിനാൽ കൊല്ലാതെ വിടുന്നു. ധീരുലാലിന്റെ ഗസ്റ്റ് ഹൗസിന്റെ പതിനേഴാം നിലയിൽ നിന്ന് ചുപ്പൻ പുറത്തേയ്ക്ക് ചാടുന്നു. പരിക്കുകളില്ലാതെ മണ്ണിൽ വീഴുന്ന അവൻ, സ്നേഹം തിരിച്ചറിയാത്ത കപടലോകത്തിന്റെ തിന്മയിൽ നിരാശപൂണ്ട് പൊട്ടിക്കരയുന്നു. രാജകുമാരി അവന്റെ കാൽക്കൽ മുഖമമർത്തി ചുപ്പനെ സാന്ത്വനിപ്പിക്കാൻ ശ്രമിച്ചു. പക്ഷേ, 'അവളുടെ കൈത്തലങ്ങളിൽ നിന്ന് സ്വന്തം കാലുകൾ വേർപെടുത്തി ചുപ്പൻ എഴുന്നേറ്റു. അവന്റെ നോട്ടം ദൃശ്യപഥത്തിന് അപ്പുറം എവിടെയോ പോയുറയ്ക്കുന്നത് അവൾ വ്യക്തമായിക്കണ്ടു. അവിടെത്തന്നെ നോട്ടമുറപ്പിച്ചുകൊണ്ട് മൂന്നു ചുവടുകൾ മുന്നോട്ട് വച്ച് അവൻ ഒരിടത്തുനിന്നു. അവിടെ നിന്ന് പിന്നീട് അവൻ അനങ്ങിയതേയില്ല. കാലമെത്രകഴിഞ്ഞിട്ടും കടലെത്ര ക്ഷോഭിച്ചിട്ടും ആ പ്രതിമ അവിടെത്തന്നെ നിന്നു'. ചുപ്പൻ ശരിക്കും പ്രതിമയായി മാറുന്നു.

ഉപഭോഗ സംസ്കാരം അധിനിവേശം നടത്തിയ സാമൂഹികാവസ്ഥയെ ഒരു ഐതീഹ്യകഥപോലെ പുനർനിർമ്മിക്കുകയാണ് കഥാകാരൻ. സമകാലിക പ്രശ്നങ്ങളെ അവതരിപ്പിക്കുന്നതോടൊപ്പം കഥാപാത്രങ്ങളുടെ മാനസിക ഭാവങ്ങളിലൂടെ തീവ്രവൈകാരികതയും സമർത്ഥമായി പ്രകാശിപ്പിക്കുന്നു. വ്യക്തി എന്ന നിലയിൽ ഓരോ മനുഷ്യനും നേരിടുന്ന സ്വത്വ പ്രതിസന്ധികളും സമർത്ഥമായി പറഞ്ഞുവെയ്ക്കുന്നുണ്ട്. ഒരു വായനയിലോ പരന്ന വായനയിലോ 'പ്രതിമയും രാജകുമാരിയും' നൽകുന്ന പൂർണ്ണാവബോധങ്ങൾ ഉൾക്കൊള്ളാനാവില്ല. അതുകൊണ്ടുതന്നെയാണ് നിരൂപകൻ കെ.പി. അപ്പൻ ഈ നോവലിനെ 'മറഞ്ഞിരിക്കുന്ന ആഴങ്ങളുള്ള'[1] നോവലായി വിശേഷിപ്പിക്കുന്നത്.

ഭ്രമാത്മക കഥനത്തിന്റെ ഉള്ളിലൂടെ ജീവിതാവസ്ഥകളുടെ വൈവിധ്യമാണ് കഥാകാരൻ കാട്ടിത്തരുന്നത്.കോട്ടയ്ക്കുമുന്നിൽ പ്രതിമയെ സ്ഥാപിച്ചിരിക്കുന്നതുതന്നെ ചതുരത്തിൽ ഉരുളൻ കമ്പികൊണ്ട് വേലി തീർത്താണ്. ജീവനുള്ള മനുഷ്യന്റെ അസ്വാതന്ത്ര്യവും പ്രദർശനാവസ്ഥയുടെ പരിഹാസ്യതയും ഇവിടെ ദൃശ്യമാണ്. മറ്റുചില പ്രതിമകൾക്കു ചുവട്ടിൽ സരസ്വതി, വിഷ്ണു, ക്രിസ്തു, ജടായു എന്നും മറ്റും എഴുതിവെച്ചിട്ടുള്ളപോലെ 'ജീവനുള്ള' പ്രതിമയ്ക്കു ചുവട്ടിലും 'ദ്വാരപാലകൻ' എന്ന ബോർഡു സ്ഥാപിച്ചിരിക്കുന്നു. മനുഷ്യൻ നിർജീവതിര്യക്കാകുന്ന ദയനീയത. 'ജീവനുള്ള പ്രതിമ' യെക്കാൾ തമാശ'പ്രതിമ പോലെയുള്ള ജീവന്" ഉണ്ടാക്കാൻ കഴിയുമെന്ന ധീരുലാലിന്റെ വ്യാപാരബുദ്ധിയിലൂടെ

---

1 അപ്പൻ. കെ.പി, മറഞ്ഞിരിക്കുന്ന ആഴങ്ങളുള്ള നോവൽ, മലയാള മനോരമ വാരാന്തപ്പതിപ്പ്, ഡിസംബർ 30 1990, പേജ് 1

സാധാരണ മനുഷ്യന്റെ നിരർത്ഥകജീവതം പ്രതീകവല്ക്കരിക്കുന്നു. നിസ്സഹായനായ മനുഷ്യജന്തുവിന്റെ ജീവന്റെ വില നിസ്സാരമാകുന്നു. ഇവിടെ 'പ്രതിമ' വ്യക്തിതലം വിട്ട് വർഗ്ഗമാതൃകയായി വളരുന്നു.

തമാശക്കോട്ടയിൽ ആണും പെണ്ണുമായി ആയിരത്തിഅഞ്ഞൂറോളം ജോലിക്കാരുണ്ട്. 'ആണുങ്ങളിൽ അധികംപേരും കുടുംബത്തെ നാട്ടിലാക്കിയിട്ട് ഇവിടെ വന്നു കിടക്കുന്നവരാണ്". എല്ലാവരും എല്ലുമുറിയെ പണിയെടുത്തു. അവിടെത്തന്നെ ഉണ്ണുകയും ഉറങ്ങുകയും ചെയ്തു. 'മറ്റൊന്നിനെക്കുറിച്ചും ചിന്തയില്ലാത്ത ഒരുതരം അടിമകൾ'. മണലാരണ്യത്തിൽ ജീവിതം ഹോമിക്കുന്ന ശരാശരി കേരളീയന്റെ പ്രതിനിധികളാണ് നോവലിൽ അവതരിപ്പിക്കപ്പെടുന്ന ജോലിക്കാർ. കുടുംബങ്ങളുടെ അന്യവല്ക്കരണം. കൂടുതൽ ജോലിക്ക് കൂടുതൽ കൂലി എന്ന പ്രലോഭനത്തിലൂടെ വിശ്രമം നിഷേധിക്കുന്ന പുതിയ തൊഴിൽ സംസ്കാര കപടബുദ്ധി. പണം സമ്പാദിക്കണമെന്ന മനുഷ്യന്റെ ആർത്തിയെ സമർത്ഥമായി മുതലെടുക്കുന്ന കുത്തകകൾ. ഇതിൽപ്പെട്ട് ജീവിക്കാൻ മറന്നുപോകുന്നവരും ജീവിതം ഹോമിക്കുന്നവരുമായ മനുഷ്യ ജീവികൾ. കുടുംബജീവിതത്തിലെ വർണ്ണങ്ങൾ, സ്വപ്നങ്ങൾ, ബന്ധങ്ങൾ, വൈകാരികതകൾ ഇവയെല്ലാം നഷ്ടമായിപ്പോകുന്നവർ. വിശ്രമമില്ലാത്ത യന്ത്രങ്ങളാകുന്ന മനുഷ്യന്റെ പതനം, തൊഴിലിനായുള്ള തള്ളിക്കയറ്റം എന്നിങ്ങനെ സാമൂഹികമായ വിവിധ ദുരന്താവസ്ഥകൾ വരികൾക്കിടയിലൂടെ കഥാകാരൻ ആവിഷ്കരിക്കുന്നു.

ആധുനിക കാലത്തെ തൊഴിൽ സംസ്കാരത്തെ കൂടുതൽ വിശദമാക്കുന്ന സൂചനകളും നോവലിലുണ്ട്. 'കോട്ടയിലെ ഇഴയുന്ന ആമയും കളിക്കുന്ന ഡോൾഫിൻ മത്സ്യങ്ങളും ഡ്യൂട്ടി സമയം കഴിഞ്ഞാൽ എന്തു ചെയ്യുന്നു എന്ന് ആരും അന്വേഷിക്കാത്തതുപോലെ പ്രതിമയുടെ കാര്യവും അന്വേഷിച്ചില്ല'. ഇവിടെ ലാഭം മാത്രമാണ് മുതലാളിയുടെ ലക്ഷ്യം. തന്റെ ലാഭം നഷ്ടമാകുമോ എന്നു മാത്രമാണ് ആശങ്ക. ജീവനക്കാരന്റെ ക്ഷേമമോ അസൗകര്യമോ പ്രശ്നമാകുന്നില്ല. പ്രതിമയാകുന്നവനെ വെറും യന്ത്രമായി മാത്രം പരിഗണിക്കുന്നു. 'എവിടെ നിന്നു വരുന്നവെന്നോ എങ്ങോട്ടു പോകുന്നുവെന്നോ അറിയാത്തതുപോലെ ധീരുലാലിന് പ്രതിമയുടെ യഥാർത്ഥപേരും നിശ്ചയമില്ല'. തൊഴിലാളിക്ക് പേരുപോലും നഷ്ടമാകുന്ന ദുരന്താവസ്ഥ. ഓരോരുത്തരും ഓരോ പേരു നൽകുന്ന ദയനീയത.

തമാശക്കോട്ടയിലെ വൈരം എന്ന അഭ്യാസിയും വിവിധ മനുഷ്യാവസ്ഥകളുടെ പ്രതിനിധിയാണ്. ദീർഘകാലം അഭ്യാസങ്ങൾ നടത്തി

ചണ്ടിയായതോടെ ധീരുലാൽ നിർദ്ദയം ഇയാളെ ഒഴിവാക്കുകയാണ്. ആരോഗ്യവും ആവശ്യവുമുള്ളപ്പോൾ പരമാവധി ചൂഷണം ചെയ്ത ശേഷം ഉപയോഗശൂന്യനെന്നു തോന്നുന്ന തൊഴിലാളിയെ നിഷ്കരുണം വലിച്ചെറിയുന്ന ക്രൂരത. എന്നാൽ ഇതേ വൈരം പിന്നീട് ചുപ്പനുമായി ചേർന്ന് സ്വന്തം സർക്കസ് സ്ഥാപനം തുടങ്ങുമ്പോൾ സ്വഭാവത്തിൽ പഴയ ധീരുലാലായി മാറുന്നുണ്ട്. ചുപ്പനെ അയാളുടെ വെറും പ്രദർശന വസ്തുവായി മാത്രമാണ് അപ്പോൾ പരിഗണിക്കുന്നത്. എല്ലാ മുതലാളിത്ത രീതികളും വൈരം എന്ന പഴയ തൊഴിലാളിയിൽ പ്രതിഫലിക്കുന്നു. തൊഴിലാളി, തൊഴിലുടമയാകുമ്പോഴും വ്യവസ്ഥിതികൾ മാറുന്നില്ല എന്നതിന് തെളിവ്. മാത്രമല്ല മുതലാളിത്തമെന്ന് മുദ്ര കുത്തുന്നവരേക്കാൾ സദാചാരപരമായിപ്പോലും താണ നിലവാരത്തിലേക്ക് ഈ മുൻ 'തൊഴിലാളി' മാറുന്നുമുണ്ട്. വർത്തമാനകാലത്ത് പ്രസക്തമാകുന്ന കാഴ്ചകളാണ് പതിറ്റാണ്ടുകൾക്കു മുൻപ് കഥാകാരൻ അവതരിപ്പിച്ചത്. അജ്ഞാതനായി കോട്ടയിലെത്തി അത്ഭുത പ്രതിമയായി മാറുന്ന ചുപ്പന്റെ ജന്മ പശ്ചാത്തലം ഒരുവേള കാട്ടിത്തരുന്നുണ്ട്. ഗ്രാമ്യമായ ഒരു ജൈവസംസ്കൃതിയുടെ പ്രതിനിധിയാണ് ചുപ്പൻ. സന്ധ്യയാകുന്നതോടെ കോട്ടയിലെ ജോലി തീർത്തു മടങ്ങുന്ന അയാൾ, രാവുകളിൽ മണലാരണ്യത്തിനകലെ ഗ്രാമാന്തരങ്ങളിൽ കൂട്ടർക്കൊപ്പം ആഘോഷിക്കുന്നു. അവരെ ആനന്ദിപ്പിക്കുന്നു. ആഹ്ലാദനൃത്തം ചവിട്ടുന്നു. കയറ് പിരിക്കുന്നവരുടെ ഗ്രാമമാണ് ചുപ്പന്റേത്. അവിടെ പത്മരാജൻ ജനിച്ചു വളർന്ന ഗ്രാമപശ്ചാത്തലമാണ് പ്രതിഫലിക്കുന്നത്. ഗ്രാമം അവിടെയും കഥാകാരനെ ഉത്തേജിപ്പിക്കുന്നു. വെളിച്ചത്തിന്റെ പരിധിയ്ക്കപ്പുറമുള്ള കുറുക്കന്മാർപോലും അവരുടെ ആഘോഷങ്ങൾക്ക് മറ്റുകൂവലുമായി പങ്കാളികളാവുന്നു. ചുപ്പന്റെ നിഷ്കളങ്കത ഉറപ്പിക്കാനുള്ള പശ്ചാത്തലങ്ങളാണ് ഇതിലൂടെ ഒരുക്കുന്നത്.

പ്രലോഭനങ്ങളുടെ സ്വർഗ്ഗം

രാജകുമാരിയുമായുള്ള വാതുവെയ്പിൽ വിജയിച്ചാൽ ചുപ്പന്റെ ആഗ്രഹമായ ദ്വീപിലെ സ്വർഗ്ഗത്ത് എത്തിക്കാം എന്നായിരുന്നു ധീരുലാലിന്റെ വാഗ്ദാനം. മത്സരം നേടിയിട്ടും അയാൾ വാക്കുപാലിച്ചില്ല. മാത്രമല്ല പ്രലോഭനം നിലനിർത്തിക്കൊണ്ട്, പിഴവുകൾ ചുമത്തി പ്രതിമയെ ശിക്ഷിക്കാൻ കൂടി അയാൾ തയ്യാറാകുന്നു. കൃത്യമായി ജോലിചെയ്തിട്ടും കൃത്രിമമായ കുറ്റം ആരോപിച്ചാണ് ചുപ്പനെ ചാട്ടവാർ പ്രഹരത്തിന് ഇരയാക്കുന്നത്. മത്സരം വിജയിക്കാൻ നൽകിയ വാഗ്ദാനം പാലിക്കണമെന്ന പ്രതിമയുടെ ആവശ്യമാണ് ധീരുലാലിനെ പ്രകോപിപ്പിക്കുന്നത്.

തന്റെ അവകാശത്തെക്കുറിച്ച് ചോദിക്കുന്ന തൊഴിലാളിയെ ഇല്ലാത്ത കുറ്റം ആരോപിച്ച് ശിക്ഷിക്കുന്ന ആധുനിക കോർപ്പറേറ്റ് തന്ത്രം ഇവിടെ ദൃശ്യമാണ്. പ്രതിമ ഇതുവരെ നേടിക്കൊടുത്ത കോടികളുടെ ലാഭം മുതലാളി ഓർക്കുന്നില്ല. പരിഗണിക്കുന്നില്ല.

രാജകുമാരിയും പ്രതിമയും ഒന്നിക്കുന്ന അവസാന ദിവസങ്ങളിൽ കടലിൽ മുങ്ങി ജലകന്യകമാരോടൊപ്പം ക്രീഡിക്കുന്ന ചുപ്പനെ തനിക്കു നഷ്ടപ്പെടുമെന്ന് രാജകുമാരി ഭയക്കുന്നു. ഇവിടെയാണ് ധീരുലാലിന്റെ വാഗ്ദാനം അവൾ സ്വീകരിക്കുന്നത്. ചുപ്പനെ വീണ്ടും പ്രതിമയാക്കി പ്രദർശനവസ്തുവാക്കരുതെന്നും തനിക്ക് എപ്പോൾ വേണമെങ്കിലും അവനെ വന്നുകാണാൻ അവസരം ഉണ്ടാകണമെന്നും ആയിരുന്നു രാജകുമാരിയുടെ ആവശ്യങ്ങൾ. ഇത് ധീരുലാലിന്റെ കച്ചവടബുദ്ധി അംഗീകരിച്ചു. എങ്ങനെയും നഷ്ടപ്പെട്ട പ്രതിമയെ കൈപ്പിടിയിലാക്കാനും തുടർന്ന് കരാർ ലംഘിക്കുകയുമായിരുന്നു ധീരുലാലിന്റെ കപടബുദ്ധി. ഈ ചതി തിരിച്ചറിഞ്ഞതോടെയാണ് ചുപ്പൻ അവനെ തറയിലടിച്ച് കൊന്നത്. നിഷ്കളങ്ക സ്നേഹത്തിനും നിസ്വാർത്ഥ ജീവിതത്തിനും ഭൂമിയിൽ വിലയില്ലെന്ന മനോദു:ഖത്തിലാണ് ചുപ്പൻ വരേണ്യതയുടെ അതിഥി മന്ദിരത്തിൽ നിന്ന് വെറും പൂഴിയിലേക്ക് എടുത്തുചാടുന്നത്. തന്നെ വെറും കച്ചവടച്ചരക്കായി മാത്രം കാണുന്ന ഭൗതികലോകത്തോടുള്ള പ്രതിഷേധമായി ചുപ്പൻ ചലനമറ്റ പ്രതിമയായി. കടലിലേക്ക്, അതിന്റെ ആഴങ്ങളിലേക്ക് അഭിമുഖമായി നിൽക്കുന്നതിലൂടെ ഭൂമിയിലെ തിന്മകളെ അയാൾ നിരാകരിക്കുന്നു.

പത്മരാജന്റെ ബഹുഭൂരിപക്ഷം കൃതികളും യാഥാർത്ഥ്യങ്ങളുടെ കാഴ്ചയിൽ നിന്നോ കേട്ടറിവുകളിൽ നിന്നോ സ്വാംശീകരിച്ച വിത്തുകളിൽ നിന്ന് കിളിർത്തു മുളച്ചു തളിർത്ത് പടർന്നു പന്തലിച്ചവയാണ്. അദ്ദേഹത്തിന്റെ അവസാന നോവലായ 'പ്രതിമയും രാജകുമാരിയും' എഴുതാനും ഇത്തരത്തിൽ ഒരു പ്രചോദനം ഉണ്ടായിട്ടുണ്ട്. മദ്രാസിലെ ഗോൾഡൻ ബീച്ചിൽ ആളുകളെ ആകർഷിക്കാനായി ജീവനുള്ള ഒരു പ്രതിമ നിൽപ്പുണ്ട്. ആ മനുഷ്യനിൽ നിന്നാണ് 'പ്രതിമയും രാജകുമാരിയും' രൂപമെടുക്കുന്നത്. 'ഫാന്റസിയുടെ ലോകത്തേക്കുള്ള ഒരു ഊളിയിടലായിരുന്നു ആ നോവലെങ്കിലും അതിലെ പ്രതിമ ഒരു യാഥാർത്ഥ്യമാണെന്ന്[2] രാധാലക്ഷ്മി പത്മരാജൻ സാക്ഷ്യപ്പെടുത്തുന്നു.

2 രാധാലക്ഷ്മി പത്മരാജൻ, പത്മരാജന്റെ എന്റെ ഗന്ധർവ്വൻ, മാതൃഭൂമി ബുക്ക്സ്, പേജ് 109

'ഭാവനയുടെ സ്വാതന്ത്ര്യമാണ് ഒരു നോവലിസ്റ്റിന്റെ ഏറ്റവും വലിയ സ്വത്ത്'[3]. അവസാന നോവലിൽ പത്മരാജൻ അതിന്റെ പാരമ്യത കാട്ടി ത്തരുന്നു. വർണ്ണനകളിൽ 'അയഥാർത്ഥങ്ങളായ അഭീഷ്ടങ്ങളെ തീക്ഷ്ണ വർണ്ണങ്ങളിൽ ആവിഷ്കരിക്കുന്ന ചിത്രകാരനായി അദ്ദേഹം മാറുന്നു'. രചനയുടെ ചാരുതയിൽ 'ഭ്രമാത്മക ഭാവനയുടെ കവിതയായി'[4] കൃതി പരിവർത്തനം ചെയ്യുന്നു. ആഖ്യാനപരതയുടെ കൈയ്യടക്കമാണ് വേറിട്ടു നിർത്തുന്ന മറ്റൊരു സവിശേഷത. പ്രാചീനമായ കഥാലോകത്തിന്റെ അനുഭവങ്ങൾക്കൊപ്പം ലിഫ്റ്റ്, മോട്ടോർസൈക്കിൾ, ഫയർ എഞ്ചിൻ, ഗസ്റ്റ്ഹൗസ്, റഡാറുകൾ, ക്ലോസ്ഡ് സർക്യൂട്ട് ടെലിവിഷനുകൾ എന്നി ങ്ങനെ ആധുനിക ജീവിതത്തിന്റെയും യന്ത്രസംസ്കാരത്തിന്റെയും ചിഹ്നങ്ങളെ വിലക്കുകളില്ലാതെ അവതരിപ്പിക്കുന്നതും നൂതനാനുഭവ മാണ്. ഇവിടെ ഫിക്ഷൻ ജീവിതത്തിനുള്ള ഒരു താൽക്കാലിക ബദൽ ആകുകയാണ്.

അത്ഭുതങ്ങളിലൂടെ യാത്ര ചെയ്യുന്ന ആസ്വാദകൻ പലപ്പോഴും വിസ്മയക്കാഴ്ചകൾ കണ്ട് അതിശയം കൂറുന്നു. ഐതീഹ്യങ്ങളിൽ മാത്രം പ്രത്യക്ഷപ്പെടുന്ന സങ്കല്പ ലോകങ്ങളെ യാത്രയ്ക്കിടയിൽ ഇമവെട്ടാതെ കണ്ടുമുട്ടുന്നു. നക്ഷത്രങ്ങൾ തൊട്ടുരുമ്മുന്നതായും ഗോളങ്ങളെ കടന്നു പോകുന്നതായും അവർ അനുഭവിക്കുന്നു. അതോടൊപ്പം 'ഭ്രമ'ണങ്ങളുടെ വഴിത്താരകളിൽ കണ്ടുമുട്ടുന്ന മനുഷ്യരിലെ വർത്തമാനകാല വ്യഥകൾ തിരിച്ചറിയുകയും ചെയ്യുന്നു. നിഗൂഢ ലോകങ്ങളിലെ യാത്രകളിലാകെ ആഖ്യാന ലാളിത്യം നിലനിർത്താൻ കഥാകാരനു കഴിയുന്നുണ്ട്. ഇവിടെ വൈകാരികാവസ്ഥകൾ ഉൾക്കൊള്ളാൻ ഭാഷ ഒരിക്കലും പ്രതിബ ന്ധമാകുന്നില്ല. അതുതന്നെയാണ് ഈ കൃതിയുടെ സവിശേഷതയും. പുതിയ ഭാവുകത്വവും പ്രമേയ-ആഖ്യാന തന്ത്രങ്ങളും അവതരിപ്പിക്കുന്ന 'പ്രതിമയും രാജകുമാരിയും' സ്വാഭാവികമായിത്തന്നെ എല്ലാത്തരം ആസ്വാദകനെയും അതിന്റെ വിപുല വൃത്തത്തിനുള്ളിലേക്ക് കാന്തി കശക്തിയോടെ വലിച്ചടുപ്പിക്കുന്നു. ആഖ്യാനപാടവം അതിന്റെ അനന്ത സാധ്യത പ്രകടിപ്പിക്കുകയാണ്. മലയാളത്തിന്റെ ഭ്രമാത്മക സാഹിത്യം പുതിയ മുഖം തീർക്കുന്നു. ഒപ്പം പത്മരാജൻ തന്റെ അനശ്വരപ്രതിഭയെ അഷ്ടഗന്ധമിട്ട് ഉറപ്പിക്കുന്നു.

---

3 Mirian Allott, Novelists on the novel, Routledge and Kegan Paul, London, 1959, P. 132.

4 അപ്പൻ. കെ.പി, മറഞ്ഞിരിക്കുന്ന ആഴങ്ങളുള്ള നോവൽ, മലയാള മനോരമ വാരാന്തപ്പതിപ്പ്, ഡിസംബർ 30 1990, പേജ് 1

www.ingramcontent.com/pod-product-compliance
Lightning Source LLC
LaVergne TN
LVHW040814051026
849519LV00007BA/2624